இன்றியமையாத இசை

(வெவ்வேறு உத்திகளை அறிந்து கொள்ளவும் கேட்கும் இசையை உணர்ந்து வாசிக்க வெவ்வேறு நுட்பங்களைப் பயிற்சி செய்யவும்)

Paulaiah. D

இந்தியாவில் பின்பற்றப்படும் இசை அமைப்புகளின் அடிப்படை அம்சங்களை அறிந்து, கேட்கும் இசையை உணர்ந்து வாசிப்பதற்கு ஏதுவாக சுயத்தை பயிற்றுவிக்க

₹. 299

1. இசை கலை மற்றும் அதன் முக்கியத்துவம்

அறிமுகம்

இசை ஒரு கலை வடிவம் மற்றும் ஒரு கலாச்சார செயல்பாடு, அது ஒலி மற்றும் அமைதி மூலம் செயலாக்க படுகிறது. இசையானது பரந்த அளவிலான கருவிகள் இயற்றுவது மற்றும் குரல் நுட்பங்களுடன் பாடுவது முதல் ராப்பிங் (rapping) செய்வது வரை நிகழ்த்தப்படுகிறது அல்லது பயிற்சி செய்யப்படுகிறது. இசைக்கருவிகள் மட்டும் தனியேயும், முற்றிலும் குரல் பாடல்களும் மற்றும் பாடல் மற்றும் கருவிகளின் இணைப்புமான செயல்திறன்கள் உள்ளன.

இசையின் உருவாக்கம், செயல்திறன், முக்கியத்துவம் மற்றும் வரையறை கூட கலாச்சார மற்றும் சமூக சூழலுக்கு ஏற்ப மாறுபடும். சில புதிய வடிவங்கள் அல்லது இசை பாணிகள் "இசை இல்லை" என்று விமர்சிக்கப்படுகின்றன.

இசையை வகைகளாகவும் துணை வகைகளாகவும் பிரிக்கலாம், இருப்பினும் இசை வகைகளுக்கிடையேயான பிரிக்கும் கோடுகள் மற்றும் உறவுகள் பெரும்பாலும் நுட்பமானவை. எடுத்துக்காட்டாக, 1980 களின் முற்பகுதியில் ஹார்டு ராக் (Hard Rock) மற்றும் ஹெவி மெட்டல் (Heavy Metal) இடையே கோட்டை வரைவது கடினமாக இருக்கலாம். இசையை நிகழ்ச்சி கலை, நுண்கலை அல்லது செவிவழிக் கலை என வகைப்படுத்தலாம். ஒரு நாடகப் படைப்பின் ஒரு பகுதியாக இசையை இயக்கலாம் அல்லது பாடலாம் மற்றும் நேரலையிலோ பல்வேறு சாதனங்களிலோ அதை கேட்கலாம். திரைப்படம் அல்லது தொலைக்காட்சி நிகழ்ச்சியின் ஒரு பகுதியாகப் பதிவுசெய்யப்பட்டும் கேட்கப்படலாம்.

கலை அல்லது பொழுதுபோக்கு வடிவம்

இசை என்பது இன்பத்திற்காக, மதம் அல்லது சடங்கு நோக்கங்களுக்காக அல்லது சந்தைக்கான பொழுதுபோக்குப் பொருளாக என பல நோக்கங்களுக்காக இசையமைக்கப்படுகிறது, பயிற்சி செய்யப்படுகிறது அல்லது நிகழ்ச்சிப்படுத்தபடுகிறது. கிளாசிக்கல் (Classical) மற்றும் ரொமாண்டிக் (Romantic) காலங்களில் இசை தாளில் இசை குறியீடுகளின் மூலம் மட்டுமே கிடைத்தது மற்றும் இசை ஆர்வலர்கள் தங்களுக்கு பிடித்த துண்டுகள் மற்றும் பாடல்களின் இசை தாளை வாங்குவார்கள். தற்போது, ஒலிப்பதிவுகள், இசை தாளை விட பிரபலமான பாடல்களின் பதிவுகள் ஆகியவற்றின் வருகையுடன், எவரும் பியானோவில் அவற்றைப் பயிற்சி செய்யலாம் அல்லது நிகழ்ச்சிப்படுத்தலாம். 1980 களில் ஹோம் டேப் ரெக்கார்டர்கள் (Tape Recorders) மற்றும் 1990 களில் டிஜிட்டல் மியூசிக் வருகையால், இசை ஆர்வலர்கள் தங்களுக்குப் பிடித்த பாடல்களின் டேப்கள் அல்லது பிளேலிஸ்ட்களை (Playlists) உருவாக்கி, அவற்றை எலெக்ட்ரானிக் கேஜெட்கள் (Electronic Gadgets) உட்பட கையடக்க கேசட் பிளேயரில் (cassette player) எடுத்துச் செல்லலாம்.

நேரடி பார்வையாளர்களுக்காக நிகழ்த்தப்படும் இசைக்கும் ஸ்டுடியோவில் (Studio) நிகழ்த்தப்படும் இசைக்கும் இடையே வித்தியாசம் உள்ளது, இதனால் இசை சில்லறை அமைப்பு அல்லது ஒளிபரப்பு அமைப்பு மூலம் பதிவு செய்யப்பட்டு விநியோகிக்கப்படும். பார்வையாளர்களுக்கு முன்னால் நடக்கும் நேரடி நிகழ்ச்சி கூட பதிவு செய்யப்பட்டு விநியோகிக்கப்படும் பல நிகழ்வுகளும் உள்ளன.

இசை சிகிச்சை (Music therapy)

இசை சிகிச்சை என்பது ஒரு தனிநபர்களுக்கு இடையேயான செயல்முறையாகும், இதில் சிகிச்சையாளர் இசையின் பன்முகங்களான உடல், உணர்ச்சி, மனம், சமூகம், அழகியல் மற்றும் ஆன்மீகம் போன்ற அனைத்து அம்சங்களையும் சிகிச்சைபெறுபவர் அவர்களின் ஆரோக்கியத்தை மேம்படுத்த அல்லது பராமரிக்க உதவும். சில சந்தர்ப்பங்களில்,

சிகிச்சைபெறுபவரின் தேவைகள் நேரடியாக இசை மூலம் தீர்க்கப்படுகின்றன; மற்றவற்றில் வாடிக்கையாளருக்கும் சிகிச்சையாளருக்கும் இடையே உருவாகும் உறவுகள் மூலம் அவை சந்திக்கப்படுகின்றன. மனநல கோளாறுகள், மருத்துவப் பிரச்சனைகள், உடல் குறைபாடுகள், உணர்ச்சிக் குறைபாடுகள், வளர்ச்சிக் குறைபாடுகள், போதைப்பொருளுக்கு அடிமைப்பட்டிருத்தல், தகவல் தொடர்பு கோளாறுகள், தனிப்பட்ட பிரச்சனைகள் மற்றும் முதுமை உள்ளிட்ட பல்வேறு நிலைமைகளுக்கு இசை சிகிச்சை அனைத்து வயதினருக்கும் பயன்படுத்தப்படுகிறது. மேலும் இது கற்றலை மேம்படுத்துதல், சுயமரியாதையை வளர்த்தல், மன அழுத்தத்தைக் குறைத்தல், உடல் பயிற்சியை ஆதரித்தல் மற்றும் உடல்நலம் தொடர்பான பிற செயல்பாடுகளை எளிதாக்குதல் போன்றவற்றிற்கு பயன்படுகிறது.

தத்துவம் மற்றும் அழகியல்

இசையின் தத்துவம் என்பது தத்துவத்தின் துணைப் பிரிவாகும். இசை பற்றிய அடிப்படைக் கேள்விகளைப் பற்றி படிப்பதே இசையின் தத்துவம். பல இசைக்கலைஞர்கள், இசை விமர்சகர்கள் மற்றும் பிற தத்துவவாதிகள் இசையின் அழகியலுக்கு பங்களித்துள்ளனர். இசைக்கு நமது உணர்ச்சிகள், அறிவு மற்றும் உளவியலை பாதிக்கும் திறன் உள்ளது; அது நமது தனிமையைத் தணிக்கும் அல்லது நம் உணர்வுகளைத் தூண்டும். இசையின் அழகியலில் இசையமைப்பின் மிக முக்கியமான முக்கியத்துவத்தை வலியுறுத்தும் ஒரு வலுவான போக்கு உள்ளது; இருப்பினும், இசையின் அழகியல் தொடர்பான பிற காரியங்களாவன பாடல் வரிகள், இணக்கம் (harmony), ஹிப்னாடிசம் (hypnotism), உணர்ச்சி, தற்காலிக இயக்கவியல் (temporal dynamics), அதிர்வு (resonance), விளையாட்டுத்தனம் மற்றும் வண்ணம் (Color) ஆகியவை அடங்கும்.

உளவியல் (Psychology)

நவீன இசை உளவியல் இசை நடத்தை மற்றும் அனுபவத்தை விளக்கி புரிந்து கொள்வதை நோக்கமாகக் கொண்டுள்ளது. மனித எண்ணங்கள் மற்றும் அதன் துணைத் துறைகளுடன் பற்றி இசையில் ஆராய்ச்சி முதன்மையாக அனுபவபூர்வமானது; மனித பங்கேற்பாளர்களுடன் முறையான அவதானிப்பு மூலமும் தொடர்பு மூலமும் சேகரிக்கப்பட்ட தரவுகளின் விளக்கங்களின் அடிப்படையில் அவர்களின் அறிவு முன்னேற முனைகிறது. அடிப்படை உணர்வுகள் மற்றும் அறிவாற்றல் செயல்முறைகளில் கவனம் செலுத்த செய்வதோடு, இசை உளவியல் என்பது இசை செயல்திறன் (performance), கலவை (composition), கல்வி, விமர்சனம், சிகிச்சை (Therapy), ஆகியவற்றுடன் மனித நுண்ணறிவு (aptitude), திறன் (skill_, அறிவாற்றல் (intelligence), படைப்பாற்றல் (creativity) மற்றும் சமூக நடத்தை ஆகியவற்றின் ஆய்வுகள் உட்பட பல பிரிவுகளுக்கான நடைமுறை சார்ந்த ஆராய்ச்சித் துறையாகும்.

கல்வி

தொழில்முறை அல்லாத இசைக் கல்வி தனிநபர்களால் வழங்கப்படுகிறது மற்றும் தொழில்முறை கல்வியானது பல்வேறு நாடுகளில் சான்றிதழ் படிப்புகள் முதல் முனைவர் பட்டம் வரை வெவ்வேறு அமைப்புகளில் பல்வேறு நிறுவனங்களால் வழங்கப்படுகிறது. பள்ளிகளில் கூட குழந்தைகளின் நிலைக்கு ஏற்ப இசை பாடங்கள் வழங்கப்படுகின்றன.

நம் வாழ்வில் இசையின் முக்கியத்துவம்

1. **படைப்பாற்றலுக்கான திறவுகோல் இசை.**

இசை மனதைத் தூண்டி, நமது படைப்பாற்றலுக்குத் ஊக்கம் அளிக்கிறது. படைப்பாற்றலுக்கு கண்டுபிடிப்புகள் மற்றும் புதுமைகளை உருவாக்கும் திறன் உள்ளது. கருவி இசையைக் கேட்பது ஒருவருக்கும் கவனிக்கும் திறனையும் கதை சொல்லும் அளிக்கிறது. அதே போல, ஒரு இசைக்கருவியை வாசிப்பது ஒருவருக்கு வார்த்தைகள் இல்லாமல் கதை சொல்லும் திறனை அளிக்கிறது. இரண்டிற்கும் வலது மூளையின் பயன்பாடு அதிகபட்சமாக தேவைப்படுகிறது, இது ஒருவரின் படைப்பாற்றலை மட்டுமல்ல, ஒருவரின் அறிவாற்றலையும் பயிற்றுவிக்கிறது.

எழுத்து, ஓவியம், நடனம் மற்றும் நாடகம் உட்பட அனைத்து கலைகளுக்கும் இதேபோன்ற விளைவை உருவாக்கும் திறம் உள்ளது.

2. இசையானது கல்வியை மிகவும் சுவாரஸ்யமாக்குகிறது.

இசையானது வகுப்பறையில் மாணவர்களை ஈடுபடுத்த உதவுவதோடு மனப்பாடம் செய்வதற்கான சிறந்த கருவியாகும். நீங்கள் வேறு எங்கும் பெற முடியாத சுய ஒழுக்கம் மற்றும் நேர மேலாண்மை திறன்களை இசை நமக்கு கற்றுக்கொடுக்கிறது. வழக்கமான அடிப்படையில் ஒரு கருவியைப் பயிற்சிசெய்வது உறுதியான யோசனைகளுடன் வேலை செய்ய உதவுகிறது மற்றும் பெரிய இலக்குகளை அடைய சிறிய நடவடிக்கைகளை எடுக்க உதவுகிறது. இந்த சிந்தனை முறையானது மூளையில் இணைப்புகளை ஒழுங்கமைக்கிறது, கற்றலைப் புதிய வெளிச்சத்தில் தொடர்ந்து பார்க்கச் செய்கிறது.

குழந்தைகளை வளர்ப்பதில், இசைக் கல்வியானது குழந்தைகளை ஒருமுகப்படுத்தவும், தெருவில் வேண்டாத காரியங்களை செய்யாமல் இருக்க செய்யவும் பயன்படுகிறது. அதிகமாக சுற்றி, குறும்புகளை செய்வதற்குப் பதிலாக, குழந்தை பியானோ பயிற்சி செய்யலாம் அல்லது நண்பர்களுடன் இசையை ஒத்திகை செய்யலாம்.

துரதிர்ஷ்டவசமாக, சில வகையான இசை குழந்தைகளை எதிர்மறையான வழிகளில் பாதிக்கலாம். நம் உடை, சிந்தனை, பேச்சு, வாழ்கை முறை போன்றவற்றை பாதிக்கும் ஆற்றல் இசைக்கு உண்டு என்பது அனைவரும் அறிந்ததே. ஆபாசமானதும் வன்முறை நிறைந்ததுமான பாடல் வரிகள் குழந்தைகள் மீது எதிர்மறையான தாக்கத்தை ஏற்படுத்தும்.

3. இசை என்பது பிரபஞ்சத்தின் மொழி.

இசையைப் புரிந்துகொள்வதில் எல்லைகள் இல்லை என்பதால் இசை உலகளாவியது. நாய்கள் மற்றும் திமிங்கலங்கள் போன்ற விலங்குகள் கூட இசையை ஓரளவு புரிந்துகொள்வதாக ஆராய்ச்சிகளால் கூறப்படுகிறது. இசை அனைத்து தகவல்தொடர்புக்கான எல்லைகளையும் தாண்டியது, ஏனெனில் ஒரு நபர் பூமியின் மறுபக்கத்தில் உள்ள ஒருவருடன் கூட பேசவும் உரையாடவும் முடியும், இருவரும் ஒரே மொழியைப் பேசாவிட்டாலும், புரிந்துக்கொள்ளும் உணர்வோடு ஒருவரோடு ஒருவர் தொடர்பில் இருக்க திறந்த மனதுடன் இருந்தாலே போதும்.

இசையின் சில பாணிகளை அது வழங்கும் காரியங்களை ஆராயாமல் பலர் உடனடியாகத் தள்ளிவிடுகிறார்கள். எல்லா பாணிகளாலும் ஒரு நபரை ஈர்க்கவோ அல்லது எதிரொலிக்க செய்யவோ முடியாது, ஆனால் ஒரு திறந்த மனநிலையோடு எல்லா சாத்தியக்கூறுகளை ஆராயும் போது ஒருவரின் சுயத்திற்கு ஏற்ப புதிய பகுதியை ஒருவர் கண்டறியலாம்.

4. இசைக்கு ஆன்மீக சக்திகள் உண்டு.

இசை எங்கிருந்து வந்தது என்பது உண்மையில் யாருக்கும் தெரியாது, ஆனால் இசை மனிதகுலத்தின் தோன்றத்தில் இருந்தே உள்ளதாக பல கோட்பாடுகள் உள்ளன. மிகவும் பொதுவாக அறியப்பட்ட இசையின் பயன்பாடுகளில் ஒன்று மதம் சார்ந்த நிகழ்வுகள் மற்றும் புனிதமான பழங்குடி நிகழ்வுகள். மாயன் நாகரிகத்திலும், போரில் வெற்றியைக் கொண்டாடுவதிலும், செல்வாக்கு மிக்க நபர்களை அடக்கம் செய்வதிலும் கூட இசை பயன்படுத்தப்பட்டது.

இசையில் பதிவுசெய்யப்பட்ட சில ஆரம்ப தருணங்கள் இடைக்காலத்தில் தேவாலய பிரார்த்தனைகளுக்கான பாடல் துண்டுகளில் இடம்பெற்றன. அமைப்பில் அதிக முக்கியத்துவம் கொடுக்கப்பட்டது மற்றும் ஆன்மீக அனுபவத்தைத் ஊக்குவிக்கும் மனநிலையை உருவாக்க குறிப்பிட்ட இணக்கங்கள் அல்லது தாளங்கள் பயன்படுத்துகிறது.

5. இசையால் ஒரு மனநிலையை உருவாக்கி சில உணர்ச்சிகளை உணர வைக்க முடியும்.

நீண்ட பயணத்தில் இசை ஒருவரைப் புதுப்பிக்கும். நேரம் உறைந்திருப்பதை போன்றம் உணர்வை இசை உணர வைக்கும். இயக்கத்தை பரிந்துரைக்கும் சக்தியும் இசைக்கு உண்டு. இவை அனைத்தும் மனித உணர்வுகளுடன் தொடர்புடையவை.

ஒரு பாடல் நம்மை குறிப்பாக சோகமாக அல்லது மிகவும் உற்சாகமாகவும் மகிழ்ச்சியாகவும் ஆக்கிய ஒரு தருணத்தை நாம் வழக்கமாக நினைவில் கொள்ள முடியும். ஒழுங்கமைக்கப்பட்ட ஸ்வரங்கள் (Tones) நம் புலன்களில் எவ்வாறு அத்தகைய விளைவை உருவாக்குகின்றன என்பது ஒரு மர்மம். ஏன் அல்லது எங்கிருந்து வருகிறது என்பது யாருக்கும் உண்மையில் தெரியாது, ஆனால் சில ராகங்கள் (ஸ்கேல்ஸ் (scales)), கார்ட் (கார்ட்ஸ் (chords)) மற்றும்

இணக்கங்களுக்கு (harmonies) எந்த உணர்வுகள் பொருந்துகின்றன என்பதைக் காட்ட பல ஆய்வுகள் செய்யப்பட்டுள்ளன.

6. இசை மக்களை ஒன்றிணைக்கிறது.

இசையை பற்றிய ஆச்சரியமான விஷயம் என்னவென்றால், அது நம் அனைவருக்குள்ளும் பொதிந்துள்ளது. ஒவ்வொருவரும் அதைப் புரிந்துகொண்டு திறந்த மனநிலையோடு இருந்தால் அதை உணர முடியும். மற்ற இசைக்கலைஞர்களுடன் இசையை வாசிப்பது ஒரு நம்பமுடியாத உணர்வு. சிலர் இசையை ஒன்றாக ஆற்றில் படகோட்டுவதாக விவரிக்கிறார்கள்.

நீங்கள் ஒரு குழுவில் இசையை உருவாக்கும்போது ஒரு குறிப்பிட்ட வகையான இணைப்பு உருவாகிறது. குழுவாக இசையைக் கேட்பவர்களுக்கும் நடனம் மூலம் இசையுடன் தொடர்புகொள்பவர்களுக்கும் இது பொருந்தும். இந்த வகையான நடத்தை நமது வரலாற்றிலும், மனிதர்களாகிய நமது கண்டுபிடிப்புகளிலும் வேரூன்றியுள்ளது.

மேலும், ஒரு அந்நிய நபர் மற்றொருவரை சேர்ந்து வாசிக்க சொல்லும் பல அனுபவங்கள் உள்ளன, ஒரு நொடிக்குள் இருவரும் பியானோ அல்லது கிட்டார் வழியாக உரையாடுகிறார்கள். இது ஒருவரையொருவர் சார்ந்து வாசிப்பது, தொடர்புகொள்வது மற்றும் ஒத்து சேர்வது, என இணைப்பை உருவாக்குகிறது.

இசைக் கல்வியின் கல்விப் பயன்கள்

ஆராய்ச்சியாளர்கள் பல தலைமுறையாக இசைக் கல்வியின் நன்மைகளை ஆய்வு செய்து, இசைக்கும் கல்வி சாதனைக்கும் இடையே வலுவான தொடர்புகளை தொடர்ந்து கண்டறிந்துள்ளனர். தரப்படுத்தப்பட்ட சோதனைகளில் நேர்மறையான முடிவுகள் குறிப்பிடப்பட்டுள்ளன. சமூகப் பொருளாதாரப் பின்னணியைப் பொருட்படுத்தாமல், 25,000 க்கும் மேற்பட்ட நடுத்தர மற்றும் உயர்நிலைப் பள்ளி மாணவர்களைக் கண்காணித்த 10 ஆண்டு ஆய்வின்படி, தரப்படுத்தப்பட்ட சோதனைகளில் இசை உருவாக்கும் மாணவர்கள் குறைந்த ஈடுபாடு அல்லது இசை ஈடுபாடு இல்லாதவர்களை விட அதிக மதிப்பெண்களைப் பெறுகிறார்கள்.

கணிதத் திறன்கள்

முக்கியமான கணிதத் திறன்களைப் பெறுவதற்குத் தேவையான இடஞ்சார்ந்த-தற்காலிகப் பகுத்தறிவிற்கான திறனை வளர்க்க இசை கல்வி உதவுகிறது என்பதை ஆராய்ச்சி தெளிவாகக் கண்டறிந்துள்ளது. ஒரு விளக்கம் என்னவென்றால், தாளத்தில் இசை பயிற்சி என்பது கணித உறவுகளாக வெளிப்படுத்தப்படும் விகிதம் (proportion), வடிவங்கள் (patterns), பின்னங்கள் (fractions) மற்றும் விகிதங்களை (ratios) வலியுறுத்துகிறது.

வாசிப்பு மற்றும் மொழி திறன்

மொழி வளர்ச்சியில், இசைக்கும் திறன் பரிமாற்றத்திற்கும் இடையே உள்ள தொடர்பு குறைவான வெளிப்படையுடையது மற்றும் நேரடியானதல்ல. இசையில் நாம் எழுதுவது, படிப்பது மற்றும் கேட்பது, குறிப்பிட்ட சூழலில் சொற்களைப் பயன்படுத்துவது மொழித் திறனை மேம்படுத்துகிறது. இந்த சூழல்களை இடஞ்சார்ந்த இணைப்புகளில் காணலாம், அவை சொற்கள் மற்றும் வெளிப்பாடுகளுடன் தொடர்புடையவை. இவ்வாறு, இசையை வெளிப்படுத்துவதன் மூலம் ஒட்டுமொத்த வாசிப்புத் திறன்கள் மேம்படுகின்றன, அதே போல் ஒரு மாணவரின் எழுத்தின் தரமும் மேம்படும்.

இசைக் கல்வியின் நடைமுறைப் பயன்கள்

இசைக் கல்வியிலிருந்து பெறப்படும் அனைத்து நன்மைகளும் கல்வி சார்ந்தவை அல்ல. இசையில் ஈடுபடுவது ஒருவரின் தனிப்பட்ட, சமூகம் சார்ந்த மற்றும் ஊக்கம் சார்ந்த காரியங்களில் நேர்மறையான மாற்றத்திற்கு வழிவகுக்கிறது என்று பல ஆய்வுகள் மூலம் கண்டறியப்பட்டுள்ளது. சுருக்கமாக, இசை ஒரு இளைஞனின் ஒட்டுமொத்த வாழ்க்கைத் தரத்தை மேம்படுத்த உதவுகிறது.

மற்றவர்களுடன் இணைந்து செயல்படுவது மாணவர்களுக்கு விமர்சன சிந்தனை மற்றும் சிக்கலைத் தீர்க்கும் திறன்களை வளர்க்க உதவுகிறது. ஒரு இசைக்குழுவில் இசைக்கருவியை வாசிக்கும் மாணவர்கள், ஒழுக்கம், ஒத்துழைப்பு, பொறுமை, விடாமுயற்சி மற்றும் ஊக்கம் (அட்டர்லி (Adderly), 2003) உள்ளிட்டவற்றிற்கு பங்களிக்கும் உறுப்பினராக இருப்பதற்குத் தேவையான சில சமூக மற்றும் உணர்வு சார்ந்த திறன்களைப் பெறுகிறார்கள். கூடுதலாக, பிறர் முன்னிலையில் வாசிப்பது குழந்தைகளின் சுயமரியாதையை அதிகரிக்க உதவுகிறது மற்றும் பயத்தை போக்கவும், அவர்கள் வெற்றி பெறுவதைக் காணவும் அவர்களுக்கு வாய்ப்பளிக்கிறது.

இசை ஆக்கபூர்வமான விமர்சனங்களை ஏற்றுக்கொள்வதை ஊக்குவிக்கும் ஒரு ஆதரவான சூழலை உருவாக்குகிறது மற்றும் சவாலான செயல்களை முன்னெடுக்க பாதுகாப்பாக அனுமதிக்கிறது (பேரி (Barry), 2002). கடந்த தலைமுறையில் பல தேசிய ஆய்வுகளில், பள்ளியை விட்டு வெளியேறும் தருணத்தில் உள்ள மாணவர்கள் கலைகளில் பங்கேற்பதே தொடர்ந்து பள்ளிக்கு வருவதற்கான காரணம் எனக் குறிப்பிடுகின்றனர். இந்த மாணவர்கள் குறைந்த மணிநேரம் தொலைக்காட்சி பார்ப்பதாகவும், சமூக சேவையில் அதிகம் பங்கேற்பதாகவும், பள்ளியில் இருக்கும் போது சலிப்பு உணர்வு குறைவாக இருப்பதாகவும் தெரிவித்தனர். இதேபோல், டகோமா, வாஷிங்டனில் உள்ள ஆர்கெஸ்ட்ரா மாணவர்களின் (குயுடியேடா (Cutietta), 1998) இரண்டு மாத காலப்பகுதியில் குறைவான வகுப்பறை சண்டைகளையும் போட்டித்திறன் பற்றிய நேர்மறையான அணுகுமுறைகளையும் கொண்டிருந்தனர்.

இறுதியாக, கேட்டரலின் (Catterall) 2012 ஆய்வில், கலைகள் நிறைந்த உயர்நிலைப் பள்ளி அனுபவங்களைக் கொண்ட இளைஞர்களிடையே தன்னார்வத் தொண்டுகளில் பெரிய அதிகரிப்பை கண்டுபிடிப்புகள் வெளிப்படுத்தின. இது குறைந்த வருமானம் மற்றும் அதிக வருமானம் பெறும் மாணவர்களுக்கும் பொருந்தும், குறைந்த வருமானம் பெறும் மாணவர்கள் மீது அதிக தாக்கம் காணப்பட்டது.

நாளைய எதிர்காலம்

படைப்பாற்றல் மற்றும் கற்பனையை வளர்ப்பதில் கவனம் செலுத்தாமல் கல்வித் தரங்கள் போதுமானதாக இருக்காது என்பது தெளிவானது. இசையை மேம்படுத்துதல் (Music empowers) மற்றும் இசைக்கான சமமான அணுகல் (Equitable access to music) போன்ற நிறுவனங்கள் கல்வி சாதனைகளை மேம்படுத்துகின்றன, சுயமரியாதையை வளர்க்கின்றன, முக்கிய சமூக திறன்களை கற்பிக்கின்றன, மேலும் படைப்பாற்றல் மற்றும் புதுமைத்துவத்தை உருவாக்குகின்றன. மியூசிக் எம்பவர்ஸ் அனைத்து குழந்தைகளுக்குள்ளும் இருக்கும் படைப்பாற்றலின் தீப்பொறியைப் பற்றவைத்து, அவர்களின் உயர்ந்த திறனை அடைய கற்றல் ஆர்வத்தைத் தூண்ட ஆவலாக உள்ளது.

1.1. அடிப்படை மேஜர் ஸ்கேல் (Basic Major Scale)

கீபோர்டில் (Keyboard) C மேஜர் ஸ்கேல் பெற்றிருக்கும் இடம் மற்றும் இடது கையிலும் (LH) வலது கையிலும் (RH) விரல்களை பயன்படுத்தும் விதம்

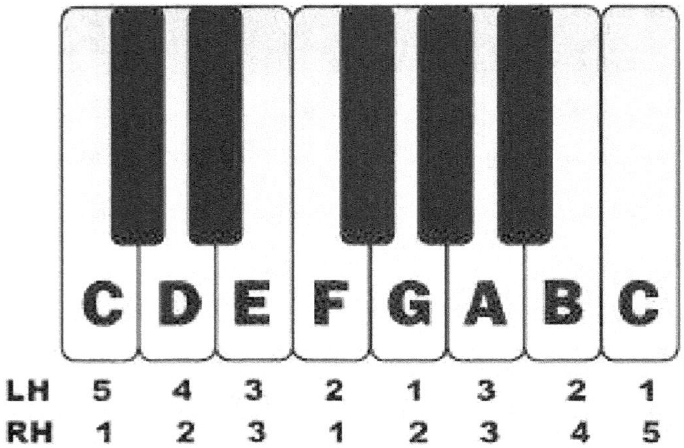

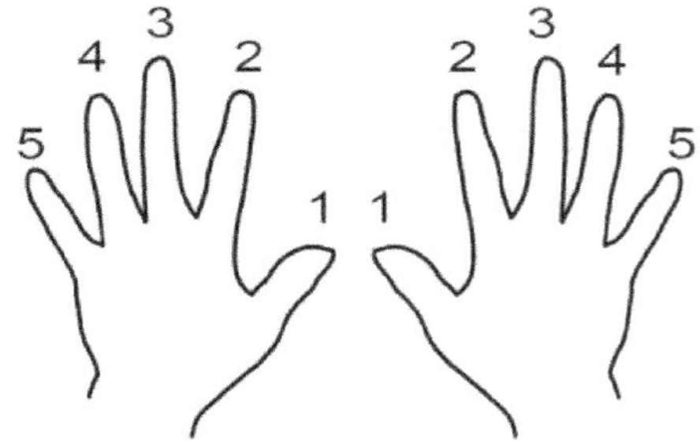

குறிப்பு: 7 வெள்ளை மற்றும் 5 கருப்பு கீக்களின் தொகுப்பு, மொத்தம் 12 ஸ்வரங்கள் ஒன்றாக ஆக்டேவ் (Octave) எனப்படும். பொதுவாக பயன்படுத்தப்படும் கீபோர்டில் 5 ஆக்டேவ்கள் உள்ளன, மேலும் நாம் வலது கையில் 3வது ஆக்டேவில் இருந்து (C3) வாசிக்க தொடங்கலாம், இடது கையில் 2வது ஆக்டேவில் (C2) வாசிக்க தொடங்கலாம். பியானோவில் அதிக ஆக்டேவ்கள் உள்ளன மற்றும் ஆக்டேவின் எண்கள் மாறுபடலாம். இங்கே உள்ளடக்கம் முழுவதும், ஆக்டேவ் மற்றும் அதன் எண் குறிப்பிடப்பட்ட இடங்கள், பொதுவாக பயன்படுத்தப்படும் கீபோர்டை அடிப்படையாக கொண்டுள்ளது.

கிடாரில் (Guitar) C மேஜர் ஸ்கேல் பெற்றிருக்கும் இடம், ஸ்வரங்களின் அமைப்பு மற்றும் விரல்களின் பயன்பாடு

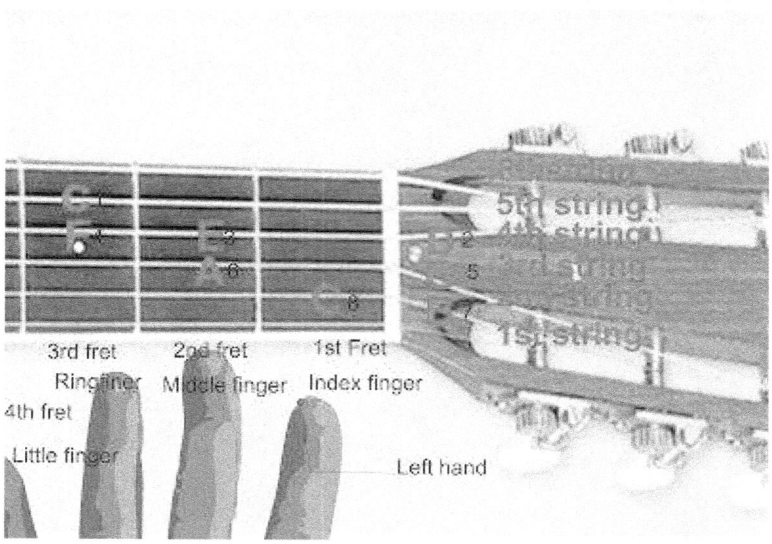

1.2. மெட்ரோனோம், டியூனிங் மற்றும் இந்திய இசையில் பயிற்சிகளுக்கான அறிமுகம்

மெட்ரோனோம் (Metronome)

மெட்ரோனோம் என்பது இசைக்கலைஞர்கள் தாளங்களைத் துல்லியமாக இசைக்க உதவும் ஒரு நிலையான துடிப்பை (அல்லது பீட்டை) உருவாக்கும் ஒரு பயிற்சிக் கருவியாகும். துடிப்புகள் நிமிடத்திற்கு எத்தனை பீட்டுகள் (Beats per minute- BPM) என அளவிடப்படுகின்றன. பெரும்பாலான மெட்ரோனோம்கள் 35 முதல் 250 BPM வரை பீட்களை இயக்கும் திறன் கொண்டவை. பெரும்பாலான கீபோர்டுகளில் இது இயல்பாகவே கட்டமைக்கப்பட்டுள்ளன. மொபைல் போன்களிலும் இதை ஒரு செயலியாக பதிவிறக்கம் செய்யலாம். குறிப்பிட்ட டெம்போவில் (Tempo) (வேகத்தில்) ஒரு கருவியைப் பயிற்சி செய்யும் போது இதை கூடசேர்த்து இசைக்கலாம் (பயிற்சி செய்ய தொடங்குபவர்களுக்கு இது 40 அல்லது 60 BPM ஆக இருக்கலாம்).

ட்யூனர்கள் (Tuners) மற்றும் ஒரு இசை கருவியை டியூனிங் (tuning) செய்தல்:

சில கருவிகள் பயன்படுத்த தயாராக இருக்கும், அதேசமயம் சில கருவிகள், குறிப்பாக சரம் கொண்ட வாத்தியங்கள் (String Instruments) மற்றும் ஸ்ருதி தாள வாத்தியங்கள் (Pitched Percussion Instruments), அந்த கருவியின் தன்மைக்கு ஏற்ப பொருத்தமான ஸ்வரங்களுக்கு டியூன் செய்யப்பட வேண்டும்.

எடுத்துக்காட்டாக, கிட்டாரின் ஆறு சரங்கள் (strings) பின்வருமாறு டியூன் (tune) செய்யப்பட வேண்டும்: 1வது சரம் – கீபோர்டின் 4வது ஆக்டேவில் உள்ள E (E4); 2வது சரம்- கீபோர்டின் 3வது ஆக்டேவில் உள்ள B (B3); 3வது சரம்- கீபோர்டின் 3வது ஆக்டேவில் உள்ள G (ஜி3); 4வது சரம்- கீபோர்டின் 3வது ஆக்டேவில் உள்ள D (D3); 5வது சரம்- கீபோர்டின் 2வது ஆக்டேவில் உள்ள A (A2); 6வது சரம்- கீபோர்டின் 2வது ஆக்டேவில் உள்ள E (E2), இதை 'எவ்ரி படி கெட்ஸ் டின்னர் அட் எய்ட் (Every Body Gets Dinner At Eight)' என்ற வரியைப் பயன்படுத்தி நினைவில் கொள்ளலாம்.

ஒரு கருவியை டியூனிங் செய்ய, ஏற்கனவே டியூனிங் செய்யப்பட்டு இருக்கும் கருவியையோ அல்லது டியூன் செய்யத் தேவையில்லாத மற்றொரு கருவியையோ ட்யூனராகப் பயன்படுத்தலாம். ட்யூன் செய்யப்பட்ட கருவியில் பொருத்தமான ஸ்வரத்தை (Note) அது மனதில் பதியும் வரை வாசித்து, ஒலியை கவனமாகக் கேட்டு, டியூன் செய்யப்பட வேண்டிய கருவியில் உள்ள ட்யூனிங் பெக் (tuning peg) அல்லது திருகு (screw) வை மெதுவாக இறுக்கி அல்லது தளர்த்துவதன் மூலம் ஒரு ஸ்வரம் டியூனிங் செய்யப்படுகிறது. அல்லது ஏற்ற சில மென்பொருள் அல்லது மொபைல் பயன்பாடுகளையும் (உதாரணம்- DaTuner) ட்யூனராக பயன்படுத்தப்படலாம். இசையில் உள்ள 12 ஸ்வரங்களின் வரிசை (..., C, C#/Db, D, D#/Eb, E, F, F#/Gb, G, G#/Ab, A, A#/Bb, மற்றும் B, C, ...) மற்றும் தொடர்ச்சியாக உள்ள ஆக்டேவின் வரிசை (..., B2, C3, C#3, D3, ...) என ஸ்வரங்கள் வரிசைமுறையில் அமைக்கப்பட்டிருப்பதை அறிந்து கொள்ளுங்கள். ஒரு மென்பொருள் அல்லது பயன்பாட்டைப் பயன்படுத்தும் போது, 12 ஸ்வரங்கள் மற்றும் ஆக்டேவின் வரிசையைக் கருத்தில் கொண்டு இறுக்கத்தை மெதுவாக இறுக்கி அல்லது தளர்த்துவதன் மூலம் பொருத்தமான ஸ்வரத்திற்கு நாம் மாற்ற வேண்டும்.

(**குறிப்பு**: ட்யூனிங் பெக்குகள் அல்லது திருகுகள் கவனமாக கையாளப்பட வேண்டும். மற்றும் சரங்கள் அல்லது தோல் (strings or skin) அறுவதை அல்லது உடைவதைத் தவிர்க்க அதிகப்படியான இறுக்கத்தைத் தவிர்க்க வேண்டும். மேலும், ஸ்வரங்கள் குறைவாக இல்லாமல் இருக்க சரங்களை அல்லது தோலை அதிகமாக தளர்த்துவதை தவிர்க்கவும்.)

இந்திய இசையில் பயிற்சிகளுக்கான அறிமுகம் (வரிசைகள்)

சில பாடல்களை (களை) திரும்பத் திரும்பப் பயிற்சி செய்வதைக் காட்டிலும், இந்திய இசையில் பயிற்சிகளைப் (வரிசைகள்) பயிற்சி செய்வது பெரும் பலன்களைத் தருகிறது. இது நம் மனதையும் செயல்களையும் வெவ்வேறு தொனிகளுக்கு பழக்குவிக்கிறது மற்றும் நமது செவிப்புலனை மேம்படுத்துகிறது. மேலும், ஏழு ஸ்வரங்கள் (notes) கொண்ட எந்த ஸ்கேலையும் (Scale) அல்லது எந்த ராகத்தையும் பயிற்சி செய்ய இப்பயிற்சிகள் பயன்படுத்தப்படலாம். எடுத்துக்காட்டாக C மேஜர் ஸ்கேலில்: C- Sa, D- Ri, E- Ga, F- Ma, G- Pa, A- Da, B- Ni, Ċ- Ṡa. அதேபோல் மற்ற ஸ்கேல் அல்லது ராகத்தையும் ஒப்பிடலாம். பயிற்சிகளின் ஸ்வரங்களின் சிக்கல் தன்மையை பொறுத்து, அவ்ற்றில் எளிமையானது முதல் சிக்கலானது வரை செயல்முறைப்படுத்தப்பட்டது.

1.3. காலப்பிரமாண வரிசைகள்: 4/4 தாளம் (Rhythm)

ஸ , , ,	ரி , , ,	க , , ,	ம , , ,
ப , , ,	த , , ,	நி , , ,	ஸ் , , ,
ஸ் , , ,	நி , , ,	த , , ,	ப , , ,
ம , , ,	க , , ,	ரி , , ,	ஸ , , ,

ஸ , ஸ ,	ரி , ரி ,	க , க ,	ம , ம ,
ப , ப ,	த , த ,	நி , நி ,	ஸ் , ஸ் ,
ஸ் , ஸ் ,	நி , நி ,	த , த ,	ப , ப ,
ம , ம ,	க , க ,	ரி , ரி ,	ஸ , ஸ ,

ஸ ஸ ஸ ஸ	ரி ரி ரி ரி	க க க க	ம ம ம ம
ப ப ப ப	த த த த	நி நி நி நி	ஸ் ஸ் ஸ் ஸ்
ஸ் ஸ் ஸ் ஸ்	நி நி நி நி	த த த த	ப ப ப ப
ம ம ம ம	க க க க	ரி ரி ரி ரி	ஸ ஸ ஸ ஸ

ஸ ஸ ஸ ,	ரி ரி ரி ,	க க க ,	ம ம ம ,
ப ப ப ,	த த த ,	நி நி நி ,	ஸ் ஸ் ஸ் ,
ஸ் ஸ் ஸ் ,	நி நி நி ,	த த த ,	ப ப ப ,
ம ம ம ,	க க க ,	ரி ரி ரி ,	ஸ ஸ ஸ ,

ஸ , ஸ ஸ	ரி , ரி ரி	க , க க	ம , ம ம
ப , ப ப	த , த த	நி , நி நி	ஸ் , ஸ் ஸ்
ஸ் , ஸ் ஸ்	நி , நி	த , த த	ப , ப ப
ம , ம ம	க , க க	ரி , ரி ரி	ஸ , ஸ ஸ

ஸ ஸ , ஸ	ரி ரி , ரி	க க , க	ம ம , ம
ப ப , ப	த த , த	நி நி , நி	ஸ் ஸ் , ஸ்
ஸ் ஸ் , ஸ்	நி நி , நி	த த , த	ப ப , ப
ம ம , ம	க க , க	ரி ரி , ரி	ஸ ஸ , ஸ

ஸ , , ஸ	ரி , , ரி	க , , க	ம , , ம
ப , , ப	த , , த	நி , , நி	ஸ் , , ஸ்
ஸ் , , ஸ்	நி , , நி	த , , த	ப , , ப
ம , , ம	க , , க	ரி , , ரி	ஸ , , ஸ

ஸ ஸ , ,	ரி ரி , ,	க க , ,	ம ம , ,
ப ப , ,	த த , ,	நி நி , ,	ஸ் ஸ் , ,
ஸ் ஸ் , ,	நி நி , ,	த த , ,	ப ப , ,
ம ம , ,	க க , ,	ரி ரி , ,	ஸ ஸ , ,

குறிப்பு:

ஸ- S ரி- ரி க- G ம- M ப-P த- D நி- N (இது எல்லா ஸ்கேல் (Scale) அல்லது ராகத்திற்கும் (rīaga) பொதுவானது) என்றும் குறிக்கப்ப்டுகிறது

Ṡ Ṙ Ġ Ṁ Ṗ Ḋ Ṅ - ஸ்வரத்திற்கு (note) மேலே இருக்கும் புள்ளி, அடுத்துள்ள தொகுப்பை (octave) குறிக்கிறது. தமிழிலும் அவ்வாரே மேலே புள்ளி வைக்கப்படுகிறது.

Ṣ Ṛ G̣ Ṃ P. Ḍ Ṇ - ஸ்வரத்திற்கு (note) கீழே இருக்கும் புள்ளி, முன்புள்ள தொகுப்பை (octave) குறிக்கிறது. தமிழிலும் அவ்வாரே கீழே புள்ளி வைக்கப்படுகிறது.

ஒரு ஸ்வரத்திற்கு (note)க்குப் பிறகு ஒரு காற்புள்ளி ' , ' வந்தால் டெம்போவின் (Tempo) அடிப்படையில் (தொடர்ந்து) ஸ்வரம் (note) மேலும் ஒரு பீட் (இரண்டு பீட்டுகள்) இசைக்கப்பட வேண்டும் என்பதைக் குறிக்கிறது. ஒரு ஸ்வரத்திற்கு (note) பிறகு இரண்டு காற்புள்ளிகள் இருந்தால், அது மூன்று பீட்களுக்கு இசைக்க வேண்டும். அதேபோல், அது தொடர்கிறது.

1.4. ஸ்ருதி ஸ்வர வரிசைகள்:

ஸ்ருதி என்பது முதல் ஸ்வரம், ஏழாவது ஸ்வரம் மற்றும் பன்னிரண்டாவது ஸ்வரம் ஆகியவற்றின் கலவையாகும், ஒரு ஸ்ருதியில் (pitch) உள்ள வெவ்வேறு விதமான ஸ்கேல் (Scale) அல்லது ராகத்திற்கும் இது பொதுவானது, மற்றும் பொதுவாக ஸ்ருதியை கண்டறியவும் பயன்படுகிறது.

1.

ஸ , , ,	ப , , ,	ஸ் , , ,
ஸ் , , ,	ப , , ,	ஸ , , ,

2.

ஸ , ஸ ,	ப , ப ,	ஸ் , ஸ் ,
ஸ் , ஸ் ,	ப , ப ,	ஸ , ஸ ,

3.

ஸ ஸ ஸ ஸ	ப ப ப ப	ஸ் ஸ் ஸ் ஸ்
ஸ் ஸ் ஸ் ஸ்	ப ப ப ப	ஸ ஸ ஸ ஸ

4.

ஸ , ஸ ஸ	ப , ப ப	ஸ் , ஸ் ஸ்

ஸ் , ஸ் ஸ்	ப , ப ப	ஸ , ஸ ஸ

5.

ஸ ஸ ஸ ,	ப ப ப ,	ஸ் ஸ் ஸ் ,
ஸ் ஸ் ஸ் ,	ப ப ப ,	ஸ ஸ ஸ ,

6.

ஸ ஸ , ஸ	ப ப , ப	ஸ் ஸ் , ஸ்
ஸ் ஸ் , ஸ்	ப ப , ப	ஸ ஸ , ஸ

7.

ஸ ஸ , ,	ப ப , ,	ஸ் ஸ் , ,
ஸ் ஸ் , ,	ப ப , ,	ஸ ஸ , ,

8.

ஸ , , ஸ	ப , , ப	ஸ் , , ஸ்
ஸ் , , ஸ்	ப , , ப	ஸ , , ஸ

9.

ஸ ஸ	ப ப	ஸ் ஸ்
ஸ் ஸ்	ப ப	ஸ ஸ

10.

ஸ ஸ ஸ	ப ப ப	ஸ் ஸ் ஸ்
ஸ் ஸ் ஸ்	ப ப ப	ஸ ஸ ஸ

11.

ஸ ஸ ஸ ஸ ஸ	ப ப ப ப ப	ஸ் ஸ் ஸ் ஸ் ஸ்
ஸ் ஸ் ஸ் ஸ் ஸ்	ப ப ப ப ப	ஸ ஸ ஸ ஸ ஸ

12.

ஸ ஸ ஸ ஸ ஸ ஸ	ப ப ப ப ப ப	ஸ் ஸ் ஸ் ஸ் ஸ் ஸ்
ஸ் ஸ் ஸ் ஸ் ஸ் ஸ்	ப ப ப ப ப ப	ஸ ஸ ஸ ஸ ஸ ஸ

13.

ஸ ஸ ஸ ஸ ஸ ஸ ஸ	ப ப ப ப ப ப ப	ஸ் ஸ் ஸ் ஸ் ஸ் ஸ் ஸ்
ஸ் ஸ் ஸ் ஸ் ஸ் ஸ் ஸ்	ப ப ப ப ப ப ப	ஸ ஸ ஸ ஸ ஸ ஸ ஸ

14.

ஸ ஸ ஸ ஸ ஸ ஸ ஸ ஸ ஸ	ப ப ப ப ப ப ப ப ப	ஸ் ஸ் ஸ் ஸ் ஸ் ஸ் ஸ் ஸ் ஸ்
ஸ் ஸ் ஸ் ஸ் ஸ் ஸ் ஸ் ஸ் ஸ்	ப ப ப ப ப ப ப ப ப	ஸ ஸ ஸ ஸ ஸ ஸ ஸ ஸ ஸ

2. இசையின் கூறுகள் மற்றும் ஸ்வரங்களுக்கான அறிமுகம்

எழுதப்பட்ட வடிவத்தில் ஒரு வார்த்தையை பொறிக்கவும் பதிவு செய்யவும் ஒரு மொழியின் எழுத்துக்கள் பயன்படுத்தப்படுவது போலவே, இசை ஸ்வரங்கள் மற்றும் குறியீடுகள் இசைக் குறிப்புகளை எழுதப்பட்ட வடிவத்தில் பொறிக்கவும் பதிவு செய்யவும் பயன்படுத்தப்படுகின்றன. நீண்ட காலமாக உருவாகிய மொழியின் எழுத்துகளைப் போலவே, இசை ஸ்வரங்ககளும் நீண்ட காலமாக உருவாகின. இன்று பலர் தங்கள் சொந்த கலாச்சாரம் மற்றும் மொழியியல் படி இசைக் குறியீடுகளைக் குறிக்க வெவ்வேறு வழிகளைப் பயன்படுத்துகிறார்கள்.

மேற்கத்திய குறியீடுகள் நான்கு இடைவெளிகளுடன் ஐந்து வரிகளைக் கொண்டுள்ளன, இந்திய இசை குறியீடுகள் ஸ, ரி, க, ம, ப, த, நி, என்று குறிப்பிடப்படுகின்றன, மற்றும் வேறு சில முறை முறைமைகளும் இன்று பயன்பாட்டில் உள்ளன.

இசையின் கூறுகள் (Musical Elements):

இசையின் பொதுவான கூறுகள் ஸ்ருதி (pitch) (இது மெல்லிசை (melody) மற்றும் இணக்கத்தை (harmony) உள்ளடக்கியது), தாளம் (RHythm) (வேகம் (Tempo) , மீட்டர் (meter) மற்றும் ஒலிப்பு முறை (articulation) போன்ற தொடர்புடைய கருத்துக்கள்), இயக்கவியல் (Dynamics) (சத்தம் மற்றும் மென்மை) மற்றும் ஒலி பண்பு (timbre) மற்றும் அமைப்பின் (texture) சோனிக் (sonic) குணங்கள் (அவை சில நேரங்களில் ஒரு இசை ஒலியின் "நிறம்" என அழைக்கப்படுகின்றன). வெவ்வேறு பாணிகள் அல்லது இசை வகைகள் இந்த கூறுகளில் சிலவற்றை வலியுறுத்தலாம், வலியுறுத்தாமல் இருக்கலாம் அல்லது தவிர்க்கலாம்.

இசை மெல்லிசைகள், பேஸ்லைன்கள் (basslines) மற்றும் கார்டுகளுடன் (chords) தொடர்புடைய அர்த்தத்தில் இசை ஒலிகள், ஸ்வரங்கள் அல்லது டோன்களை "உயர்" மற்றும் "கீழ்" என தீர்ப்பதற்கான ஒரு அகநிலை ஸ்ருதி (pitch) ஆகும். சத்தத்திலிருந்து வேறுபடுத்துவதற்கு போதுமான தெளிவான மற்றும் நிலையான அதிர்வெண் (frequency) கொண்ட ஒலிகளில் மட்டுமே ஸ்ருதியை தீர்மானிக்க முடியும். எடுத்துக்காட்டாக, தாக்கப்பட்ட ஒரு தட்டப்பட்ட சிம்பலின் (cymbal) ஸ்ருதியைக் கண்டறிவதை விட, ஒரு பியானோவில் வாசிக்கப்படும் ஸ்வரத்தின் ஸ்ருதியை கண்டறிவது மிகவும் எளிதானது.

ஒரு மெல்லிசை (melody) ("டியூன் (tune)" என்றும் அழைக்கப்படுவது) என்பது தொடர்ச்சியாக ஒலிக்கும் ஸ்ருதிகளின் (ஸ்வரங்கள்) ஒரு தொடர், பெரும்பாலும் எழும்பும் விதத்திலோ வீழ்ச்சியுறும் விதத்திலோ இருக்கும். மெல்லிசையின் ஸ்வரங்கள் பொதுவாக ஸ்கேல்கள் (scales) அல்லது முறைகள் (modes) போன்ற ஸ்ருதி அமைப்புகளைப் பயன்படுத்தி உருவாக்கப்படுகின்றன. மெல்லிசைகளில் பெரும்பாலும் பாடலில் பயன்படுத்தப்படும் கார்டுகளிலிருந்து (chords) ஸ்வரங்கள் இருக்கும். நாட்டுப்புற பாடல்கள் மற்றும் பாரம்பரிய பாடல்களில் உள்ள மெல்லிசைகள் பெரும்பாலும் ஒரே ஸ்கேலிலுள்ள ஸ்வரங்களை மட்டுமே பயன்படுத்துகின்றன. ஸ்கேல் என்பது டோனிக் (tonic) ஸ்வரத்துடன் தொடர்புடையது மற்றும் இது கொடுக்கப்பட்ட பாடலின் முதன்மை ஸ்வரமாகும் (key).

எடுத்துக்காட்டாக, C இன் கீயில் உள்ள ஒரு நாட்டுப்புறப் பாடல் (C மேஜர் என்றும் குறிப்பிடப்படுகிறது) C மேஜர் ஸ்கேலின் ஸ்வரங்களை மட்டுமே பயன்படுத்தும் மெல்லிசையைக் கொண்டிருக்கலாம் (ஸ்வரங்களாவன C, D, E, F, G, A, B, மற்றும் Ċ); இவை ஒரு பியானோ கீபோர்டின் "வெள்ளை கட்டையிலுள்ள ஸ்வரங்கள்". மறுபுறம், 20 மற்றும் 21 ஆம் நூற்றாண்டுகளின் சமகால இசை பல வண்ண ஸ்வரங்களைக் கொண்ட மெல்லிசைகளைப் பயன்படுத்துகிறது (அதாவது, ஒரு பியானோவில் ஒரு மேஜர் ஸ்கேலின் முழுமையான ஸ்வரங்களுடன் கூடுதலாக ஸ்வரங்கள்); ஒரு க்ரோமடிக் ஸ்கேல் (Chromatic Scale) என்பது கீபோர்டில் உள்ள அனைத்து ஸ்வரங்களையும் உள்ளடக்கலாம், இதில் "வெள்ளை ஸ்வரங்கள்" மற்றும் "கருப்பு ஸ்வரங்கள்" மற்றும் பொதுவானதாக இல்லாத ஸ்கேல்கள், அதாவது முழு

தொனி அளவு (C இன் விசையில் உள்ள முழு தொனி ஸ்கேல் C, D, E, F#, G#, மற்றும் A# என்ற ஸ்வரங்களைக் கொண்டிருக்கும்). டபுள் பேஸ் (double bass), எலக்ட்ரிக் பேஸ் (electric bass) அல்லது டூபா (tuba) போன்ற பேஸ் கருவிகளால் இசைக்கப்படும் குறைந்த மற்றும் ஆழமான இசைக் கோடு பேஸ்லைன் (bassline) எனப்படும்.

இசைக்கலைஞர்கள் ஒரே நேரத்தில் இரண்டு, மூன்று அல்லது அதற்கு மேற்பட்ட வெவ்வேறு ஸ்வரங்களை இசைக்கும்போது, இது ஒரு இணக்கத்தை (chord) உருவாக்குகிறது. கிளாசிக்கல் மியூசிக் (classical music), பாப் மியூசிக் (pop music), ராக் மியூசிக் (rock music) மற்றும் பல தொடர்புடைய பாணிகள் உட்பட மேற்கத்திய இசையில், மிகவும் பொதுவான வளையங்கள் ட்ரைட்கள்- பொதுவாக ஒரே நேரத்தில் மூன்று குறிப்புகள் இசைக்கப்படும். பொதுவாகப் பயன்படுத்தப்படும் கார்டுகள் பெரிய கார்ட் மற்றும் சிறிய கார்ட் ஆகும். ஒரு முக்கிய கார்ட் ஒரு உதாரணம் மூன்று பிட்சுகள் (C, E, மற்றும் G) ஒன்றாக உள்ளது. ஒரு சிறிய கார்ட் ஒரு உதாரணம் மூன்று பிட்சுகள் (A, C, மற்றும் E) ஒன்றாக உள்ளது.

ஹார்மனி (harmony) என்பது இசையில் ஸ்ருதிகளின் "ஒன்று சேர்ந்த" ஒலிகளைக் குறிக்கிறது, அதாவது ஒரு இணக்கத்தை (chord) உருவாக்க ஒன்றாக வாசிக்கப்படும் அல்லது பாடப்படும் ஸ்ருதிகள். பொதுவாக, ஸ்வரங்கள் ஒரே நேரத்தில் இசைக்கப்படுகின்றன, இருப்பினும் இணக்கமானது ஒரு இசை அமைப்பைக் விவரித்து காட்டும் ஒரு மெல்லிசையால் குறிக்கப்படலாம் (அதாவது, ஒன்றன் பின் ஒன்றாக இசைக்கப்படும் மெல்லிசைக் ஸ்வரங்களைப் பயன்படுத்துவதன் மூலம் ஒரு இணக்கத்தின் ஸ்வரங்களை விவரித்து காட்டுவது).

ரிதம் (RHythm) என்பது ஒரு குறிப்பிட்ட காலத்தில் ஒலிகள் மற்றும் மௌனங்களின் அடுக்கு. அளவீடுகள் (measures) அல்லது பார்கள் (bars) எனப்படும் வழக்கமான துடிப்புகளில் (pulse) ஒரு மீட்டர் (meter) காலத்தை காட்டுகிறது, மேற்கத்திய கிளாசிக்கல் (Western Classical), பிரபலமான மற்றும் பாரம்பரிய இசை பெரும்பாலும் ஸ்வரங்களை இரண்டு (எ.கா., 2/4 காலம்), மூன்று (எ.கா., 3/4 காலம்), அல்லது நான்கு (எ.கா., 4/4 காலம்) தொகுப்புகளில் குழுவாகக் குறிப்பிடப்படுகிறது. வால்ட்ஸ் நேரம், அல்லது 3/8 நேரம்), அல்லது நான்கு (எ.கா., 4/4 நேரம்). பாடல்கள் மற்றும் இசை துண்டுகள் அடிக்கடி (ஆனால் எப்போதும் இல்லை) ஒவ்வொரு குழுவின் முதல் பீட்டிற்கு (beat) முக்கியத்துவம் கொடுப்பதால், மீட்டர்களை கேட்பது எளிதாகிறது. குறிப்பிடத்தக்க விதிவிலக்குகள் உள்ளன.

இசை அமைப்பு (Musical texture) என்பது பொதுவாக இசையில் பயன்படுத்தப்படும் கூறுகளின் எண்ணிக்கை மற்றும் பகுதிகள் அல்லது வரிகளுக்கு இடையேயான தொடர்பின்படி விவரிக்கப்படும் இசையின் ஒட்டுமொத்த ஒலியாகும்: மோனோபோனி (monophony), ஹீட்ரோபோனி (heterophony, பாலிஃபோனி (polyphony), ஹோமோஃபோனி (homophony) அல்லது மோனோடி (monody). சில பகுதிகளுடனான இசை (எ.கா. ஒரு தனிப் புல்லாங்குழல் உடன் சேர்ந்த செல்லோ) அதிக எண்ணிக்கையிலான பாகங்களைக் கொண்ட இசையை (எ.கா., இடையிடையே பல மெல்லிசை வரிகளுடன் கூடிய 100 இசைக்கருவிகளுடனான தனி இசைக்கருவி) விட பொதுவாக அதிக "தடிமனான" அல்லது "அடர்த்தியான" அமைப்பைக் கொண்டிருப்பதாகக் கூறப்படுகிறது.

ஒலிப் பண்பு (Timbre), சில நேரங்களில் "நிறம்" அல்லது "தொனி நிறம்" என்று அழைக்கப்படுகிறது. இது ஒரு குரல் அல்லது கருவி அல்லது ஒலியின் தரம். ஒலிப் பண்பு என்பது ஒரு குறிப்பிட்ட இசை ஒலியை மற்றொன்றிலிருந்து வேறுபடுத்துகிறது, அவை ஒரே ஸ்ருதி மற்றும் சத்தமாக இருந்தாலும் கூட. எடுத்துக்காட்டாக, ஓபோ (oboe), பியானோ (piano) அல்லது வயலினில் (violin) இசைக்கும்போது 440 ஹெர்ட்ஸ் (hertz) ஏ (A) ஸ்வரம் வித்தியாசமாக ஒலிக்கிறது. பாடகர்கள் மற்றும் வாத்தியக் கலைஞர்கள் உட்பட அனைத்து கலைஞர்களும், அதிர்வு (vibrato) (குரல்

மற்றும் கிட்டார், வயலின், பித்தளை கருவிகள் மற்றும் மரக்காற்று கருவிகள் போன்ற சில கருவிகளுடன்), இயக்கவியல் (dynamics) (சத்தம் அல்லது மென்மை), காலத்தில் ஏற்ற இறக்கங்கள் (எ.கா. படிப்படியாக மெதுவாகுதல் (ritardando) அல்லது படிப்படியாக வேகமாகுதல் (accelerando), அவை முறையே வேகத்தைக் குறைத்து வேகத்தை அதிகரிக்கின்றன), மற்றும் ஸ்வரங்களின் உச்சரிப்பை மாற்றுதல் (articulation) (எ.கா. ஸ்வரங்களை அழுத்தமாக உச்சரித்தல் அல்லது மெதுவாக உச்சரித்தல் அல்லது ஸ்வரங்களை இடையூறின்றி உச்சரித்தல்) போன்ற செயல்பாடுகளை மற்றும் விளைவுகளைச் சேர்ப்பதன் மூலம் ஒரு பாடலுக்கு இசை உணர்வை சேர்க்கலாம்.

இசையில், ஒரு பாடல் அல்லது இசைத் துண்டின் ஒட்டுமொத்த அமைப்பு அல்லது திட்டம் எவ்வாறு பகுதிகளாகப் பிரிக்கப்பட்ட கலவையின் அமைப்பை விவரிக்கிறது என்பதை வடிவம் விவரிக்கிறது. மேற்கத்திய பாப் (pop) மற்றும் ராக் (rock) பாடல்கள் பெரும்பாலும் சரணம் (verse)-பல்லவி (chorus) வடிவத்தில் இருக்கும், இது சரணம் மற்றும் பல்லவி ("விலக்கி காட்டும் பகுதி (refrfain)") பிரிவுகளின் வரிசையை அடிப்படையாகக் கொண்டது, பெரும்பாலான சரணங்களுக்கு புதிய பாடல் வரிகள் மற்றும் பல்லவிகளுக்கான பாடல் வரிகள் மீண்டும் மீண்டும் வருகின்றன.

2.1. இசை ஸ்வரங்கள்:

மொத்தம் பன்னிரண்டு ஸ்வரங்கள் மட்டுமே உள்ளன, பின் குறிப்பிட்டுள்ளபடி அவற்றில் ஏழு இயற்கை ஸ்வரங்கள் (டயடோனிக் (Diatonic) / டோன் (Tone)) மற்றும் மற்ற 5 அரை ஸ்வரங்கள் (குரோமடிக் (Chromatic/ செமிடோன் (Semitone)), இவை வெவ்வேறு அதிர்வெண்களுடன் மீண்டும் மீண்டும் இடம்பெற்றுள்ளது.

C	C#/Dþ	D	D#/Eþ	E	F	F#/Gþ	G	G#/Aþ	A	A#/Bþ	B
1	1 1/2	2	2 1/2	3	4	4 1/2	5	5 1/2	6	6 1/2	7

குறிப்பு: '#' என்பதை 'ஷார்ப் (sharp)' என்றும், 'þ' என்பதை 'பிளாட் (flat)' என்றும் படிக்க வேண்டும்.

2.2. இசை கருவிகள்:

பல நூற்றாண்டுகளாகப் பயன்படுத்தப்பட்டு உருமாற்றப்பட்ட பல்வேறு இசைக்கருவிகள் உள்ளன. இசைக்கருவிகளை நான்கு முக்கிய வகைகளாகப் பிரிக்கலாம்.

1. **தாள வாத்தியங்கள்**

ஒரு தாள வாத்தியம் வாசிப்பவரால் அடிக்கப்படுவதன் மூலம் அல்லது சுரண்டுவதன் மூலம் ஒலிக்கப்படுகிறது. அதை அடிக்கலாம், சுரண்டலாம் அல்லது கையால் தேய்க்கலாம்; அல்லது அதே போன்ற

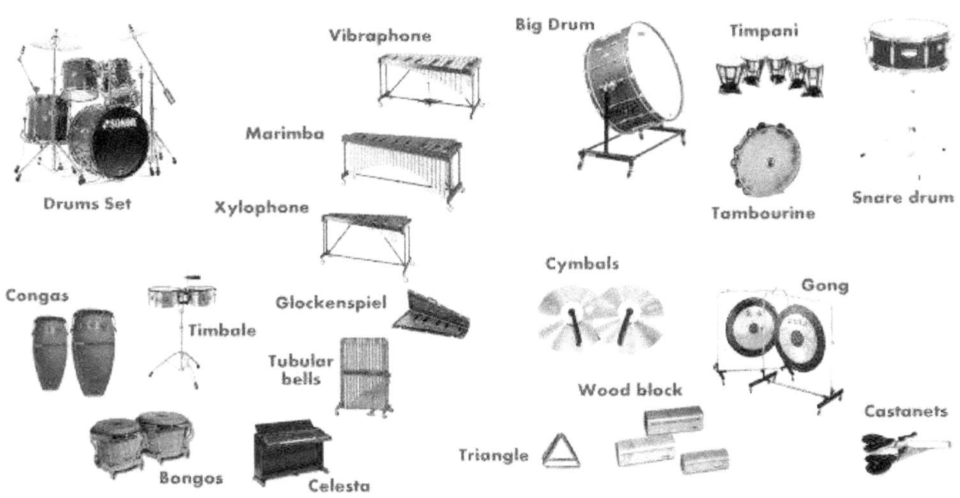

மற்றொரு கருவி அல்லது குச்சிகளுக்கு எதிராக தாக்கலாம். தாளக் குடும்பம் மனிதக் குரலோடு பழமையான இசைக்கருவிகளை உள்ளடக்கியதாக நம்பப்படுகிறது.

ஒரு இசைக்குழுவின் தாளப் பிரிவில் பொதுவாக டிம்பானி (timpani), ஸ்னேர் டிரம் (snare drum), பேஸ் டிரம் (bass drum), சிலம்பங்கள் (cymbal), முக்கோணம் (triangle), டம்பூரின் (tambourine) போன்ற கருவிகள் இருக்கும். இருப்பினும், அந்தப் பிரிவில் விசில் (whistles) மற்றும் சைரன்கள் (sirens) அல்லது ஊதப்படும் சங்கு (blown conch shell) போன்ற தாளமற்ற கருவிகளும் இருக்கலாம்.

க்ளோகன்ஸ்பீல் (glockenspiel) மற்றும் சைலோஃபோன் (xylophone) (பியானோ கீபோர்டுகளாக இல்லாத) போன்ற கீபோர்டு தாள கருவிகள் சேர்க்கப்பட்டுள்ளன. இந்திய சூழலில் சில பொதுவான தாள வாத்தியங்கள் தபலா (table), தோலக் (Dholak), மிருதங்கம் (Mridangam), பக்கவாஜ் (Pakhavaj), கதம் (Ghatam), தவில்(Thavil) போன்றவை. தாள வாத்தியங்கள் பொதுவாக இரண்டு வகைகளாகப் பிரிக்கப்படுகின்றன: **ஸ்ருதி** ஒலி (pitched) தாள வாத்தியங்கள், அவை அடையாளம் காணக்கூடிய **ஸ்ருதி**யுடன் ஸ்வரங்களை உருவாக்குகின்றன. அடையாளம் காண முடியாத ஸ்வரங்களை உருவாக்கும் தாள வாத்தியங்கள் அல்லது ஒலிகளை உருவாக்கும் கருவிகள் **ஸ்ருதி** ஒலி இல்லாத (unpitched) தாள வாத்தியங்கள்.

2. **காற்று வாத்தியங்கள்**

ஒரு காற்று வாத்தியம் சில வகையான ரெசனேட்டரை (resonator) (பொதுவாக ஒரு குழாய்) கொண்டுள்ளது, இதில் வாசிப்பவர் ரெசனேட்டரின் நுணியில் அமைக்கப்பட்ட ஊதுகுழலில் (அல்லது மேலுள்ளதில்) காற்றின் ஒரு நெடுவரிசையை அதிர்வுகளாக அமைத்து ஊதுகிறார். அதிர்வின் ஸ்ருதி குழாயின் நீளம் மற்றும் காற்று அதிர்வுறும் நெடுவரிசையின் நீளத்தின் முறையான மாற்றங்களால் தீர்மானிக்கப்படுகிறது. சில காற்று கருவிகளில், ஒரு நாணல் மூலம் ஊதுவதன் மூலம் ஒலி

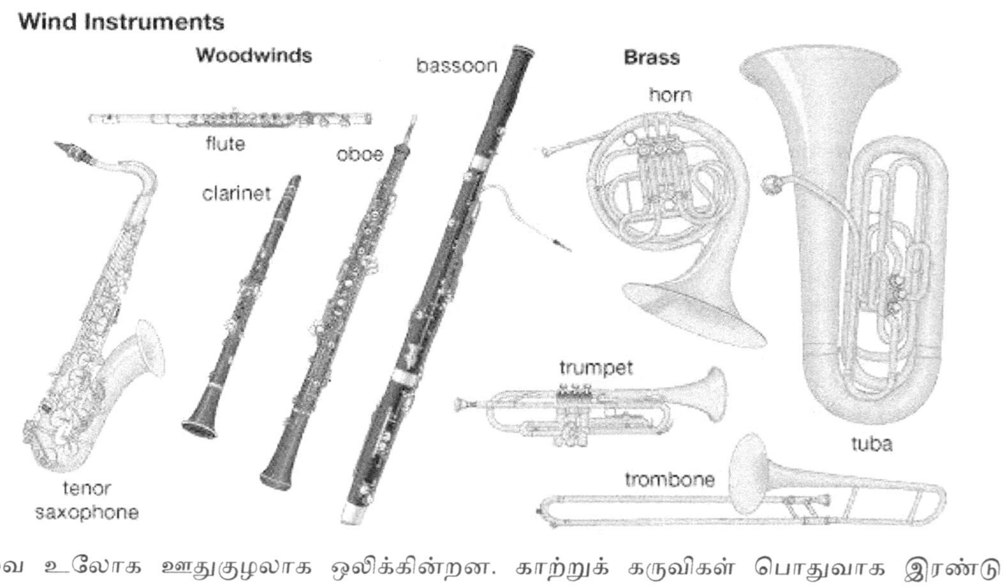

உருவாக்கப்படுகிறது; மற்றவை உலோக ஊதுகுழலாக ஒலிக்கின்றன. காற்றுக் கருவிகள் பொதுவாக இரண்டு குடும்பங்களாகப் பிரிக்கப்படுகின்றன: 1. பித்தளை கருவிகள் (ஹார்ன்ஸ் (horns), டிரம்பட்டுகள் (trumpets), டிராம்போன்கள் (trombones), யூஃபோனியம் (euphoniums) மற்றும் டூபாஸ் (tubas)). 2. மர காற்று கருவிகள் ரெகார்டர்கள் (recorders), புல்லாங்குழல் (flutes), ஓபோஸ் (oboes), கிளாரினெட்டுகள் (clarinets), சாக்ஸபோன்கள் (saxophone), டிஜெரிடோ (digeriddo) மற்றும் பாஸூன்கள் (bassoons)). நாதஸ்வரம் (nathaswaram), ஹார்மோனியம் (harmonium), ஷெஹ்னாய் (shehnai, மகுடி (magudi) போன்றவை இந்திய சூழலில் உள்ள சில காற்றுக் கருவிகளில் அடங்கும்.

3. சரம் கொண்ட வாத்தியங்கள்

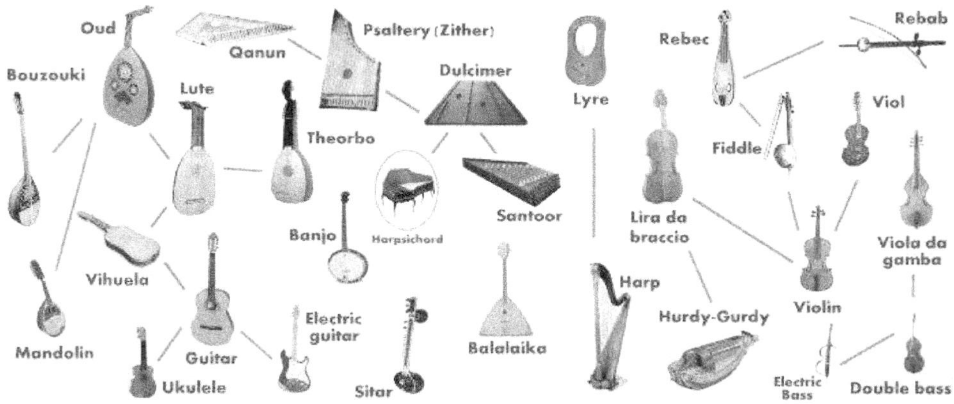

சரம் கொண்ட வாத்தியங்கள் என்பது சரம் கருவிகள் அல்லது கார்டோபோன்கள் என்றும் அழைக்கப்படுகின்றன. அவை அதிர்வுறும் சரங்களிலிருந்து ஒலியை உருவாக்குகின்றன. பெரும்பாலான சரம் கருவிகளில், கருவியின் அதிர்வுகள் அதன் உடலுக்கு அனுப்பப்படுகின்றன, அவை அதிர்வுற்று அதனுள் இருக்கும் காற்றோடு சேர்ந்து ஒலி எழுப்புகின்றன. வயலின் (violin), கிட்டார் (guitar), சித்தார் (sitar), எலக்ட்ரிக் பேஸ் (electric bass), வயோலா (viola), செல்லோ (cello), ஹார்ப் (harp), டபுள் பாஸ் (double bass), ரெபாப் (rebab), பான்ஜோ (banjo), மாண்டலின் (mandolin), உக்குலேலே (ukulele) போன்றவை சரம் குடும்பத்தில் உள்ள பொதுவான இசைக்கருவிகளாகும். வீணா (veena), தம்புரா (Tanpura), சாரங்கி (sarangi), தில்ருபா (dilruba) ஆகியவை இந்தியாவில் உள்ள பொதுவான சரம் கருவிகளில் சில.

4. மின்னணு வாத்தியங்கள்

மின்னணு வாத்தியங்கள் மின்னணு பாகங்கள் மூலம் ஒலியை உருவாக்குகிறது. அத்தகைய கருவி மின்சாரம் மூலம் ஒலி குறிப்பை வெளியிடுவதன் மூலம் ஒலிக்கிறது, அது இறுதியில் ஒலிபெருக்கி வழியாக வெளி வருகிறது.

ஒவ்வொரு ஸ்வரத்தின் ஸ்ருதி (pitch), அதிர்வெண்(frequency) அல்லது கால அளவை சரிசெய்வதன் மூலம், ஒரு மின்னணு கருவி அதன் ஒலியைக் கட்டுப்படுத்த ஒரு பயனர் இடைமுகத்தை உள்ளடக்கியிருக்கலாம். மின்னணு இசைக்கருவிகள் இப்போது பெரும்பாலான இசை பாணிகளில் பரவலாகப் பயன்படுத்தப்படுகின்றன. புதிய மின்னனு இசைக்கருவிகள், கட்டுப்படுத்திகள் (controllers) மற்றும் சின்தசைசர்கள் (synthesizers) ஆகியவற்றின் வளர்ச்சி மிகவும் வழக்க கமான மற்றும் இடைநிலை ஆராய்ச்சித் துறையாகத் தொடர்கிறது. சிறப்பு மாநாடுகள், குறிப்பாக இசை வெளிப்பாட்டிற்கான புதிய இடைமுகங்கள் பற்றிய சர்வதேச மாநாடு, அதிநவீன பணிகளை பற்றிய அறிக்கைகளை வழங்க ஏற்பாடு செய்துள்ளன, அத்துடன் புதிய மின்னணு இசைக்கருவிகள், கட்டுப்படுத்திகள் மற்றும் சின்தசைசர்கள்

மூலம் இசையை நிகழ்த்தும் அல்லது உருவாக்கும் கலைஞர்களுக்கு நிகழ்ச்சியை நடத்துவதற்கான ஏற்பாடு செய்துள்ளன. பொதுவான மின்னனு கருவிகள் கீபோர்ட் (Keyboard), தெமரின் (Themerin), எலக்ட்ரானிக் பேட் (Electronic pad) போன்றவை, மற்றும் மற்ற மூன்று வகைகளின் கீழுள்ள பல கருவிகளும் ஒலியின் பெருக்கம் மற்றும் பண்பேற்றத்திற்காக மின்மயமாக்கப்படுகின்றன.

2.3. காலப்பிரமாண வரிசைகள்: 2 /4 தாளம் (RHYTHM)

ஸ ,	ரி ,	க ,	ம ,
ப ,	த ,	நி ,	ஸ் ,
ஸ் ,	நி ,	த ,	ப
ம ,	க ,	ரி ,	ஸ ,

ஸ ஸ	ரி ரி	க க	ம ம
ப ப	த த	நி நி	ஸ் ஸ்
ஸ் ஸ்	நி நி	த த	ப ப
ம ம	க க	ரி ரி	ஸ ஸ

2.4. காலப்பிரமாண வரிசைகள்: 3/4 தாளம் (RHYTHM)

ஸ , ,	ரி , ,	க , ,	ம , ,
ப , ,	த , ,	நி , ,	ஸ் , ,
ஸ் , ,	நி , ,	த , ,	ப , ,
ம , ,	க , ,	ரி , ,	ஸ , ,

ஸ , ஸ	ரி , ரி	க , க	ம , ம
ப , ப	த , த	நி , நி	ஸ் , ஸ்
ஸ் , ஸ்	நி , நி	த , த	ப , ப
ம , ம	க , க	ரி , ரி	ஸ , ஸ

ஸ ஸ ,	ரி ரி ,	க க ,	ம ம ,
ப ப ,	த த ,	நி நி ,	ஸ் ஸ் ,
ஸ் ஸ் ,	நி நி ,	த த ,	ப ப ,
ம ம ,	க க ,	ரி ரி ,	ஸ ஸ ,

ஸ ஸ ஸ	ரி ரி ரி	க க க	ம ம ம
ப ப ப	த த த	நி நி நி	ஸ் ஸ் ஸ்
ஸ் ஸ் ஸ்	நி நி நி	த த த	ப ப ப

ம ம ம	க க க	ரி ரி ரி	ஸ ஸ ஸ

2.5. காலப்பிரமாண வரிசைகள்: 5/4 தாளம் (RHYTHM)

ஸ ஸ ஸ ஸ ஸ	ரி ரி ரி ரி ரி	க க க க க	ம ம ம ம ம
ப ப ப ப ப	த த த த த	நி நி நி நி நி	ஸ் ஸ் ஸ் ஸ் ஸ்
ஸ் ஸ் ஸ் ஸ் ஸ்	நி நி நி நி நி	த த த த த	ப ப ப ப ப
ம ம ம ம ம	க க க க க	ரி ரி ரி ரி ரி	ஸ ஸ ஸ ஸ ஸ

2.6. காலப்பிரமாண வரிசைகள்: 6/4 தாளம் (RHYTHM)

ஸ ஸ ஸ ஸ ஸ ஸ	ரி ரி ரி ரி ரி ரி	க க க க க க	ம ம ம ம ம ம
ப ப ப ப ப ப	த த த த த த	நி நி நி நி நி நி	ஸ் ஸ் ஸ் ஸ் ஸ் ஸ்
ஸ் ஸ் ஸ் ஸ் ஸ் ஸ்	நி நி நி நி நி நி	த த த த த த	ப ப ப ப ப ப
ம ம ம ம ம ம	க க க க க க	ரி ரி ரி ரி ரி ரி	ஸ ஸ ஸ ஸ ஸ ஸ

1.

2.7. காலப்பிரமாண வரிசைகள்: 7/4 தாளம் (RHYTHM)

ஸ ஸ ஸ ஸ ஸ ஸ ஸ	ரி ரி ரி ரி ரி ரி ரி	க க க க க க க	ம ம ம ம ம ம ம
ப ப ப ப ப ப ப	த த த த த த த	நி நி நி நி நி நி நி	ஸ் ஸ் ஸ் ஸ் ஸ் ஸ் ஸ்
ஸ் ஸ் ஸ் ஸ் ஸ் ஸ் ஸ்	நி நி நி நி நி நி நி	த த த த த த த	ப ப ப ப ப ப ப
ம ம ம ம ம ம ம	க க க க க க க	ரி ரி ரி ரி ரி ரி ரி	ஸ ஸ ஸ ஸ ஸ ஸ ஸ

2.8. காலப்பிரமாண வரிசைகள்: 9/4 தாளம் (RHYTHM)

ஸ ஸ ஸ ஸ ஸ ஸ ஸ ஸ ஸ	ரி ரி ரி ரி ரி ரி ரி ரி ரி	க க க க க க க க க	ம ம ம ம ம ம ம ம ம

ப ப ப ப ப ப ப ப ப	த த த த த த த த த	நி நி நி நி நி நி நி நிநி	ஸ் ஸ் ஸ் ஸ் ஸ் ஸ் ஸ் ஸ் ஸ்
ஸ் ஸ் ஸ் ஸ் ஸ் ஸ் ஸ் ஸ் ஸ்	நி நி நி நி நி நி நி நி நி	த த த த த த த த த	ப ப ப ப ப ப ப ப ப
ம ம ம ம ம ம ம ம ம	க க க க க க க க க	ரி ரி ரி ரி ரி ரி ரி ரி ரி	ஸ ஸ ஸ ஸ ஸ ஸ ஸ ஸ ஸ

3. மேற்கத்திய இசையில் அடிப்படை குறியீடுகள்

எழுதப்படும் இசை குறியீட்டின் மிகவும் பொதுவான வகைகளில் மேற்கத்திய இசையின் (WESTERN MUSIC) ஸ்கோர்களும் (scores) ஒன்றாகும், இதில் ஒரு குழுமத்தின் அனைத்து *இசை* துண்டுகளும் பாகங்களும் அடங்கும். பிரபலமான இசைகளான ஜாஸ் (jazz) மற்றும் ப்ளூஸ் (blues) ஆகியவற்றில், நிலையான இசைக் குறியீடானது முன்னணி தாள் ஆகும், இது மெல்லிசை (melody), கார்டுகள் (chords), பாடல் வரிகள் (lyrics) (இது ஒரு குரல் துண்டு என்றால்) மற்றும் இசையின் அமைப்பு ஆகியவற்றைக் குறிப்பிடுகிறது. ஜாஸ்ஸில் போலி இசை தாள்களும் பயன்படுத்தப்படுகின்றன; அவை முன்னணி தாள்கள் அல்லது வெறுமனே இணக்கங்களுக்கான விளக்கப்படங்களைக் கொண்டிருக்கலாம், இது ரிதம் பிரிவு உறுப்பினர்கள் ஜாஸ் பாடல்களுக்கு ஒரு துணைப் பகுதியை மேம்படுத்த அனுமதிக்கிறது. ஸ்கோர்கள் மற்றும் பாகங்கள் பிரபலமான இசை மற்றும் ஜாஸ் ஆகியவற்றிலும் பயன்படுத்தப்படுகின்றன, குறிப்பாக ஜாஸ் "பெரிய இசைக்குழுக்கள்" போன்ற பெரிய குழுமங்களில். பிரபலமான இசையில், கிட்டார் (Guitar) கலைஞர்கள் மற்றும் எலக்ட்ரிக் பேஸ் (electric bass) வாசிப்பவர்கள் பெரும்பாலும் டேப்லேச்சரில் (Tablature) குறிப்பிடப்பட்ட இசையை வாசிப்பார்கள் (பெரும்பாலும் "டேப் (Tab)" என்று சுருக்கமாக அழைக்கப்படுகிறது), இது கிட்டார் அல்லது பேஸ் ஃபிங்கர்போர்டின் (Fingerboard) வரைபடத்தைப் பயன்படுத்தி கருவியில் இசைக்க வேண்டிய ஸ்வரங்களின் இருப்பிடத்தைக் குறிக்கிறது.

ஸ்டாஃப் (Staff)

எழுதப்படும் இசையின் அடிப்படை ஸ்டாஃப். அதில்தான் ஸ்வரங்கள் குறிப்பிடப்படுகின்றன. இது ஐந்து கோடுகளைக் கொண்டுள்ளது, அவற்றுக்கிடையே நான்கு இடைவெளிகள் உள்ளன.

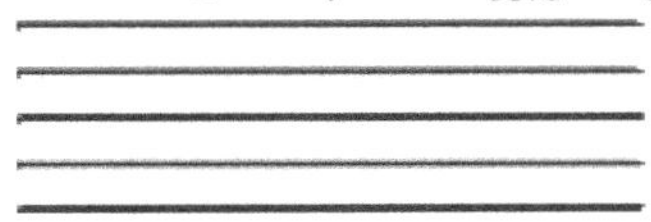

க்ளெஃப்ஸ் (Clefs)

ட்ரெபிள் க்ளெஃப் (treble clef) G லைனைச் சுற்றி வளைகிறது. எனவே இது G clef என்றும் அழைக்கப்படுகிறது. ட்ரெபிள் ஸ்டாஃப் அதன் ஸ்வரத்தை கீழே இருந்து முதல் வரியில் E (3 வது ஆக்டேவில் உள்ள E) என்று தொடங்குகிறது. ஒவ்வொரு தொடர்ச்சியான இடைவெளியும் கோடும் இசை எழுத்துக்களின் அடுத்தது. ஸ்டாஃப் இன் கடைசி வரியில் F (4 வது ஆக்டேவில் உள்ள F) என முடிவடைகிறது. ஒரு நபர் கோடுகள் மற்றும் இடைவெளிகளை நினைவில் வைக்க உதவும் பல நினைவூட்டல்கள் உள்ளன. கோடுகளின் பெயர்களை நினைவில் வைத்திருக்க உதவும் பொதுவான சொற்றொடர்களில் ஒன்று: 'எவ்ரி குட் பாய் டஸ் ஃபைன் (Every Good Boy Does Fine)'. (எல்விஸின் கிட்டார் ப்ரோக் டவுன் ஃபரைடே (Elvis' Guitar Broke Down Friday) என்பதும் பிரபலமானது). இடைவெளிகளை நினைவில் வைத்துக் கொள்ள, அவை கீழே இருந்து தொடங்கி FACE (ஃபேஸ்) என்று உச்சரிக்கப்படுகின்றது என்பதை நினைவில் கொள்ளுங்கள்.

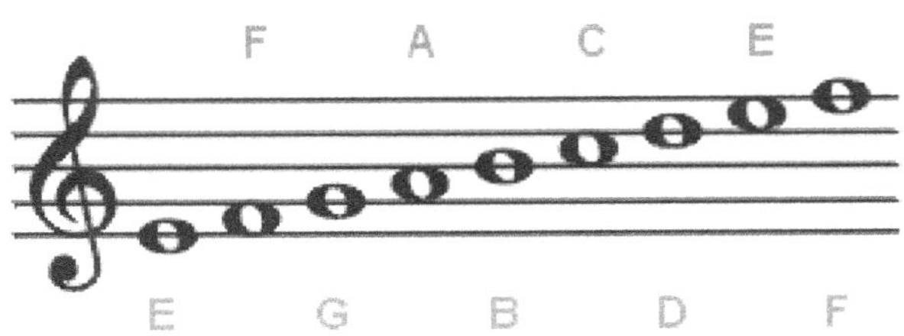

பேஸ் கிளெஃப் (bass clef) என்பது F கிளெஃப் என்றும் அழைக்கப்படுகிறது, ஏனெனில் இது F என அறியப்படும் கோட்டில் இருந்து தொடங்குகிறது, இது இடதுபக்க மூலையில் உள்ளது. பேஸ் கிளெஃப் ட்ரெபிள் போன்றே அதே இசை எழுத்துக்களை பயன்படுத்துகிறது, ஆனால் எழுத்துக்கள் வெவ்வேறு இடங்களில் தொடங்குகின்றன. E க்குப் பதிலாக, கீழே உள்ள வரி G ஆகும், மேலும் எழுத்துக்கள் தர்க்கரீதியாக அதிலிருந்து கண்டறியப்படுகிறது. மீண்டும், ஸ்வரங்களின் பெயர்களை நினைவில் வைக்க எளிய நினைவூட்டல்களைப் பயன்படுத்தலாம். பேஸ் கிளெஃப் G (1 வது ஆக்டேவில் உள்ள G) இல் தொடங்கி A (2 வது ஆக்டேவில் உள்ள A) இல் முடிவடைகிறது. பேஸ் க்ளெஃப்பின் கீழ் இருந்து மேல் வரை உள்ள கோடுகள்: ஜி

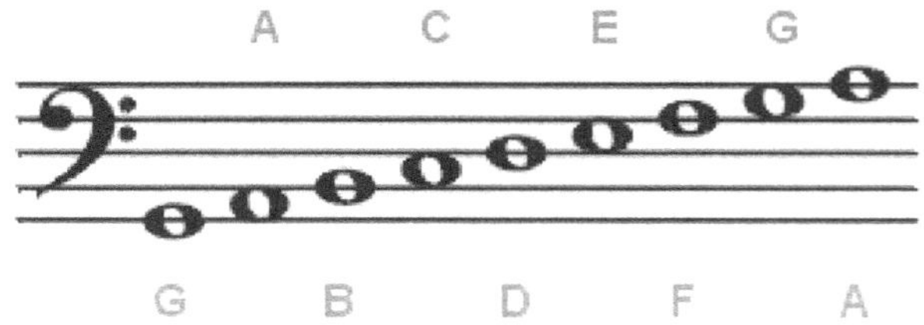

(G), பி (B), டி (D), எஃப் (F), ஏ (A) (குட் பாய் டஸ் ஃபைன் ஆல்வேஸ் (Good Boy Does Fine Always)), மற்றும் இடைவெளிகள் ஏ (A), சி (C), ஈ (E), ஜி (G) (ஆல் கவ்ஸ் ஈட் கிராஸ் (All Cows Eat Grfiass))

C க்ளெஃப் (Clef) என்பது ஸ்டாஃப் மீது நகரலாம், மேலும் குறியீட்டின் மையத்தில் எப்போதும் நடுவில் உள்ள C (3வது ஆக்டேவில் உள்ள C) இருக்கும். குறியீடு எங்குள்ளது என்பதைப் பொறுத்து, கோடுகளின் ஸ்வரங்கள் மாறுபடும். C மையத்தில் அமைந்திருந்தால், மற்ற ஸ்வரங்கள் அதற்கேற்ப கீழே அல்லது மேலே இடம் பெறலாம். லெட்ஜர் கோடுகளைப் பயன்படுத்துவதைத் தவிர்ப்பதே இதைப் பயன்படுத்துவதற்கான காரணம். இந்த க்ளெஃப் மிகவும் அரிதாகவே பயன்படுத்தப்படுகின்றன.

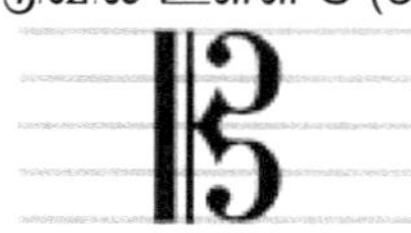

கிராண்ட் ஸ்டாஃப் (Grfiand Staff)

பேஸ் மற்றும் ட்ரெபிள் க்ளெஃப் ஒரு பிரேஸ் (இடதுபுறம்) மற்றும் கோடுகளால் இணைக்கப்பட்டால், அவை கிராண்ட் ஸ்டாஃப் ஆகின்றன. இது பியானோவின் பரந்த ஸ்வரங்களின் அமைப்பு காரணமாக, குறிப்பிடக்கூடிய ஸ்ருதியின் வரம்பை பெரிதும் அதிகரிக்கிறது மற்றும் பியானோ இசையில் அடிக்கடி பயன்படுத்தப்படுகிறது.

அடைப்புக்குறி (Brfiacket)

ஒரே நேரத்தில் ஒலிக்கும் இரண்டு அல்லது அதற்கு மேற்பட்ட இசை வரிகளை அடைப்புக்குறி இணைக்கிறது. பொதுவான சமகால பயன்பாட்டில் அடைப்புக்குறியானது தனித்தனி கருவிகளின் தண்டுகளை (எ.கா., புல்லாங்குழல் (flute) மற்றும் கிளாரினெட் (clarinet); 2 எக்காளங்கள் (trumpets); முதலியன) அல்லது குழுவில் உள்ள பாடகரின் பல குரல் பகுதிகளை இணைக்கிறது, அதேசமயம் பிரேஸ் ஒரு கருவியின் பல பகுதிகளை இணைக்கிறது (எ.கா., பியானோ (piano) அல்லது வீணையின் (harp) வலது கை மற்றும் இடது கை ஸ்டாஃப்கள்(staves)).

பிரேஸ் (Brfiace)

கீபோர்ட், வீணை அல்லது சில ஸ்ருதி தாள இசையில் ஒரே நேரத்தில் இசைக்கப்படும் இரண்டு அல்லது அதற்கு மேற்பட்ட இசை வரிகளை பிரேஸ் இணைக்கிறது. இசைக்கருவிகளைப் பொறுத்து, பிரேஸ், (சில பழைய நூல்களில் "அக்கலேட் (accolade)" என்று அழைக்கப்படுகிறது) அதன் வடிவமைப்பு மற்றும் பாணியில் மாறுபடுகிறது.

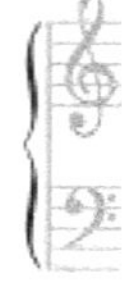

அளவீடுகள் (Measures) (பார் கோடுகள் (Bar lines))

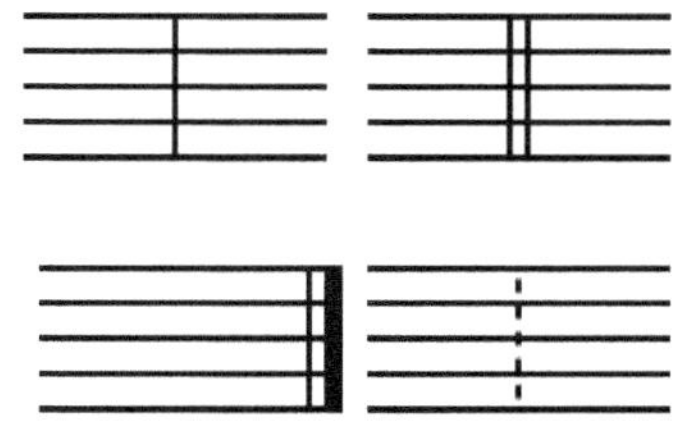

ஸ்டாஃப் இன் செங்குத்து கோடுகள் அளவீடுகளைக் குறிக்கின்றன. கீபோர்டு, ஹார்ப் மற்றும் நடத்துபவருக்கான ஸ்கோர்கள் போன்று பல ஸ்டாஃப்களை இணைக்க பார்லைன்கள் சில வகையான இசையில் நீட்டிக்கப்பட்டுள்ளன, ஆனால் குரல் ஸ்கோர்கள் (vocal scores) போன்ற பிற வகையான இசைக்கு அவை தவிர்க்கப்படுகின்றன. இசையை பிரிக்கவும் ஒழுங்கமைக்கவும் அளவீடுகள் பயன்படுத்தப்படுகின்றன. ஒரு அளவீட்டில் எத்தனை பீட்டுகள் (beats) இருக்க வேண்டும் என்பதை நேர குறியீடு தீர்மானிக்கிறது. இரட்டைப் கோடுகள் இசையின் தொடக்கத்தையும் முடிவையும் குறிக்கின்றன. தடித்த இரட்டை பட்டை கோடு ஒரு இயக்கம் அல்லது முழு கலவையின் முடிவைக் குறிக்கிறது. புள்ளியிடப்பட்ட பட்டை கோடு, பொதுவாக இயற்கையான தாள உட்பிரிவுகளின்படி, சிக்கலான மீட்டரின் (complex meter) நீண்ட அளவுகளை எளிதாக வாசிப்பதற்காக குறுகிய பகுதிகளாக பிரிக்கிறது. ஒரு பகுதியை எளிதாக இடம் அமர்த்த சில நேரங்களில் அளவீடுகள் எண்களால் குறிக்கப்படுகின்றன. முதல் அளவீடு ஒன்று, இரண்டாவது அளவு இரண்டு, என்பதாக.

ஸ்டாஃப் மீது எழுதப்படும் ஸ்வரங்கள்

ஸ்வரங்கள் கோடுகளில் அல்லது கோடுகளுக்கு இடையே உள்ள இடைவெளிகளில் இடம்பெறுகின்றன. நடுக் கோட்டிற்கு மேலே உள்ள ஸ்வரங்களின் தண்டுகள் ஸ்வரத்தின் இடதுபுறத்தில் இருந்து கீழே செல்கின்றன. நடுக் கோட்டிற்குக் கீழே உள்ள ஸ்வரங்களின் தண்டுகள் ஸ்வரத்தின் வலதுபுறத்தில் மேலே செல்கின்றன. அருகில் உள்ள ஸ்வரங்களில் தண்டு மேலே செல்லும் போது தவிர கோட்டில் உள்ள ஸ்வரங்களின் தண்டுகள் பொதுவாக கீழே செல்லும். இரண்டு மெல்லிசையில் ஸ்வரங்கள் ஸ்டாஃபில் ஒரே இடத்தை ஆக்கிரமிக்கும் போது, ஒரு மெல்லிசையில் உள்ள ஸ்வரங்களுக்கான தண்டுகள் கீழே எழுதப்பட்டு மற்றொன்றில் ஸ்வரங்களுக்கான தண்டுகள் மேலே எழுதப்படுகின்றன.

டேப்லேச்சர் (Tablature)

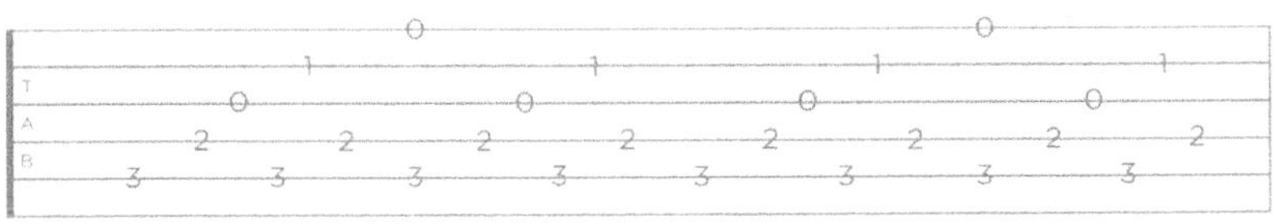

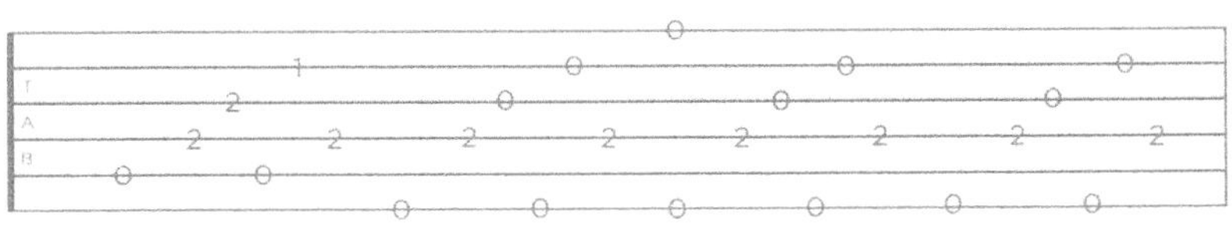

சரம் கொண்ட கருவிகளுக்கு, ஸ்கோர்களுக்கு பதிலாக டேப்லேச்சரில் குறிப்பிடலாம். இதில், ஒரு க்ளெஃப்க்குப் பதிலாக TAB (டேப்) அடையாளம் பெரும்பாலும் எழுதப்படுகிறது. ஸ்டாஃப்பில் உள்ள கோடுகளின் எண்ணிக்கை ஐந்தாக இருக்க வேண்டிய அவசியமில்லை: கருவியின் ஒவ்வொரு ஸ்டிரிங்கிற்கும் (string) ஒரு கோடு பயன்படுத்தப்படுகிறது (எனவே, நிலையான 6-சரம் கொண்ட கிடார்களுக்கு, ஆறு கோடுகள் பயன்படுத்தப்படுகிறது). வரிகளில் உள்ள எண்கள் எந்த ஃபிரெட்களில் சரத்தை இயக்க வேண்டும் என்பதைக் காட்டுகின்றன. இந்த TAB அடையாளம், தாளத்திற்கான க்ளெஃப் போன்றது, உண்மையான அர்த்தத்தில் இது ஒரு க்ளெஃப் அல்ல, மாறாக க்ளெஃப் என்பதற்குப் பதிலாக பயன்படுத்தப்படும் ஒரு சின்னம். இதேபோல், கிடைமட்ட கோடுகள் வழக்கமான அர்த்தத்தில் ஒரு ஸ்டாஃப் ஆக இருப்பதில்லை, ஏனெனில் டேப்லேச்சரில் உள்ள கோடுகளுக்கு இடையே உள்ள இடைவெளிகள் ஒருபோதும் பயன்படுத்தப்படுவதில்லை.

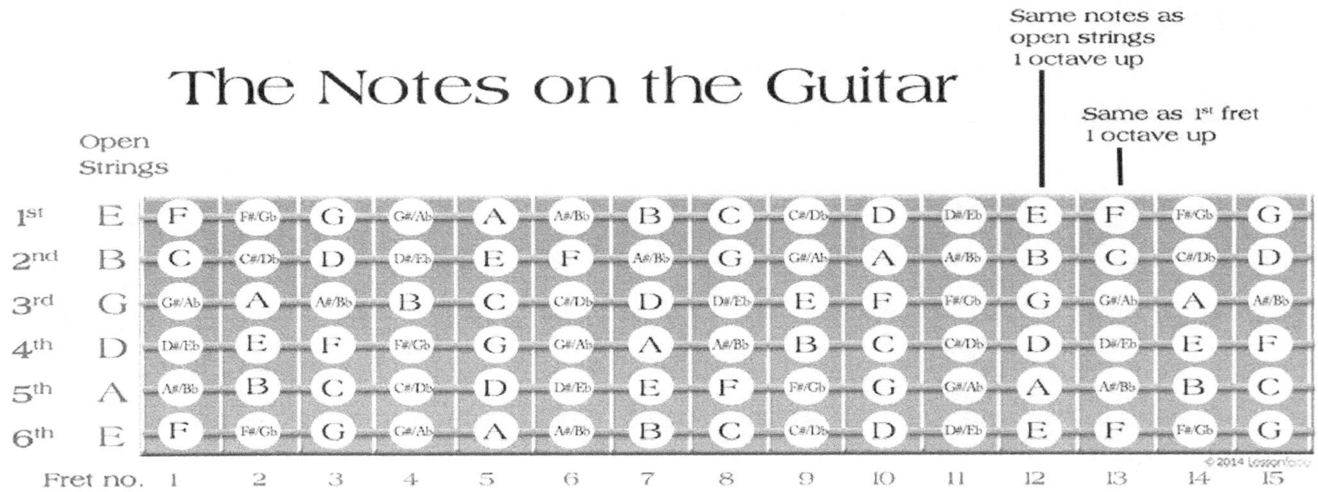

லெட்ஜர் கோடுகள்

லெட்ஜர் கோடுகள் ஸ்டாஃப்களுக்கு மேலேயும் கீழேயும் நீண்டு, மேலுள்ள அல்லது கீழுள்ள ஸ்வரங்களை குறிக்க அனுமதிக்கிறது. பல லெட்ஜர் கோடுகள் தேவைப்படும் போது ஸ்டாஃப்களுக்கு மேலே அல்லது கீழே உள்ள ஸ்ருதிகளைக் குறிக்கப் பயன்படுத்தலாம். இந்த கோடுகளும் ஸ்டாஃப்கள் பின்பற்றும் அதே இசை எழுத்துக்களை பின்பற்றுகின்றன. ஸ்டாஃப்களின் முடிவில் கூடுதல் கோடுகள் மற்றும் இடைவெளிகளாக அவற்றை நினைத்துப் பாருங்கள். லெட்ஜர் கோடுகளில் உள்ள குறிப்புகளின் தண்டுகள் நடுவில் உள்ள கோட்டை நோக்கி மேலே அல்லது கீழே நோக்கி நீட்டிக்கின்றன.

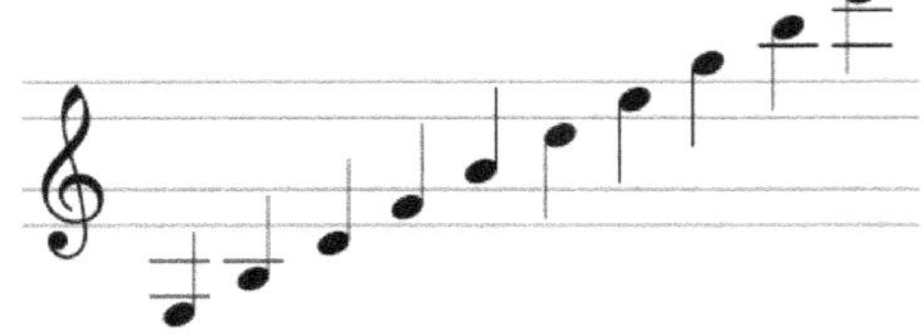

ஸ்வரத்தின் காலங்கள்

அனைத்து ஸ்வரங்களும் கால அளவை கொண்டவை. இருப்பினும் ஸ்வரங்களின் நீளம், கால குறியீடு (time signature) மற்றும் பீட்களின் (beats) எண்ணிக்கையைப் பொறுத்தது. குறிப்புகளின் பெயர் மற்றும் அதே குறிப்பி கால அளவிற்கான நிசப்தம் (rest) கீழே கொடுக்கப்பட்டுள்ளன.

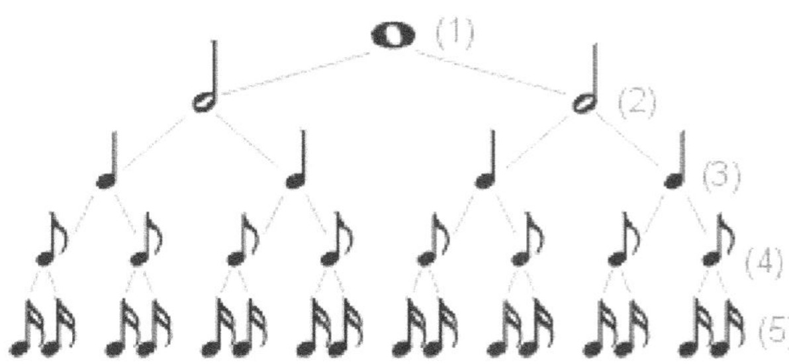

ஸ்வரம் (NOTE)	பிரிட்டிஷ் பெயர் / அமெரிக்க பெயர் (BriTISH NAME / AMEriCAN NAME)	நிசப்தம் (reST)
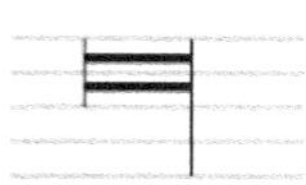	லார்ஜ் (லத்தீன்: மாக்ஸிமா) / ஆக்டுபில் முழு குறிப்பு (அல்லது ஆக்டுபில் குறிப்பு) (Large (Latin: Maxima) / Octuple whole note (or octuple note))	
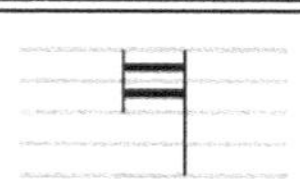	லாங்/ க்வாட்ருபில் முழு குறிப்பு (அல்லது க்வாட்ருபில் குறிப்பு) (Long / Quadruple whole note (or quadruple note))	
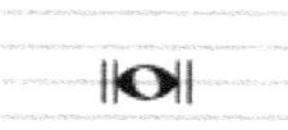	பிரீவ் / இரட்டை முழு குறிப்பு (அல்லது இரட்டை குறிப்பு) (Breve / Double whole note (or double note))	

	செமிபிரீவ்/ முழு குறிப்பு (Semibreve / Whole note)	
	மினிம்/ அரை குறிப்பு (Minim / Half note)	
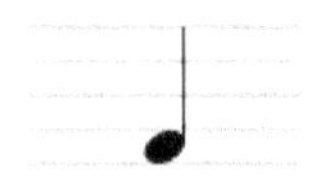	க்ரோட்செட் / கால் குறிப்பு (Crotchet / Quarter note)	
	குவாவர் / எட்டாவது குறிப்பு (Quaver / Eighth note) . இந்த குறிப்புகளுக்கும் இதற்கு குறைவான கால அளவு உள்ள குறிப்புகளுக்கும் எவ்வளவு கிளைகள் இருக்கின்றனவோ அதே போன்ற எண்ணிக்கையிலான கிளைகள் (அல்லது கொக்கிகள்) (flags (or hooks)) நிசப்த (rest) அளவிற்கும் உள்ளன.	
	செமி குவாவர் / பதினாறாவது குறிப்பு (Semiquaver / Sixteenth note)	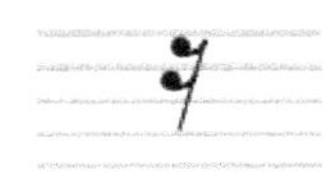
	டெமிசெமி குவாவர் / முப்பத்தி இரண்டாவது குறிப்பு (Demisemiquaver / Thirty-second note)	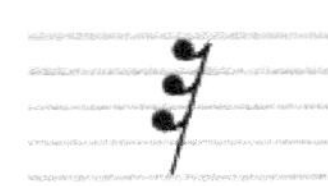
	ஹெமிடெமிசெமி குவாவர் / அறுபத்தி நான்காவது குறிப்பு (Hemidemisemiquaver / Sixty-fourth note)	
	செமிஹெமிடெமிசெமி குவாவர் / நூற்றி இருபத்தி எட்டாவது குறிப்பு (Semihemidemisemiquaver / Hundred twenty-eighth note)	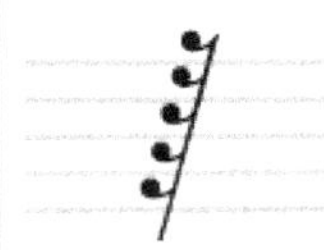
	டெமிசெமிஹெமிடெமிசெமி குவாவர் / இருநூற்று ஐம்பத்தி ஆறாவது குறிப்பு (Demisemihemidemisemiquaver / Two hundred fifty-sixth note)	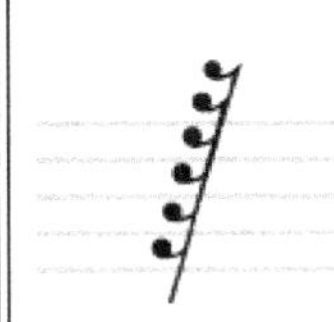

நிசப்தங்கள்

நிசப்தங்கள் என்பது இசைக்கலைஞர் இசைக்காத இடங்கள். நிசப்தங்கள் கால அளவுடன் தொடர்புடைய அதற்கு ஏற்ற குறிப்புகளுக்கு சமமான மதிப்புகளைக் கொண்டுள்ளன. இதனால், சாதாரண குறிப்புகளைப் போலவே முழு நிசப்தம்,

பாதி நிசப்தம், கால் நிசப்தம் போன்றவை உள்ளது. நிசப்தம் எப்போதும் அதே செங்குத்து நிலையில் குறிப்பிடப்படுகிறது.

ஒருங்கிணைந்த குறிப்புகள்

பதினாறாவது குறிப்புகள் (வலது) மற்றும் எட்டாவது குறிப்புகள் (இடது) கொடுக்கப்பட்டுள்ளவாறும் இருக்கலாம். ஒற்றை பதினாறாவது மற்றும் எட்டாவது குறிப்புகளில் கிளைகள் உள்ளன, பல பதினாறாவது மற்றும் எட்டாவது குறிப்புகளின் கிளைகள் அவற்றின் இணைக்கும் பார்களாக இணைக்கின்றன.

பதினாறாவது குறிப்புகள் மற்றும் எட்டாவது குறிப்புகள் ஒன்றாக இணைக்கப்படலாம். அந்த இணைப்பானது இடதுபுறத்தில் உள்ள படம் போல் இருக்கும்.

புள்ளியிடப்பட்ட குறிப்புகள் (Dotted Notes)

குறிப்புக்கு அருகில் ஒரு புள்ளி அதன் கால அளவை அதன் அசல் மதிப்பில் பாதி அதிகரிக்கிறது.

எடுத்துக்காட்டாக, அரை குறிப்புகள், 4/4 நேரத்தில், 2 பீட்களுக்கான மதிப்பை பெற்றுள்ளது. அரை குறிப்பிற்கு அடுத்ததாக ஒரு புள்ளி வைக்கப்படும் போது, கால அளவு ஒன்று அதிகரிக்கப்படும் (இரண்டு என்ற அசல் காலத்தின் பாதி ஒன்று) மற்றும் அதன் விளைவாக அதன் கால அளவு மூன்று பீட்டுகள் ஆகும். மேலே உள்ள படத்தில் வளைந்த கோடு ஒரு டை (Tie) ஆகும். ஒரு நிலையான குறிப்பை உருவாக்க, ஒரே ஸ்ருதி கொண்ட குறிப்புகளை டைகள் இணைக்கிறது.

தற்காலிகமான குறிப்புகள் (ஆக்ஸிடென்டல்ஸ் (Accidentals))

தற்காலிகமான குறிப்புகள் ஒரு குறிப்பின் ஸ்ருதியை ஒரு அரை படி கூட்டி அல்லது குறைத்து மாற்றியமைக்கும். மீதமுள்ள அளவிற்கான ஒரே ஸ்ருதியின் அனைத்து குறிப்புகளுக்கும் தற்காலிகமான குறிப்புகள் நடைமுறையில் இருக்கும். இசையின் ஆரம்பத்திலேயே இதே குறியீடுகள் தோன்றினால், அவை முக்கிய குறியீடுகளைக் குறிப்பிடுகின்றன.

பிளாட்ஸ் (Flats)- குறிப்பின் ஸ்ருதியை ஒரு அரை படி குறைக்கிறது.

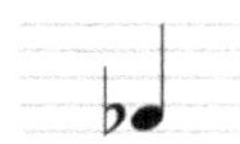

ஷார்ப்ஸ் (Sharps)- குறிப்பின் ஸ்ருதியை ஒரு அரை படி உயர்த்துகிறது.

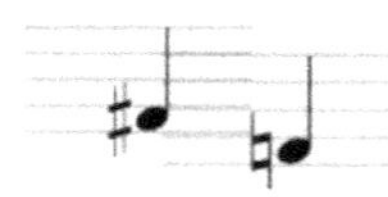

நேச்சுரல்ஸ் (Naturals) (முந்தைய ஷார்ப்கள் அல்லது பிளாட்களை ரத்து செய்கிறது. ஸ்ருதி இயல்பு நிலைக்கு திரும்புகிறது.

கார்ட் (கார்ட் (chord))

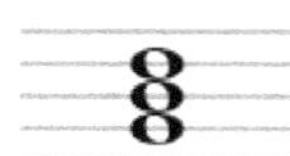

பல குறிப்புகள் ஒரே நேரத்திலோ ("திடமாக" அல்லது "தடுப்பாக"), அல்லது அடுத்தடுத்தோ ("உடைந்து") ஒலிப்பது. இரண்டு-குறிப்பு கார்டுகள் டயட் (dyad) என்று அழைக்கப்படுகின்றன; மூன்று-குறிப்பு கார்டுகள் ட்ரையட் (triad) என்று அழைக்கப்படுகின்றன. ஒரு கார்ட் எத்தனை குறிப்புகளை வேண்டுமானாலும் கொண்டிருக்கலாம்.

உடைந்த கார்ட் (ஆர்பிஜியேடட் கார்ட் (ARpeggiated chord))

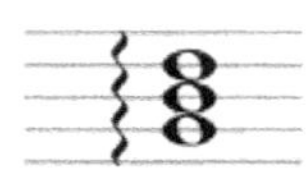

வேகமாக அடுத்தடுத்து பொதுவாக ஏறுவரிசையில் இசைக்கப்படும் ஒரு கார்டு, மற்ற குறிப்பு இசைக்கப்படும்போது ஒவ்வொரு குறிப்பும் நிலைத்திருக்கும். இது "உடைந்த கார்டு" என்றும் அழைக்கப்படுகிறது.

தொடக்க குறியீடுகள் (கீ சிக்னேச்ஹர்ஸ் (Key Signatures))

தொடக்க குறியீடுகள் தொடர்ந்து வரும் இசையின் அப்போதைய விசையை வரையறுக்கின்றன, இதனால் பல குறிப்புகளுக்கு தற்காலிக மாற்று குறியீடுகள் பயன்படுத்துவதைத் தவிர்க்கிறது. தொடக்க குறியீடுகள் எதுவும் தோன்றவில்லை என்றால், விசை C மேஜர்/ A மைனர் (C Major/ A Minor) என்று கருதப்படுகிறது, ஆனால் ஒவ்வொரு குறிப்பிற்கும் தேவைப்படும் தனிப்பட்ட மாற்று குறியீடுகள் பயன்படுத்தி நடுநிலை குறிப்புகளையும் குறிக்கலாம். இங்கே காட்டப்பட்டுள்ள தொடக்க குறியீடுகள் ட்ரெபிள் ஸ்டாஃப் (treble staff) மீது இருப்பது போல விவரிக்கப்பட்டுள்ளன.

பிளாட் தொடக்க குறியீடு (Flat Key Signature)

தொடர்புடைய கோடு அல்லது இடைவெளியில் குறிப்புகளின் ஸ்ருதியில் ஒரு பாதிதொனி (semitone) குறைக்கிறது, மேலும் அனைத்து ஆக்டேவிலும் அவ்வாறே குறைக்கிறது, இதனால் நடைமுறையில் உள்ள மேஜர் மற்றும் மைனர் ஸ்கேலை வரையறுக்கிறது. வெவ்வேறு ஸ்கேல்கள் இடதுபுரம் உள்ள தொடக்க குறியீட்டில் உள்ள பிளாட்களின் எண்ணிக்கை மற்றும் அது இடம்பெற்றிருக்கும் இடத்தின் மூலம் வரையறுக்கப்படுகின்றன, அதாவது இடதுபுறத்தில் தொடங்கி வலதுபுறம் வரை; எடுத்துக்காட்டாக, முதல் இரண்டு கோடுகளில் பிளாட்கள் பயன்படுத்தப்பட்டால், அந்த ஸ்கேல் B♭ மேஜர்/ஜி மைனர், மேலும் அதில் அனைத்து B மற்றும் E களும் "பிளாட்" ஆக இருக்கும், அதாவது, B♭ மற்றும் E♭ ஆக குறைக்கப்படும்.

ஷார்ப் தொடக்க குறியீடு (Sharp Key Signature)

தொடர்புடைய கோடு அல்லது இடைவெளியில் குறிப்புகளின் ஸ்ருதியில் ஒரு பாதிதொனி (semitone) உயர்கிறது, மேலும் அனைத்து ஆக்டேவிலும் அவ்வாறே உயர்கிறது, இதனால் நடைமுறையில் உள்ள மேஜர் மற்றும் மைனர் ஸ்கேலை வரையறுக்கிறது. வெவ்வேறு ஸ்கேல்கள் இடதுபுரம் உள்ள தொடக்க குறியீட்டில் உள்ள ஷார்ப்களின் எண்ணிக்கை மற்றும் அது இடம்பெற்றிருக்கும் இடத்தின் மூலம் வரையறுக்கப்படுகின்றன, அதாவது இடதுபுறத்தில் தொடங்கி வலதுபுறம் வரை; எடுத்துக்காட்டாக, முதல் நான்கு கோடுகளில் ஷார்ப்கள் பயன்படுத்தப்பட்டால், அந்த ஸ்கேல் E மேஜர்/ C♯ மைனர், மேலும் அதோடு தொடர்புடைய கோட்டிலுள்ள அனைத்து குறிப்புகளும் உயர்த்தப்படும்.

டைஸ் மற்றும் ஸ்லர்ஸ் (Ties and Slurs)

டைஸ் மற்றும் ஸ்லர்ஸ் ஆகியவை இரண்டு அல்லது அதற்கு மேற்பட்ட குறிப்புகளை ஒன்றாக இணைக்கின்றன.

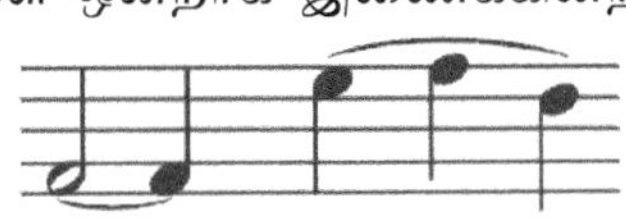

டைஸ் ஒரே ஸ்ருதியின் குறிப்புகளை இணைக்கின்றன, அடிப்படையில் ஒரு நீண்ட குறிப்பை உருவாக்குகின்றன. ஸ்லர்ஸ் வெவ்வேறு ஸ்ருதியின் குறிப்புகளை சீராக இணைக்கின்றன. இடைவேளையின்றி குறிப்புகளை இயக்குவதே இதன் பொருள். மேலே உள்ள குறிப்புகளின் முதல் தொகுப்பு ஒரு டையை வெளிப்படுத்துகிறது. இரண்டாவது ஒரு ஸ்லர் ஐ காட்டுகிறது.

ஒலிப்புமுறை (ஆர்டிகுலேஷன் (ARticulation))

ஸ்டாக்கடோ (Staccato) - குறிப்பை மிகவும் சுருக்கமாகவும் பிரிக்கப்பட்டதாகவும் வாசிப்பதாகும்.

அக்ஸென்ட் (accent) - குறிப்பை வலுவாகவும் சத்தமாகவும் வாசிப்பது.

மார்கடோ (Marcato) - கிட்டத்தட்ட ஸ்டாக்கடோ மற்றும் அக்ஸென்ட் ஆகியவற்றின் கலவையாகும், கூர்மையான ஒலியை வழங்குகிறது.

டெனுடோ (Tenuto) - குறிப்பை அதன் முழு மதிப்பிற்குப் வாசிப்பதாகும்.

ஸ்ஃபார்சன்டோ (Sforzando) - ஒரு திடீர், வலுவான உச்சரிப்பு.

sfz

ஃபெர்மட்டா (Fermata) – குறிப்பை நீண்ட நேரம் வாசித்தல், தோராயமாக குறிப்பிற்கு ஏற்ற பாதி நீளம் (1.5x), அல்லது நிறுத்தப்படும் வரை.

இயக்கவியல் (டைனமிக்ஸ் (Dynamics)):

இந்த சின்னம் பியானிஸ்ஸிமோ (pianissimo), அதாவது மிகவும் மென்மையாக வாசிக்க வேண்டும் என அர்த்தம். ***pp***

இந்த சின்னம் பியானோ (piano), அதாவது மென்மையாக வாசிக்க வேண்டும் என அர்த்தம். ***p***

இந்த சின்னம் மெஸ்ஸோ பியானோ (mezzo piano), இது மிதமான மென்மையுடன் வாசிக்க வேண்டும் என்பதைக் குறிக்கிறது. ***mp***

இந்த சின்னம் மெஸ்ஸோ ஃபோர்டே (mezzo forte), அதாவது மிதமான சத்தத்துடன் வாசிக்க வேண்டும் என்பதைக் குறிக்கிறது. ***mf***

இந்த சின்னம் ஃபோர்டே (forte), அதாவது சத்தமாக வாசிக்க வேண்டும் என்பதைக் குறிக்கிறது. ***f***

இந்த சின்னம் ஃபோர்டிசிமோ (fortissimo), இது மிகவும் சத்தமாக வாசிக்க வேண்டும் என்பதைக் குறிக்கிறது. ***ff***

க்ரெஸ்க் (Cresc) என்று சுருக்கமாக அல்லது க்ரெசெண்டோ (crescendo) என்று எழுதப்பட்டால், படிப்படியாக சத்தமாக மாற வேண்டும் என்பதைக் குறிக்கிறது.

டிக்ரெஸ்க் (Decresc) என சுருக்கமாக, அல்லது டிக்ரெசெண்டோ (decrescendo), டிம் (dim.), அல்லது டிமிநியுயென்டோ (diminuendo) என எழுதப்பட்டால், படிப்படியாக மென்மையாக மாற வேண்டும் என்பதைக் குறிக்கிறது.

மீண்டும் மீண்டும் (repeats)

நீங்கள் இரண்டாவது பகுதியை அடையும் போது, மீண்டும் முதல் சென்று இசையை வாசிக்க வேண்டும் என்பதை இந்த அடையாளம் குறிக்கிறது.

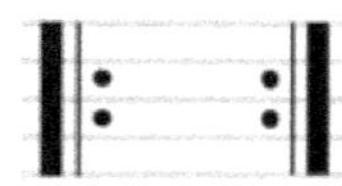

திசை குறியீடு (Directional marking).

கொடுக்கப்பட்டுள்ள குறியீட்டின் பொருள் 'டெல் சிக்னோ (Del Signo)'. ஸ்கோரில் இதைப் பார்க்கும்போது, நீங்கள் இக்குறிக்கு (கீழே) செல்ல வேண்டும். இந்தக் குறியிடுதலுடன் 'அல் கோடா (al coda)' அல்லது 'அல் ஃபைன் (al fine)' சேர்ந்து இருக்கலாம். இவை முறையே 'அடையாளத்திற்குச் செல்லுங்கள், அங்கிருந்து கோடாவுக்குச் செல்லுங்கள்' மற்றும் 'அடையாளத்திற்குச் செல்லுங்கள், அங்கிருந்து முடிவிற்கு செல்லுங்கள்' என்பதை குறிக்கும். அடிப்படையில் இவை மீண்டும் மீண்டும் வரும் அறிகுறிகள்.

D.S.

செக்னோ (Segno)

இது இடம்பெற்றிருக்கும் இடத்திலிருந்து கோடா (coda) அல்லது இறுதியில் உள்ளதை வாசிக்க வேண்டும் என்பதை குறிக்கிறது அல்லது டல் செக்னோ (Dal Segno) உங்களை வழிநடத்தும் இடத்தில் உள்ளதை வாசிக்க வேண்டும் என்பதைக் குறிக்கிறது.

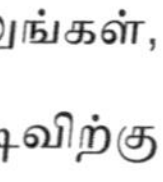

கோடா அடையாளம் (Coda sign)

சிறப்பு முடிவு அல்லது கோடாவிற்கு எப்போது செல்ல வேண்டும் என்பதைக் குறிக்கிறது. வழக்கமாக நீங்கள் ஒரு D.S. அல் கோடாவிற்குப் பிறகு கோடாவிற்குச் செல்ல மாட்டீர்கள்.

கால குறியீடுகள் (TIME SIGNATUreS)

கால குறியீடுகள் (மீட்டர் சிக்னேச்ஹர்ஸ் (meter signatures) என்றும் அழைக்கப்படுகின்றன) இசைக்கலைஞருக்கு ஒரு அளவீட்டிற்கு எத்தனை பீட்டுகள் உள்ளன, எந்த வகையான குறிப்பு பீட் பெறுகிறது என்பதைக் கூறுகிறது.

4/4

ஒரு அளவீட்டிற்கு எத்தனை பீட்டுகள் உள்ளன என்பதை மேலுள்ள எண் தீர்மானிக்கிறது. கீழே உள்ள எண் எந்த வகையான நோட்டைப் பெறுகிறது என்பதைக் கூறுகிறது. இந்த எடுத்துக்காட்டில், 4/4 கால அளவு, ஒரு அளவிற்கு 4 பீட்டுகள் உள்ளன மற்றும் கால் குறிப்பு (கீழே 4) பீட் பெறுகிறது. 3/4 கால அளவும் கால் குறிப்பு பீட் பெறும், ஆனால் ஒரு அளவில் 3 பீட்கள் மட்டுமே இருக்கும். 6/8 கால அளவு, எட்டாவது குறிப்பு பீட்டை பெறுகிறது, மேலும் ஒரு அளவிற்கு 6 பீட்டுகள் உள்ளன.

துடிப்பு (அல்லது மீட்டர்) என்பது நாம் அணிவகுக்க, உணர, நடனமாட, கைதட்ட, இசையை நடத்த பயன்படும் பீட். வலுவானதாகத் இருக்கும் பீட், அதனுடன் சேர்ந்து தட்ட ஊந்துகிறது. பேஸ் லைன் (bass line) மற்றும் ரிதம் (RHythm) பிரிவு பெரும்பாலும் துடிப்புடன் வாசிக்கப்படும்.

பொதுவான காலம் (Common time)

பதினான்காம் நூற்றாண்டின் தாளக் குறிப்பிற்கு நாம் சென்றால் இந்த சின்னம் 2/4 அல்லது "முழுமையற்ற காலத்தை" குறிக்கிறது,. இன்று அது 4/4ஐக் குறிக்கிறது.

Written at the start of a score, and at any significant change of tempo, this symbol precisely defines the tempo of the music by assigning absolute durations to all note values within the score. In this particular example, the performer is told that 120 crotchets, or quarter notes, fit into one minute of time. Many publishers precede the marking with letters "**M.M.**", referring to Maelzel's Metronome.

ஆலா ப்ரீவ் அல்லது கட் டைம் (Alla breve or Cut time)

இந்த சின்னம் 2/2 நேரத்தைக் குறிக்கிறது, இது ஒரு அளவிற்கான இரண்டு மினிம் (minim) (அல்லது அரை-குறிப்பு) பீட்களைக் குறிக்கிறது. இங்கே, ஒரு க்ரோட்செட் (crotchet) (அல்லது கால் நோட்டு) அரை பீட் பெற்றிருக்கும்.

மெட்ரோனோம் குறி (Metronome mark)

ஸ்கோரின் தொடக்கத்திலும், டெம்போவின் எந்த குறிப்பிடத்தக்க மாற்றத்திலும் எழுதப்பட்ட இந்த சின்னமானது, ஸ்கோரில் உள்ள அனைத்து குறிப்பின் மதிப்புகளுக்கும் முழுமையான கால அளவைக் கொடுப்பதன் மூலம் இசையின் வேகத்தை (tempo) துல்லியமாக வரையறுக்கிறது. இந்த குறிப்பிட்ட எடுத்துக்காட்டில், 120 க்ரோட்செட்கள் (crotchets) அல்லது கால் குறிப்புகள் ஒரு நிமிட நேரத்திற்கு பொருந்தும் என்று இசை கலைஞரிடம் கூறப்பட்டுள்ளது. பல வெளியீட்டாளர்கள் மெயெல்செலின் மெட்ரோனோமைக் குறிப்பிடும் போது "M.M" என்ற எழுத்துகளுடன் முன்னதாக குறியிடுகின்றனர்.

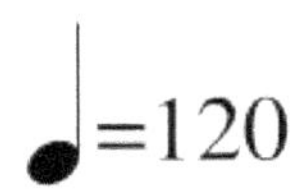

3.1. அடிப்படை மைனர் ஸ்கேல் (MINOR SCALE):

கீபோர்கில் A மைனர் ஸ்கேல் (A Minor Scale)

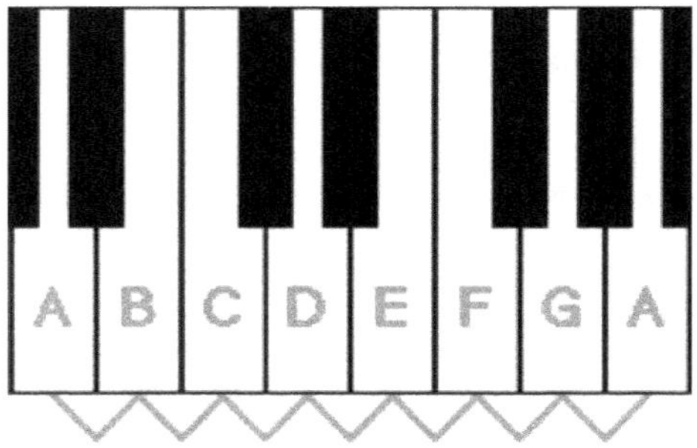

LH	5	4	3	2	1	3	2	1
RH	1	2	3	1	2	3	4	5

கிட்டாரில் A மைனர் ஸ்கேல் (A Minor Scale)

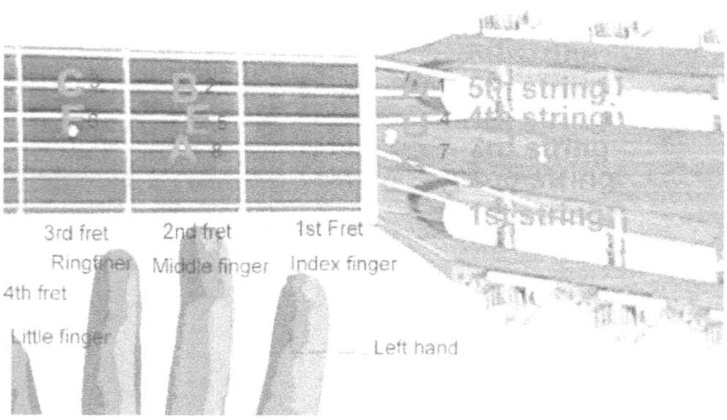

கீபோர்கில் C மேஜர் ஸ்கேல் வேறு விதமாக (C Major Scale)

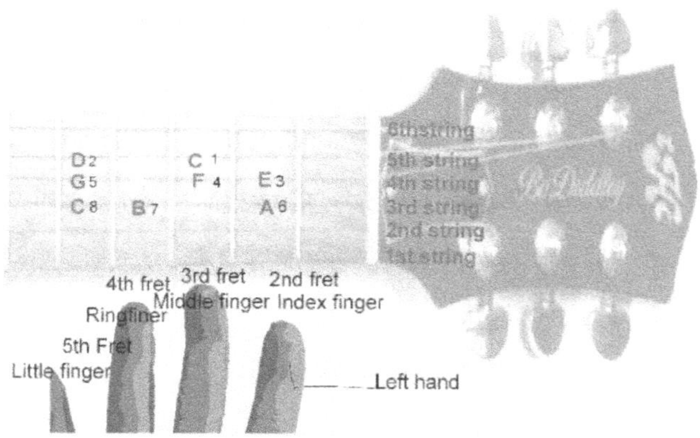

4. கார்டுகளுக்கான அறிமுகம்

கார்ட் என்பது ஒரு ஸ்கேலில் இருக்கும் ஸ்வரங்களின் செங்குத்து அமைப்பாகும். கார்டின் பயன்பாடு இணக்கம் (ஹார்மனி (Harmony)). ஒன்று அல்லது அதற்கு மேற்பட்ட ஸ்வரங்கள் ஒன்று சேறும் பொழுது கார்ட் உருவாகிறது. இசையில் ஒரு கார்ட் என்பது இரண்டு அல்லது மூன்று அல்லது அதற்கு மேற்பட்ட குறிப்புகள் ஒரே நேரத்தில் ஒலிப்பது போல் கேட்கப்படும் ஒரு இணக்கத்தின் தொகுப்பாகும். இவை உண்மையில் ஒன்றாக இசைக்கப்பட வேண்டியதில்லை மற்றும் ஆர்பெஜியோஸ் மற்றும் உடைந்த கார்டாகவும் வாசிக்கலாம் (இவை ஒரே நேரத்தில் அல்லாமல் ஒன்றன் பின் ஒன்றாக இசைக்கப்படும் கார்டின் ஸ்வரங்களை உள்ளடக்கியது). நவீன மேற்கத்திய (Western), மேற்கு ஆப்பிரிக்க (Western African) மற்றும் ஓசியானிய (Oceania) இசையில் கார்ட் மற்றும் கார்டின் வரிசைகள் அடிக்கடி பயன்படுத்தப்படுகின்றன, அதேசமயம் அவை உலகின் பல பகுதிகளின் இசையில் இல்லை.

மேற்கத்திய பாரம்பரிய இசையில், அடிக்கடி பயன்படுத்தப்படும் கார்டுகள் (chords) ட்ரையட்ஸ் (triads) ஆகும், ஏனெனில் இதில் அடிப்படை ஸ்வரம் (ரூட் நோட் (root note)), அதிலிருந்து மேலே மூன்றாவது ஸ்வரம் மற்றும் ஐந்தாவது இடைவெளியில் உள்ள ஸ்வரம் போன்ற மூன்று தனித்துவமான ஸ்வரங்களைக் கொண்டுள்ளது. செவென்த் கார்ட்ஸ் (seventh chords) (பொதுவாக பேசப்படும் உதாரணம் டாமினன்ட் செவென்த் கார்ட் (dominant seventh chord) மற்றும் சேர்க்கப்பட்ட தொனி கார்டுகள் (added tone chords), அத்துடன் நீட்டிக்கப்பட்ட கார்டுகள் (extended chords) மற்றும் ஒருங்கிணைந்த தொனிகள் (tone clusters) போன்ற டெட்ராட்ஸ் (tetriads) ஐ வழங்க மேலும் ஸ்வரங்கள் சேர்க்கப்படலாம். மேற்கத்திய கிளாசிக்கல் (Western classical) பாரம்பரியத்தில் பொதுவாகக் காணப்படும் ட்ரையட்ஸ் மேஜர் மற்றும் மைனர் கார்டுகளாகும் (major and minor chords), ஆகுமென்டட் (augmented) மற்றும் டிமினிஸ்ட்டு (diminished) கார்ட்ஸ் குறைவாகவே தோன்றும். மேஜர், மைனர், ஆகுமென்டட் (augmented) மற்றும் டிமினிஸ்ட்டு (diminished) போன்றவை கூட்டாக கார்டின் தரம் (chordal quality) என குறிப்பிடப்படுகின்றன. கார்டுகள் பொதுவாக அவற்றின் அடிப்படை ஸ்வரங்களால் வகைப்படுத்தப்படுகின்றன, உதாரணமாக, ஒரு C மேஜர் ட்ரையட் C, E மற்றும் G என்னும் ஸ்ருதிகளை கொண்டுள்ளது. ஸ்வரங்கள் செங்குத்தாக வெவ்வேறு முறையில் அடுக்கப்பட்டிருந்தாலும், ஒரு கார்ட் அதன் அடையாளத்தைத் தக்க வைத்துக் கொள்ளும்; இருப்பினும், ஒரு கார்ட் அதன் முதல் ஸ்வரமாக அடிப்படை ஸ்வரத்தை தவிர வேறு ஒரு ஸ்வரதைக் கொண்டிருந்தால், அந்த கார்ட் ஒரு தலைகீழ் (Inversion) என்று கூறப்படுகிறது (இது "தலைகீழான கார்ட்" என்றும் அழைக்கப்படுகிறது).

வரிசைப்படுத்தப்பட்ட கார்டுகளின் தொடர் கார்ட் முன்னேற்றம் (chord progression) எனப்படும். பரவலாகப் பயன்படுத்தப்படும் கார்ட் முன்னேற்றத்தின் ஒரு உதாரணம் டோனிக் (tonic), சப்டாமினன்ட் (subdominant) மற்றும் டாமினன்ட் (dominant) கார்டுகளை உள்ளடக்கியது. இயல்பாக எந்த கார்டும் வேறு எந்த கார்டாலும் பின்தொடரப்படலாம் என்றாலும், மேற்கத்திய இசையில் சில கார்டுகளின் தொடருக்கான வடிவங்கள் மிகவும் பொதுவானவை, மேலும் சில வடிவங்கள் பொதுவாக இணக்கத்தை பயிற்சி செய்கையில் (harmony) தொடக்க ஸ்வரத்தை (Key) (டோனிக் ஸ்வரத்தை) நிறுவுவதாக ஏற்றுக்கொள்ளப்பட்டது-குறிப்பாக டோனிக் மற்றும் டாமினன்ட் கார்டிற்கு இடையே மாற்றுகையில். மேற்கத்திய இசைக் கோட்பாடு ரோமானிய எண்களைப் பயன்படுத்தி கார்டுகளை குறிப்பிடும் பயிற்சியை உருவாக்கியுள்ளது, அது ஒரு ஸ்கேலில் டோனிக் ஸ்வரத்தில் இருந்து டயடோனிக் படியை (diatonic steps) குறிக்கிறது.

ட்ரையட்ஸ் (triads) பொதுவாக மூன்று ஸ்வரங்களைக் கொண்டிருக்கும்; ரூட் அல்லது முதல் குறிப்பு, மூன்றாவது மற்றும் ஐந்தாவது. எடுத்துக்காட்டாக, C மேஜர் ஸ்கேல் C D E F G A B என்னும் ஸ்வரங்களைக் கொண்டுள்ளது. மேஜர் மற்றும் மைனர் ஸ்கேலில் உள்ள எந்த ஸ்வரத்திலும் இருந்து ஒரு ட்ரையட் ஐ உருவாக்க முடியும். C மேஜர் கார்டுக்கு உருவாக்கப்பட்ட ட்ரையட் C (மூல ஸ்வரம்), E (ஸ்கேலின் மூன்றாவது ஸ்வரம்) மற்றும் G (ஸ்கேலின் ஐந்தாவது ஸ்வரம்) ஆகியவற்றைக் கொண்டுள்ளது. C இலிருந்து E வரையிலான இடைவெளி நான்கு அரைத்தொனிகள் (செமிடோன்கள் (semitones)), இது ஒரு மேஜர் ஸ்கேலில் உள்ள மூன்றாவது ஸ்வரம் (major third), எனவே இந்த ட்ரையட் C மேஜர் என்று அழைக்கப்படுகிறது. இதேபோன்ற மேஜர் ட்ரையட்ஸ் ஆகிய F மற்றும் G யையும் உருவாக்கலாம். அதே ஸ்கேலில் உருவாகும் ஒரு ட்ரையட், ஆனால் D ரூட் நோட் ஆக இருந்தால், D (ரூட்), F (மூன்றாவது), A (ஐந்தாவது), இதில் ரூட் மற்றும் மூன்றாவது ஸ்வரத்திற்கு இடையே மூன்று அரைத்தொனிகள் மட்டுமே உள்ளன, மற்றும் இதை D மைனர் என அழைக்கின்றோம், ஒரு மைனர் ட்ரையட். இதேபோன்ற E மற்றும் A உடனும் மைனர் ட்ரையட்கள் உருவாக்கலாம். B ஐ மூல ஸ்வரமாக கொண்டு உருவாகும் ட்ரையட் B, D மற்றும் F ஆகிய ஸ்வரங்களைக் கொண்ட டிமினிஸ்ட் கார்ட் (diminished Chord) வடிவமாகும்.

4.1. கார்டுகளில் ஸ்வரங்களை அடையாளம் காணுதல் மற்றும் ஒரு ஸ்கேலில் தொடர்புடைய கார்டுகள்

ஒரு குறிப்பிட்ட ஸ்கேலில் இருக்கும் முழுப் பாடலுக்கும் இணக்கத்தை இசைக்கும் அளவிற்கு தொடர்புடைய கார்ட்ஸ் (relative Chords) உதவுகிறது. மேஜர்/ மைனர் ஸ்கேலில் உள்ள அனைத்து மேஜர் மற்றும் மைனர் கார்டுகளும் அடிப்படை கார்டுகள் மற்றும் அவை அனைத்தும் ட்ரையட்கள். மேஜர் அல்லது மைனர் கார்டுகளில் உள்ள மூன்று ஸ்வரங்களை, ஸ்கேலின் ஸ்வரங்களை வரிசையாக எழுதி, முதல் ஸ்வரத்துடன் மூன்றாவது மற்றும் ஐந்தாவது ஸ்வரத்தை எடுத்துக்கொண்டு உறுதிப்படுத்த முடியும்.

எளிய சூத்திரம் (formula) 1 -- 3 -- 5 ஆகும்.

மேஜர் ஸ்கேல்களுக்கு:

மேஜர் ஸ்கேலில் டோனிக் (1வது ஸ்வரம்), சப்டாமினன்ட் (4வது ஸ்வரம்) மற்றும் டாமினன்ட் (5வது ஸ்வரம்) ஸ்வரங்களில் தொடங்கும் தொடர்புடைய மேஜர் கார்டுகள் உள்ளன. மேஜர் ஸ்கேலில் சூப்பர் டோனிக் (Super tonic) (2வது ஸ்வரம்), மீடியன்ட் (Mediant) (3வது ஸ்வரம்) மற்றும் சப்மீடியன்ட் (Submediant) (6வது ஸ்வரம்) குறிப்புகளுடன் தொடங்கும் தொடர்புடைய மைனர் (relational Minor) கார்ட்ஸ் உள்ளது. மேஜர் ஸ்கேலில் உள்ள பாடலுக்கு இசையமைக்க இந்த கார்டுகள் போதுமானது.

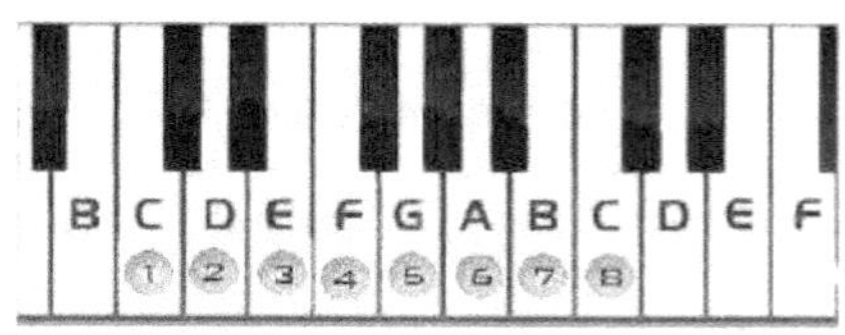

எடுத்துக்காட்டாக, C மேஜர் ஸ்கேலில், தொடர்புடைய மேஜர் கார்டுகளாவன

C மேஜர் (1வது ஸ்வரம் /டோனிக்) – C E G; F மேஜர் (4வது ஸ்வரம் / சப்டாமினன்ட்)- F A C; G மேஜர் (5வது ஸ்வரம் / டாமினன்ட்)- G B D

தொடர்புடைய மைனர் கார்டுகளாவன

D மைனர் (2வது ஸ்வரம்/ சூப்பர் டோனிக்) - D F A; E மைனர் (3வது ஸ்வரம்/ மீடியன்ட்)- E G B; A மைனர் (6வது ஸ்வரம்/ சப்மீடியன்ட்)- A C E

மைனர் ஸ்கேல்களுக்கு:

மைனர் ஸ்கேலில் டோனிக் (1வது ஸ்வரம்), சப்டாமினன்ட் (4வது ஸ்வரம்) மற்றும் டாமினன்ட் (5வது ஸ்வரம்) ஸ்வரங்களில் தொடங்கும் தொடர்புடைய மைனர் கார்டுகள் உள்ளன. மைனர் ஸ்கேலில் மீடியன்ட் (3வது ஸ்வரம்), சப்மீடியன்ட் (6வது ஸ்வரம்) மற்றும் சப்டோனிக் (7வது ஸ்வரம்) ஸ்வரங்களில் தொடங்கும் தொடர்புடைய மேஜர் கார்டுகள் உள்ளன. மைனர் ஸ்கேலில் பாடலுக்கான இசையை இசைக்க இந்த தொடர்புடைய கார்டுகள் போதுமானது.

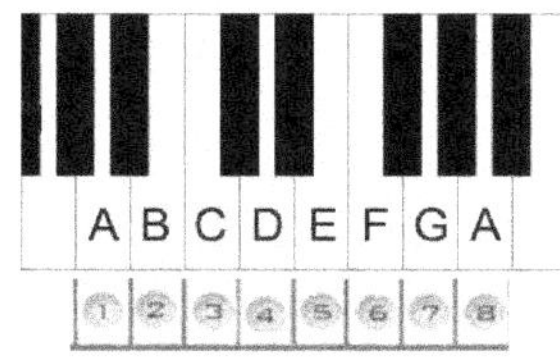

உதாரணமாக, A மைனர் ஸ்கேலில்,

தொடர்புடைய மைனர் கார்டுகளாவன

A மைனர் (1வது ஸ்வரம்/ டோனிக்)-A C E; D மைனர் (4வது ஸ்வரம்/ சப்டாமினன்ட்)- D F A; E மைனர் (5வது ஸ்வரம்/ டாமினன்ட்)- E G B

தொடர்புடைய மேஜர் கார்டுகளாவன

C மேஜர் (3வது ஸ்வரம்/ மீடியன்ட்)- C E G; F மேஜர் (6வது ஸ்வரம்/ சப்மீடியன்ட்)- F A C; G மேஜர் (7வது ஸ்வரம்/ சப்டோனிக்)- G ` B D

4.2. கார்டுகளை குறிப்பிடுதல் (Notating Chords):

வழக்கமான ஸ்டாஃப் குறியீடலைத் தவிர மேற்கத்திய இசையில் காட்ஸ் ஐ குறிக்க அல்லது குறிப்பிட பயன்படும் பொதுவான வழிகளாவன ரோமன் எண்கள் (roman Numerals), ஃபிகர்ட் பேஸ் (figured bass), மேக்ரோ சின்னங்கள் ((macro symbols) சில நேரங்களில் நவீன இசையியலில் பயன்படுத்தப்படுகிறது) மற்றும் கார்ட்ஸ் விளக்கப்படங்கள் (chord charts). பரோக் இசையின் (Baroque music) ஃபிகர்ட் பேஸ் (figured bass) குறியீடு முக்கியமாகப் பயன்படுத்தப்பட்டது, நவீன இசையியலில் மேக்ரோ குறியீடுகள் பயன்படுத்தப்படுகின்றன, மேலும் பிரபலமான இசை மற்றும் ஜாஸ்ஸில் (jazz) பயன்படுத்தப்படும் முன்னணி தாள்களில் (sheets) பொதுவாக கார்ட்ஸ் விளக்கப்படங்கள் காணப்படுகின்றன. ஒரு பாடல் அல்லது இசை துண்டில் உள்ள கார்ட்ஸ் க்கு பெயர்கள் வழங்கப்படுகின்றன, அவை அவற்றின் செயல்பாட்டைக் குறிக்கின்றன. மேஜர் ஸ்கேலில் முதல் மேஜர் ஸ்கேலில் கட்டப்பட்ட கார்ட் டோனிக் கார்ட் என்று அழைக்கப்படுகிறது (பேச்சு வழக்கில் "I" வது கார்ட்mஅல்லது "ஒன்று எண் (one)" கார்ட் என்று அழைக்கப்படுகிறது). மேஜர் ஸ்கேலில் நான்காவது ஸ்வரத்தில் கட்டப்பட்ட கார்ட் சப்டாமினன்ட் கார்ட் என்று அழைக்கப்படுகிறது (பேச்சு வழக்கில் "IV" வது கார்ட் அல்லது "நான்கு எண் (four)" கார்ட் என்று அழைக்கப்படுகிறது). மேஜர் ஸ்கேலின் ஐந்தாவது ஸ்வரத்தில் கட்டப்பட்ட கார்ட் டாமினன்ட் கார்ட் என்று அழைக்கப்படுகிறது (பேச்சு வழக்கில் "V" வது கார்ட் அல்லது "ஐந்து எண் (five) " கார்ட் என்று அழைக்கப்படுகிறது). கார்டுகளுக்கான பெயர்கள் முக்கிய (key) ஸ்வரம் மற்றும் அதில் உள்ள பிற ஸ்வரஙகளின் அடிப்படையில் அமைந்தவை. பியானோ (piano), பைப் ஆர்கன் (pipe organ), கிட்டார் (guitar) மற்றும் மாண்டலின் (mandolin) உள்ளிட்ட பல கருவிகளில் கார்டுகளை இசைக்க முடியும். ஒரு இசைக் குழுவில் பல இசைக்கலைஞர்கள் ஒன்றாக இசைக்கும்போது அல்லது பல பாடகர்கள் ஒரு பாடகர் குழுவில் பாடும்போது, அவர்கள் ஒரே நேரத்தில் மூன்று அல்லது அதற்கு மேற்பட்ட ஸ்வரங்களை வாசிக்கும்போது அல்லது பாடும்போதும் கார்டுகள் இசைக்கப்படலாம்.

1. கிளாசிக்கல் இசையில் பயன்படுத்தப்படும் எளிய குறியீடு ஸ்டாஃப்.
2. ரோமன் எண்கள், பொதுவாக கார்ட் கட்டப்பட்ட ஸ்வரத்தின் படியைக் குறிக்க ஹார்மோனிக் பகுப்பாய்வில் பயன்படுத்தப்படுகிறது.

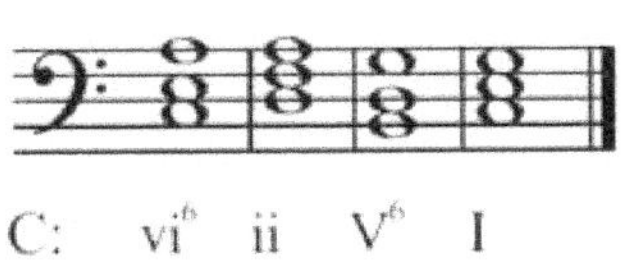

3. பரோக் சகாப்தத்தில் அதிகம் பயன்படுத்தப்பட்ட ஃபிகர்ட் பேஸ், ஸ்டாஃப் (இசை) மீது எழுதப்பட்ட பேஸ் லைனில் சேர்க்கப்பட்ட எண்களைப் பயன்படுத்துகிறது, கீபோர்ட் வாசிப்பவர்கள் தங்கள் இடது கையால் பேஸை வாசிக்கும் போது வலது கையால் கார்ட்ஸை வாசிக்க முடியும்.

4. மேக்ரோ சின்னங்கள், சில நேரங்களில் நவீன இசையியலில் பயன்படுத்தப்படுகின்றன, இது கார்டின் ரூட் மற்றும் தரத்தைக் குறிக்கும்.

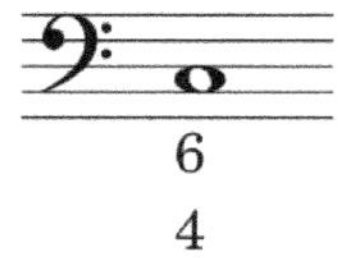

5. பிரபலமான மியூசிக்லீட் (musiclead) தாள்கள், ஃபேக் புக்ஸ் (fake books) மற்றும் கார்ட் விளக்கப்படங்களில் பயன்படுத்தப்படும் பல்வேறு கார்ட் பெயர்கள் மற்றும் குறியீடுகள், இசைக்கலைஞர்கள் அதை மேம்படுத்துவது, ஒன்று சேர்ப்பது அல்லது ஒருங்கிணைப்பது போன்ற ஒரு பகுதியின் இணக்கத்தின் (harmony) வாசிக்கும் விதத்தை விரைவாக அமைக்கலாம். உதாரணமாக 1. மைனருக்கு m அல்லது min, 2. மேஜருக்கு M அல்லது maj அல்லது சின்னம் இல்லாமல், 3. ஆக்மென்ட்டிற்கு aug, 4. டிமினிஷ்டுக்கு dim.

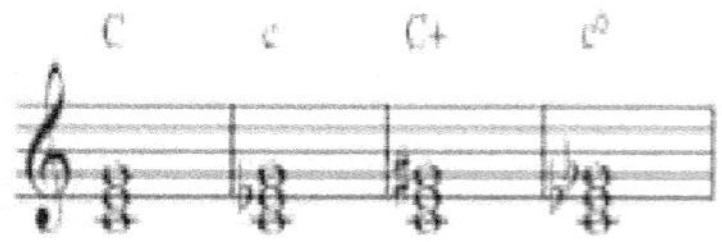

சிறப்பியல்புகள்

கார்டுகள் அல்லது இடைவெளிகளின் இரண்டு-ஸ்வரம் சேர்க்கைகள் டையாட்கள் (dyads) என்று அழைக்கப்படுகின்றன. சில அடிப்படை ஸ்கேலின் மூன்று ஸ்வரங்களால் கட்டப்பட்ட கார்டுகள் ட்ரையட்ஸ் (triads) என விவரிக்கப்படுகின்றன. நான்கு ஸ்வரங்களின் கார்டுகள் டெட்ராட்ஸ் (tetrads) என்றும், ஐந்தைக் கொண்டவை பென்டாட்ஸ் (pentads) என்றும், ஆறைப் பயன்படுத்துபவை ஹெக்ஸாட்ஸ் (hexads) என்றும் அழைக்கப்படுகின்றன. சில நேரங்களில் ட்ரைகார்ட் (trichord), டெட்ராகார்ட் (tetrachord), பென்டாகார்ட் (pentachord) மற்றும் ஹெக்ஸாகார்ட் (hexachord) ஆகிய சொற்கள் பயன்படுத்தப்படுகின்றன. அவை பொதுவாக ஏதாவது ஸ்கேலின் ஸ்ருதி (pitch) நிலைகளைக் குறிக்கின்றன, பொதுவாக ஒரே நேரத்தில் வாசிக்கப்படுவதில்லை. மூன்றுக்கும் மேற்பட்ட ஸ்வரங்களைக் கொண்டிருக்கும் கார்டுகளில் பெடல் பாயிண்ட் கார்ட்ஸ் (pedal point chords), டாமினன்ட் செவென்த் கார்ட்ஸ் (dominant seventh chords), எக்ஸ்டென்டட் கார்ட்ஸ் (extended chords), ஆடட் டோன் கார்ட்ஸ் (added tone chords), கிளஸ்டர்ஸ் (clusters) மற்றும் பாலிகார்ட்ஸ் (polychords) ஆகியவை அடங்கும்.

இரண்டு அல்லது அதற்கு மேற்பட்ட கார்ட்ஸ் ஒன்று சேரும் பொழுது பலவகை கார்ட்ஸ் (பாலிகார்ட்ஸ்(Polychords)) உருவாகின்றன. பெரும்பாலும் இவை நீட்டிக்கப்பட்ட கார்ட்ஸ் (எக்ஸ்டென்டட் கார்ட்ஸ்) என பகுப்பாய்வு செய்யப்படலாம். எடுத்துக்காட்டுகளில் டெர்ஷியன் (tertian), மாற்றப்பட்ட கார்ட் (ஆல்டர்ட் (altered chord)), செகண்டல் கார்ட் (secundal chord), குவார்டல் (quartal) மற்றும் குவிண்டால் (quintal) இணக்கம் மற்றும் டிரிஸ்டன் கார்ட்(Tristan chord)) ஆகியவை அடங்கும். மற்றொரு எடுத்துக்காட்டு G மேஜர் (G-B-D) மற்றும் D♭ major (D♭-F-A♭) ஆகியவற்றிலிருந்து உருவாகும் போது அது G7 (♯11♭9) (G-B-D-F-A♭-C♯). ஒரு கார்ட் அல்லாத தொனி என்பது ஒரு மாறுபாடு அல்லது நிலையற்ற தொனியாகும், இது ஒரு சமயம் கேட்கப்படும் கார்ட்க்கு அப்பாற்பட்டது, இருப்பினும் பெரும்பாலும் ஒரு கார்ட் தொனியாகவே கருதப்படுகிறது.

4.3. மேஜர் மற்றும் மைனர் ஸ்கேல்களில் தொடர்புடைய கார்டுகள்:

கீபோர்டில் C மேஜர் ஸ்கேல்/ A மைனர் ஸ்கேலின் தொடர்புடைய கார்டுகள்:

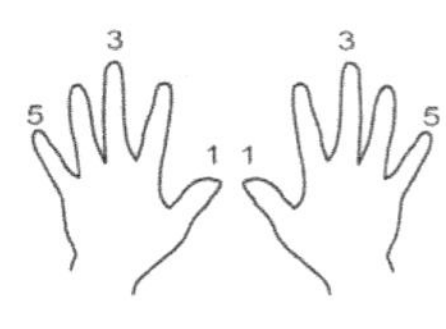

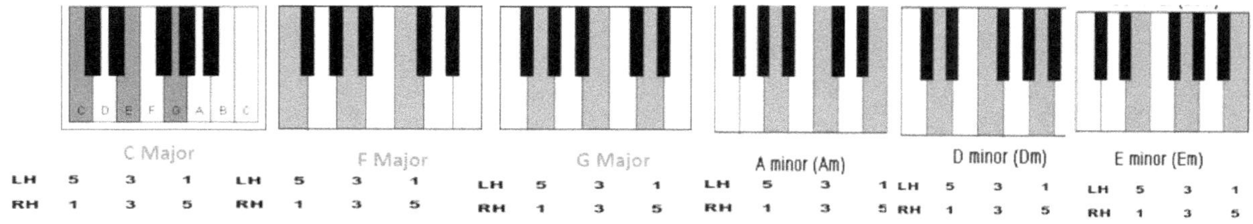

கிட்டாரில் C மேஜர் ஸ்கேல்/ A மைனர் ஸ்கேலின் தொடர்புடைய கார்ட்ஸ்:

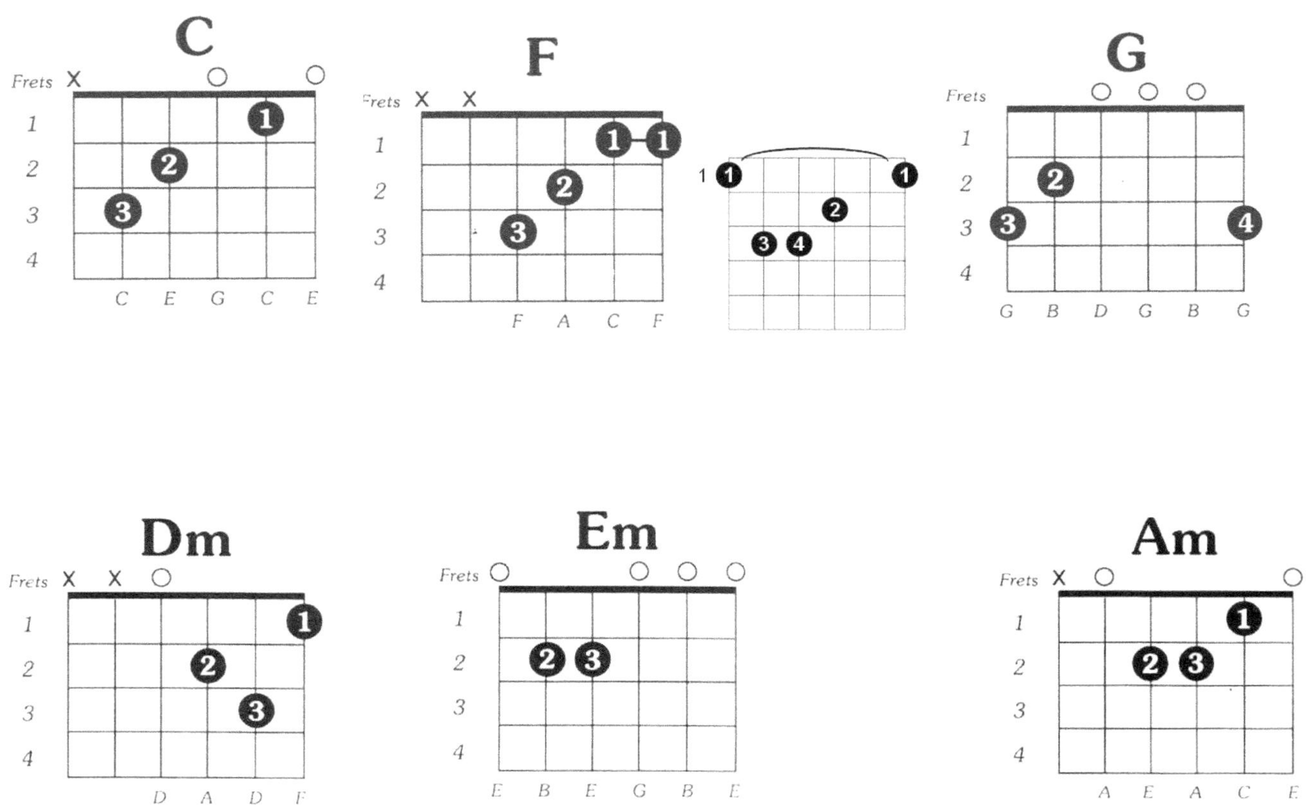

கீபோர்டில் G மேஜர் மற்றும் E மைனர் ஸ்கேல்: (ஒரு ஷார்ப்/பிளாட் ஸ்கேல்)

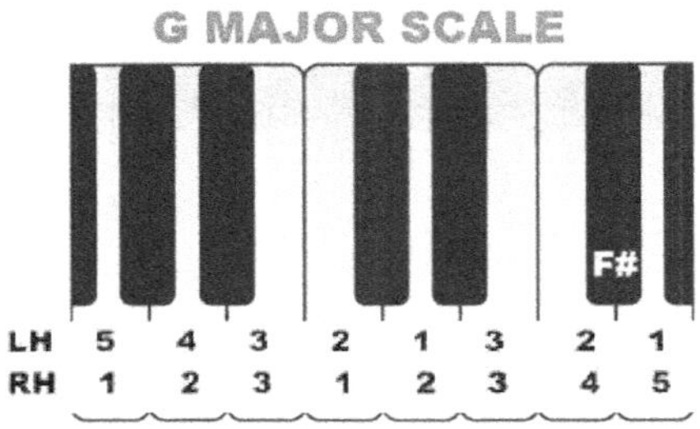

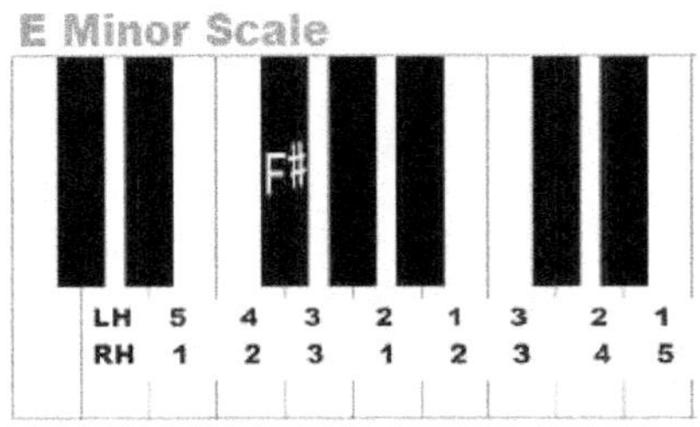

கிட்டாரில் G மேஜர் மற்றும் E மைனர் ஸ்கேல்:

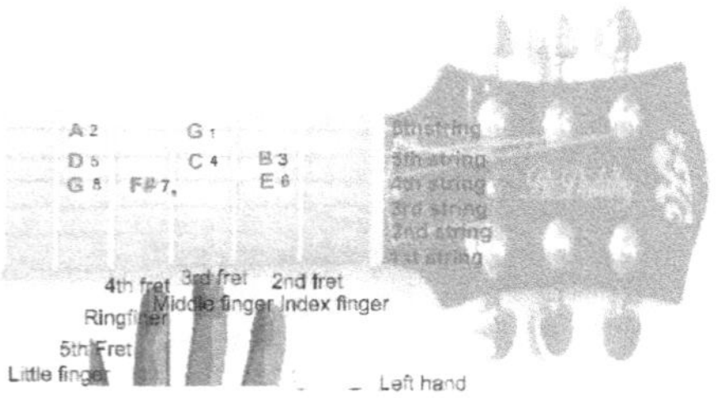

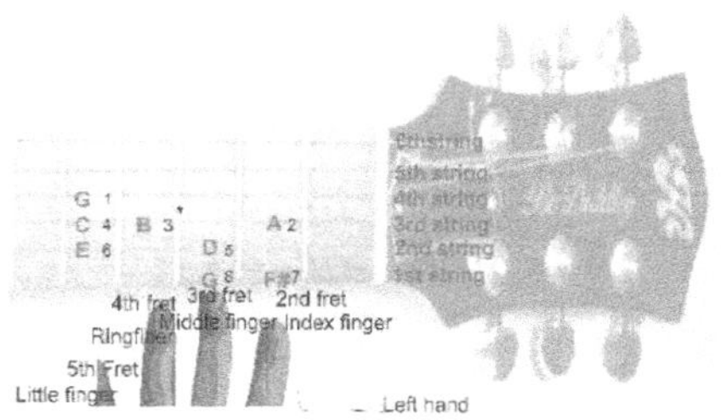

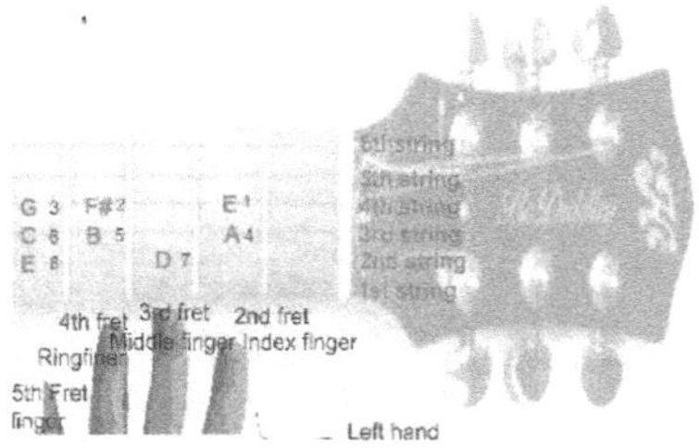

4.4. கார்ட் முன்னேற்றம் மற்றும் தொடர்புடைய கார்டுகளைக் கற்றுக்கொள்ள பயிற்சி:

குறிப்பு: ஒரு மேஜர் ஸ்கேல் அல்லது மைனர் ஸ்கேலில் உள்ள எந்தவொரு தொடர்புடைய கார்டுகளையும் பயிற்சி செய்ய இது பயன்படுத்தப்படலாம். **I(i)-** என்பது டானிக் ஸ்வரத்தின் மேஜர் (அல்லது மைனர்) கார்டு (முதல் ஸ்வரம் அல்லது ரூட் ஸ்வரம்) என்பதைக் குறிக்கிறது, **IV(iv)-** என்பது சப்டாமினன்ட் ஸ்வரத்தின் மேஜர் (அல்லது மைனர்) கார்டு (நான்காவது ஸ்வரம்) என்பதைக் குறிக்கிறது மற்றும் **V(v)-** என்பது டாமினன்ட் ஸ்வரத்தின் மேஜர் (அல்லது மைனர்) கார்டு என்பதைக் குறிக்கிறது (ஐந்தாவது ஸ்வரம்).

ஒவ்வொரு பயிற்சியையும் **2** முறை அல்லது **4** முறை மீண்டும் செய்யவும், **4/4** மற்றும் **2/4, 3/4, 5/4, 6/4, 7/4, 9/4** போன்ற பொருத்தமான தாள வடிவத்தை மெட்ரோனோமில் பயன்படுத்தவும்.

1.

I(i) , , ,	IV(iv) , , ,	V(v) , , ,
V(v) , , ,	IV(iv) , , ,	I(i) , , ,

2.

I(i) , I(i) ,	IV(iv) , IV(iv) ,	V(v) , V(v) ,
V(v) , V(v) ,	IV(iv) , IV(iv) ,	I(i) , I(i) ,

3.

I(i) I(i) I(i) I(i)	IV(iv) IV(iv) IV(iv) IV(iv)	V(v) V(v) V(v) V(v)
V(v) V(v) V(v) V(v)	IV(iv) IV(iv) IV(iv) IV(iv)	I(i) I(i) I(i) I(i)

4.

I(i) , I(i) I(i)	IV(iv) , IV(iv) IV(iv)	V(v) , V(v) V(v)
V(v) , V(v) V(v)	IV(iv) , IV(iv) IV(iv)	I(i) , I(i) I(i)

5.

I(i) I(i) I(i) ,	IV(iv) IV(iv) IV(iv) ,	V(v) V(v) V(v) ,
V(v) V(v) V(v) ,	IV(iv) IV(iv) IV(iv) ,	I(i) I(i) I(i) ,

6.

I(i) I(i) , I(i)	IV(iv) IV(iv) , IV(iv)	V(v) V(v) , V(v)
V(v) V(v) , V(v)	IV(iv) IV(iv) , IV(iv)	I(i) I(i) , I(i)

7.

I(i) I(i) , ,	IV(iv) IV(iv) , ,	V(v) V(v) , ,
V(v) V(v) , ,	IV(iv) IV(iv) , ,	I(i) I(i) , ,

8.

I(i) , , I(i)	IV(iv) , , IV(iv)	V(v) , , V(v)
V(v) , , V(v)	IV(iv) , , IV(iv)	I(i) , , I(i)

9.

I(i) I(i)	IV(iv) IV(iv)	V(v) V(v)
V(v) V(v)	IV(iv) IV(iv)	I(i) I(i)

10.

I(i) I(i) I(i)	IV(iv) IV(iv) IV(iv)	V(v) V(v) V(v)
V(v) V(v) V(v)	IV(iv) IV(iv) IV(iv)	I(i) I(i) I(i)

11.

I(i) I(i) I(i) I(i) I(i)	IV(iv) IV(iv) IV(iv) IV(iv) IV(iv)	V(v) V(v) V(v) V(v) V(v)
V(v) V(v) V(v) V(v) V(v)	IV(iv) IV(iv) IV(iv) IV(iv) IV(iv)	I(i) I(i) I(i) I(i) I(i)

12.

I(i) I(i) I(i) I(i) I(i) I(i)	IV(iv) IV(iv) IV(iv) IV(iv) IV(iv) IV(iv)	V(v) V(v) V(v) V(v) V(v) V(v)
V(v) V(v) V(v) V(v) V(v) V(v)	IV(iv) IV(iv) IV(iv) IV(iv) IV(iv) IV(iv)	I(i) I(i) I(i) I(i) I(i) I(i)

13.

I(i) I(i) I(i) I(i) I(i) I(i) I(i)	IV(iv) IV(iv) IV(iv) IV(iv) IV(iv) IV(iv) IV(iv)	V(v) V(v) V(v) V(v) V(v) V(v) V(v)
V(v) V(v) V(v) V(v) V(v) V(v) V(v)	IV(iv) IV(iv) IV(iv) IV(iv) IV(iv) IV(iv) IV(iv)	I(i) I(i) I(i) I(i) I(i) I(i) I(i)

14.	I(i) I(i) I(i) I(i) I(i) I(i) I(i) I(i) I(i)	IV(iv) IV(iv) IV(iv) IV(iv) IV(iv) IV(iv) IV(iv) IV(iv) IV(iv)	V(v) V(v) V(v) V(v) V(v) V(v) V(v) V(v) V(v)
	V(v) V(v) V(v) V(v) V(v) V(v) V(v) V(v) V(v)	IV(iv) IV(iv) IV(iv) IV(iv) IV(iv) IV(iv) IV(iv) IV(iv) IV(iv)	I(i) I(i) I(i) I(i) I(i) I(i) I(i) I(i) I(i)

4.5. C மேஜர் மற்றும் A மைனர் ஸ்கேலில் கார்ட் முன்னேற்றத்தைக் கற்றுக்கொள்வதற்கான பயிற்சி:

C Major Scale- Chord Progression Exercise

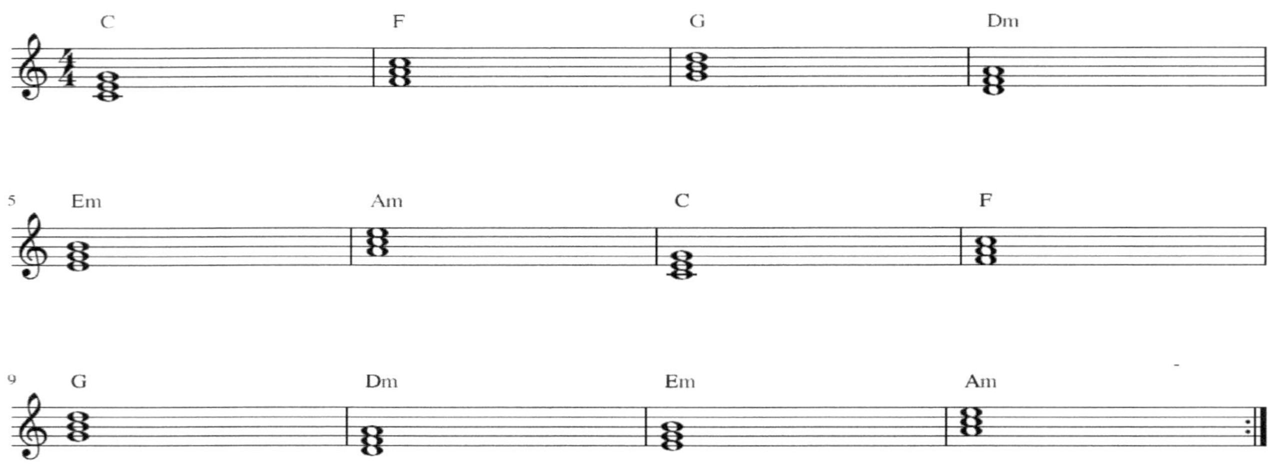

A Minor Scale- Chord Progression Exercise

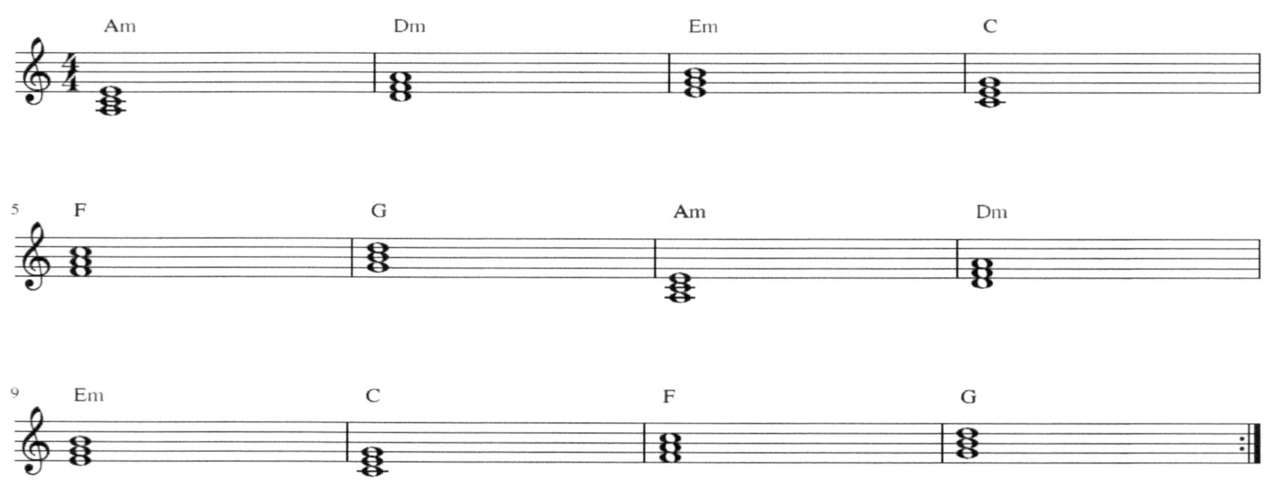

5. பார்வை வாசிப்பு (சைட்-ரீடிங்)

சைட்-ரீடிங் (SIGHT READING) என்பது அறிந்த அல்லது அறியப்படாத ஒரு இசையின் ஸ்வரங்களை துல்லியமாக வாசிப்பதற்கு இசையை கற்பவர் தெரிந்து கொள்ள வேண்டிய மிக முக்கியமான விஷயங்களில் இசையும் ஒன்றாகும்நல்ல இசைக்கலைஞருக்கு இருக்க ஒரு இசை கற்றவர் தெரிந்து கொள்ள வேண்டிய மிக முக்கியமான விஷயங்களில் ஒன்றாகும். மற்றும் ஒரு நபர், குறைந்தபட்சம் ஒரு குறிப்பிட்ட நேரத்திற்கு, சைட்-ரீடிங் குறிப்புகளைப் பயன்படுத்தி இசைக்கருவியை வாசிக்க வேண்டும்.

சிறந்த பார்வை-வாசிப்பவராக (சைட் ரீடர் (sight reader)) மாற உதவும் சில சைட்-ரீடிங் குறிப்புகள் இங்கே உள்ளன.

1. **சைட்-ரீடிங் இசைத் தாள்களைக் கண்டறியவும்.** இசைக் கடைகளில் சிரம நிலைகளுக்கு ஏற்ப இசைக்கருவிகளுக்கான இசைத் தாள்களை பெற முடியும். தேவைக்கேற்ப இசைத் தாள்களை வழங்கும் சைட்-ரீடிங் வலைத்தளங்கள் கூட உள்ளன.

2. **நிதானமாக இருத்தல்.** சைட்-ரீடிங் செய்வதில் பதட்டம் ஒரு பிரச்சனையாக இருக்கலாம். இது ஒரு உடைந்த ஸ்வரம், அதிர்வு அல்லது தவறான டெம்போவை ஏற்படுத்தலாம், இவை எல்லா விதத்திலும் தவிர்க்கப்பட வேண்டிய பொதுவான பிழைகள். நிதானமாக ஆழ்ந்து சுவாசித்து, இசைக் கூறுகளை கால அளவுகளுடன் பார்க்கத் தொடங்குவது உதவும்.

3. **பகுதியின் தலைப்பைப் படியுங்கள்.** தலைப்பைப் படிப்பது சில சமயங்களில் இசை பகுதியின் மனநிலையையும் அதை இயக்குவதற்குத் தேவையான உணர்ச்சியையும் புரிந்துகொள்ள உதவுகிறது. இசை அமைப்பினுடைய இசையமைப்பாளரயும், அந்தத் துண்டு எழுதப்பட்ட காலம் போன்றவற்றை கவனிப்பது இசையமைப்பின் பாணியைப் பற்றிய யோசனையைப் பெற உதவும். துண்டின் வரலாற்று காலத்தை அறிவது மிகப்பெரிய அளவில் உதவும், ஏனெனில் இது விபத்துக்கள் மற்றும் சிக்கலான முரண்பாடுகளை எதிர்பார்க்க உதவுகிறது.

4. **வேகத்தை (டெம்போ (Tempo)) பாருங்கள்.** பெரும்பாலான நேரங்களில், இசையமைப்பாளருக்கு அடுத்ததாக, இசை துண்டின் மேல் பகுதியில் டெம்போ கொடுக்கப்படும். சில நேரங்களில் வழங்கப்பட்ட டெம்போ தெளிவற்றதாக இருக்கும், அதாவது "மெதுவாக" அல்லது "ஜாஸ்ஸி (Jazzy)" என்று கூறுவது போன்றது, மேலும் சில சமயங்களில் இது மிகவும் துல்லியமாக இருக்கும், அதாவது "மிதமான வேகத்துடன் மிதமான மாற்றம், கால் குறிப்பு எழுபத்தி இரண்டுக்கு சமம்" , என்பதை போன்று. தற்போது பெரும்பாலான இசைத் தாள்கள் நிமிடத்திற்கு ஏற்ற துடிப்புகளின் (beats per minute) எண்ணிக்கையைக் கொண்டுள்ளன.

5. கால குறியீடுகளை (time signature) பாருங்கள். நீங்கள் எத்தனை முறை வாசித்திருந்தாலும் கால குறியீடுகளை எப்போதும் பாருங்கள். ஆறு-எட்டு நேரத்திற்கும் பொதுவான நேரத்திற்கும் பெரிய வித்தியாசம் உள்ளது.

6. தொடக்க குறியீடுகளை (key signature) பாருங்கள். தவறான முக்கிய குறியீட்டை இயக்குவது, ஒரு இசை ஒலியை உடைந்ததாகவும் பொருத்தமற்றதாகவும் ஆக்கும்.

7. மாற்றங்களைத் கவனமாக நோக்குங்கள். ஒரு புதிய முக்கிய குறயீடு பாதியிலேயே அறிமுகப்படுத்தப்பட்டுள்ளதா அல்லது பாதியில் இருந்து படிப்படியாக வேகமாகுதல் (accelerando), படிப்படியாக மெதுவாகுதல் (ritardando), ஒலிப்பு முறை (articulation) மற்றும் இயக்கவியல் (Dynamics) உள்ளதா என்பதைச் சரிபார்க்கலாம். அவற்றில் நாம் சிறப்பு கவனம் செலுத்த வேண்டும் மற்றும் அவை அனைத்தையும் கவனிக்க வேண்டும்.

8. ஆரம்பத்தைப் பாருங்கள். இசை சரியாக ஒலிக்கிறது என்பதை உறுதிப்படுத்த ஒரு திடமான ஆரம்பம் இன்றியமையாதது, மேலும், பெரும்பாலும், தொடக்கப் பகுதியின் குறிப்புகள் முழுவதும் மீண்டும் மீண்டும் வரும், எனவே அடுத்த பகுதிக்கு நகரும் முன் அதைப் புரிந்துகொள்வது முக்கியம்.

9. இலகுவான பகுதிகளை தாண்டி செல்லுங்கள். ஒரு ரிதம்/இசையை இசைக்க முடிந்தால், அதன் லேசாக பார்த்துவிட்டு தாண்டி செல்லுங்கள். இது ஒரு ரிதம்/ இசைத் துணுக்கில் முன்பு இருந்ததாக இருந்தால், இரண்டையும் ஒப்பிட்டுப் பாருங்கள்.

10. கடைசி வரியைப் கவனியுங்கள். கடைசி வரியானது துண்டின் முடிவாகும், மேலும் இது பொதுவாக மற்ற பகுதிகளிலிருந்து சற்று வேறுபட்டது, அல்லது ஒரு நோக்கத்திற்காக மற்றவற்றை விட கடினமாக்கப்பட்டது/ வேறுபடுத்தப்பட்டது, சில நேரங்களில் ஒரு இறுதி உறுப்புடன் அதை வித்தியாசமாக மாற்ற துண்டு சேர்க்கப்படலாம். தொடக்கமும் முடிவும் இன்றியமையாதவை - ஆரம்பமானது இசையை நல்ல தொடக்கத்திற்கு கொண்டு செல்கிறது, மேலும் முடிவானது கேட்பவர் உறுதியான இறுதி அபிப்ராயத்துடன் இருப்பதை உறுதி செய்கிறது.

11. வாசிக்கத் தொடங்குங்கள். பிட்ச் மாறிகள் உள்ள கருவியில் வாசிக்க சரியாக தொடங்குவதற்கு ஒலியை ஒப்பிட்டு அதை சரிசெய்வதில் அதிக கவனம் செலுத்துங்கள். அனுபவமற்ற பார்வை-வாசிப்பாளர்கள் எழுதப்பட்ட குறிப்பிலிருந்து மேலே அல்லது கீழே ஒரு தொடங்குவது/ தொடர்வது மற்றும் ஒரு பகுதி அல்லது முழுப் பகுதிக்கும் கூட தவறான குறிப்பை வாசிப்பது பொதுவானது.

12. மெதுவாக செல்லுங்கள். மிக வேகமாக, குறிப்புகளை விட்டுவிட்டு வாசிப்பதை விட மெதுவான, வசதியான டெம்போவைப் பயன்படுத்துவதன் மூலம், கற்றல் மிக வேகமாக நிகழ்கிறது. மெதுவாக வாசிப்பது கற்றுக் கொள்ளாத பிழைகளைப் பற்றி சுயமாக கற்பிக்க உதவுகிறது.

13. வாசிக்கப்படும் ஸ்வரங்களை தாண்டி சற்று முன்னால் கண்களை வைக்கும் பழக்கத்தை வளர்த்துக் கொள்ளுங்கள். குறிப்பைப் பார்க்கவும், அதைப் புரிந்துகொள்ளவும், வாசிக்கவும் எப்பொழுதும் சிறிது செயலாக்க நேரம் தேவைப்படுகிறது. இதை ஒரே நேரத்தில் செய்வது கடினம், எனவே நல்ல பார்வை வாசிப்பவர்கள் வரவிருப்பதை தெரிந்துக்கொள்ள நேரம் கொடுக்க முன்னோக்கி கவனம் செலுத்தலாம். இந்த திறனை நாம் ஏற்கனவே பல செயல்களில் பயன்படுத்துகிறோம் (நடைபயிற்சி, பைக் ஓட்டுதல், புத்தகம் படித்தல் போன்றவை). "முன்னோக்கிப் படிப்பது" வசதியாக இருக்கும்போது, குறிப்புகளின் முழுக் குழுக்களும், முழு அளவீடுகளும் கூட ஒற்றை "துண்டுகளாக" அடையாளம் காணப்படுகின்றன, மேலும் பார்வை-வாசிப்பு மிகவும் இயல்பானதாகவும் சுவாரஸ்யமாகவும் மாறும்.

5.1 தாளம் (ரிதம் (RHYTHM))

ரிதம் என்பது ஒலிகளை நேரத்தில் வைப்பது. ரிதம் பெரும்பாலும் அதன் ஒன்று அல்லது அதற்கு மேற்பட்ட கூறுகளுடன் அடையாளம் காணப்படுகிறது, அவை துடிப்புகள் அல்லது வழக்கமான இடைவெளிகளாக இருக்கலாம், ஆனால் முற்றிலும் தனித்தனி கூறுகள் அல்ல.

தாளத்தின் கூறுகள் (ELEMENTS OF RHYTHM)

இசை அமைப்பு என்பது நேரத்தைச் சார்ந்தது. ரிதம் என்பது இசையின் காலத்திற்கான வடிவம். இசையில் உள்ள அனைத்து கூறுகளிலும் (எ.கா., ஸ்ருதி (pitch) அல்லது டிம்பரில் (Timbre) உள்ள வடிவங்கள்), ரிதம் என்பது ஒரு தவிர்க்க முடியாத உறுப்பு. பழமையான இசையின் ட்ரம்பீட்களைப் (Drumbeats) போல, மெல்லிசை இல்லாமல் தாளம் இருக்க முடியும், ஆனால் தாளம் இல்லாமல் மெல்லிசை இருக்க முடியாது, ஏனெனில் அது சரியாக ஒலிக்க மறைமுகமாக அல்லது வெளிப்படையாக ரிதம் தேவை. இணக்கம் (harmony) மற்றும் மெல்லிசை (melody) இரண்டையும் கொண்ட இசையில், தாள அமைப்பை அவற்றிலிருந்து பிரிக்க முடியாது.

அடி (பீட் (Beat)

இசை நேரத்தினுடைய அலகின் பிரிவு ஒரு பீட் என்று அழைக்கப்படுகிறது. உடலின் நிலையான துடிப்பு அல்லது இதயத் துடிப்பை ஒருவர் அறிந்திருப்பதைப் போலவே, இசையமைப்பதிலும், இசையை செயல்முறைப்படுத்துவதிலும் அல்லது இசையைக் கேட்பதிலும், ஒரு குறிப்பிட்ட கால இடைவெளியைப் பற்றி ஒருவர் அறிந்திருக்கலாம்.

வேகம் (டெம்போ (Tempo))

அடிப்படை பீட்பின் வேகம் டெம்போ என்று அழைக்கப்படுகிறது. டெம்போ பெரும்பாலும் இயற்கையாக நமது நடையின் வேகம் (நிமிடத்திற்கு 76 முதல் 80 பக்கங்கள்) அல்லது இதயத் துடிப்பு (நிமிடத்திற்கு 72) என்று கருதப்படுகிறது. இருப்பினும், ஒரு இசையமைப்பாளரால் குறிப்பிடப்படும் இசையின் வேகம் முழுமையானது அல்லது இறுதியானது அல்ல. செயல்திறனில், இது வாசிப்பவரின் விளக்கக் கருத்துக்கள் அல்லது அரங்கின் அளவு மற்றும் எதிரொலி, குழுமத்தின் அளவு மற்றும் கருவிகளின் ஒலித்தன்மை போன்றவற்றின் அடிப்படையில் மாறுபடும். ஒரு சில வரம்புகளுக்குள்ளான ஒரு மாற்றம் ஒரு படைப்பின் தாள அமைப்பை பாதிக்காது.

ருபடோ (Rubato)

வேலையின் வேகம் கடினமானதும் கணிதமானதும் அல்ல. எந்த நேரமும் மெட்ரோனோமிக் பீட்டை இசை முறையில் கடைப்பிடிக்க இயலாது. ஒரு தளர்வாக பின்னப்பட்ட பத்தியில், டெம்போவை இறுக்குவது தேவைப்படலாம்; நெரிசலான பாதையில், ஒரு தளர்ச்சி தேவைப்படலாம். டெம்போ ருபாடோ-அதாவது, "கொள்ளையடிக்கப்பட்ட நேரம்" என அழைக்கப்படும் டெம்போவின் இத்தகைய மாற்றங்கள் இசையின் தன்மையின் ஒரு பகுதியாகும். ருபடோ ஒரு நெகிழ்வற்ற துடிப்பின் கட்டமைப்பு தேவை, அதில் இருந்து அது புறப்பட்டு திரும்ப வேண்டும்.

காலம் (டைம் (Time))

மனம் இசையைப் புரிந்துகொள்வதில் சில ஒழுங்கமைக்கும் கொள்கையைத் தேடுகிறது, மேலும் ஒலிகளின் குழுவானது புறநிலையாக இல்லாவிட்டால் இசையின் ஒரு பகுதியை அறிவது கடினமாக இருக்கும். ஒவ்வொரு வினாடி அல்லது மூன்றாவது துடிப்புக்கும் அழுத்தம் கொடுத்து, மனம் உள்ளுணர்வில் வழக்கமான மற்றும் ஒரே மாதிரியான ஒலிகளை இரண்டு மற்றும் மூன்றாக தொகுக்கிறது என்று சோதனைகள் காட்டுகின்றன.

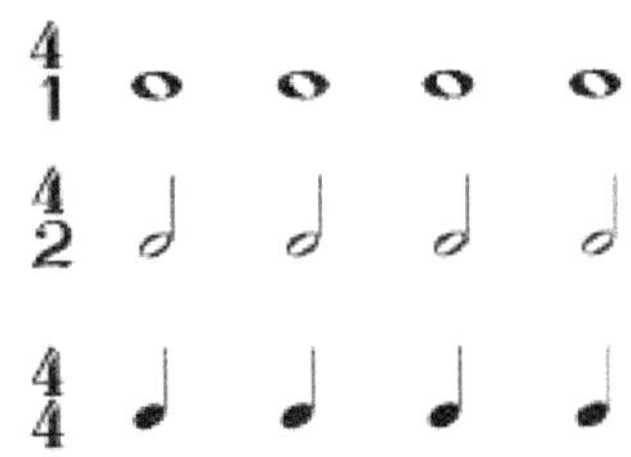

இசையில், குழுக்களாக பிரிவது அழுத்தத்தால் நிகழ்கிறது; அதாவது, அவ்வப்போது ஒரு குறிப்பை மற்றதை விட வலிமையானதாக மாற்றுவதன் மூலம். அழுத்தம் சீரான இடைவெளியில் ஏற்படும் போது, துடிப்புகள் இயற்கையான கால அளவுகளில் அடங்கும். அளவு (measure) மற்றும் பார் (bar) என்ற சொற்கள் பெரும்பாலும் ஒன்றுக்கொன்று மாற்றாகப் பயன்படுத்தப்படுகின்றன.

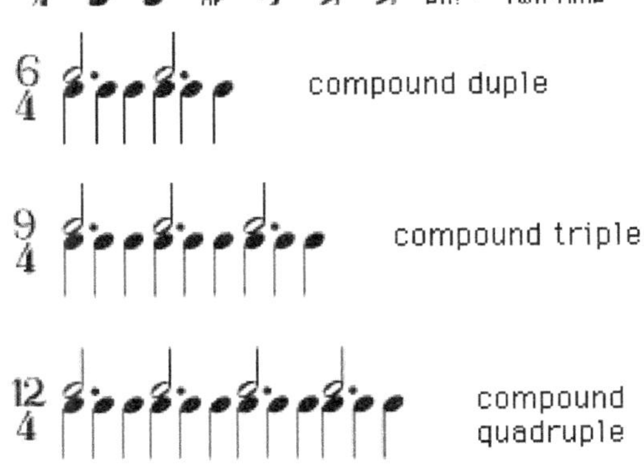

கால குறியீட்டின் (time signature) மூலம் ஒரு பகுதியைத் தொடங்கும்போது கால அளவு குறிக்கப்படுகிறது; எ.கா., 2/4, 4/8, 3/4, 6/8. ஒரு அளவின் ஒவ்வொரு துடிப்பின் நீளமும் குறுகிய அல்லது நீண்ட கால அலகாக இருக்கலாம்.

குறியீடு 4/1 என்பது முழு குறிப்பு (1) என்பது ஒவ்வொரு அளவிலும் உள்ள யூனிட் ஆகும், மேலும் ஒவ்வொரு அளவிலும் அவற்றில் நான்கு (4) உள்ளன. இரண்டாவது விளக்கத்தில், 4/2, என்பது அரை குறிப்பு (1/2) அளவீட்டு அலகு ஆகும், அவற்றில்

நான்கு (4) ஒவ்வொரு அளவிலும் உள்ளன, அதே போன்றே மற்றவை.

"நான்கு காலம் (Four-time)," அல்லது "பொது காலம் (common time)" என்பது உண்மையில் "இரண்டு முறை" என்பதின் இணைக்கப்பட்ட இரட்டை காலமாகும், ஏனெனில் பாதி அளவில் துணை அழுத்தம் இல்லாமல் இதை சிந்திக்க முடியாது; அதாவது, மூன்றாவது அடியில்; இவ்வாறு: இரட்டை (Duple), மும்மடங்கு (triple) மற்றும் நான்கு மடங்கு கால அளவீடுகள்-அதாவது, இரண்டு, மூன்று மற்றும் நான்கு துடிப்புகள் உள்ளவை-எளிமையான நேரம் எனவும் அறியப்படுகிறது. ஒவ்வொரு கூறுகளையும் மூன்றாகப் பிரிப்பது கூட்டு நேரத்தை உருவாக்குகிறது:

ஐந்தில் (quintuple), 5/4 போன்ற மிகவும் சிக்கலான காலங்கள், பொதுவாக 3 + 2 குழுக்களாக இருக்கும். நாட்டுப்புற பாடல் மற்றும் நாட்டுப்புற நடனம், குறிப்பாக கிழக்கு ஐரோப்பாவில் இருப்பவை, சமச்சீரற்ற கால அளவீடுகளை 7/8 மற்றும் 5/8 எனப் பயன்படுத்துவதில் தாக்கத்தை ஏற்படுத்தியது.

5.2. அடிகளை எண்ணுதல் (தாளம் (Thaalam))

தாளம் (Thaalam) என்பது இந்திய இசையில் டெம்போவை அளவிடுவதற்கும், பாடலின் அமைப்பை ஓரளவு அறியவும் பயன்படுத்தப்படும் ஒரு கருவியாகும். தாளம் ஒரு பாடலின் ரிதமை அல்லது பீட்டை சம இடைவெளியில் வைத்துக்கொள்ள உதவுகிறது. அது அந்தப் பாடலின் மனநிலையையும் பிரதிபலிக்கிறது. தாளம் என்பது "சசப்தகிரியை" மற்றும் "நிசப்தகிரியை" ஆகியவற்றின் கலவையாகும். கிரியை என்பது அக்ஷரங்கள் அல்லது அளவுகளை எண்ணுவதற்கான ஒரு முறையாகும். ஒரு தாளத்தில் சசப்தகிரியையின் பகுதி ஒலிகளை உருவாக்குகிறது, இரண்டாவது வகை ஒலியற்றதாக இருக்கும். தாளம் என்பது இரண்டு பிரிவுகளின் கீழ் வரையறுக்கப்படுகிறது. ஒன்று "ஷதங்காஸ் (Shadangaas)" அடிப்படையிலானது மற்றொன்று "ஷோதஷங்காஸ் (Shodashaangaas)" அடிப்படையிலானது.

ஷதங்கா விளக்க வகை:

இவ்வகையில் தாளம் என்பது "ஆறு அங்கங்கள்" அடிப்படையில் அமையும். ஆறு அங்கங்கள் பின்வருமாறு:

1) லகு

2) துருதம்

3) அனுதுருதம்

4) குரு

5) புளூதம்

6) காக்கபாதம்

மேற்குறிப்பிட்ட ஆறின் விளக்கத்திற்கு முன், அங்கங்களைச் சிறப்பாகப் புரிந்துகொள்ளும் சில அடிப்படை விஷயங்கள் பின்வருமாறு.

தட்டு - உள்ளங்கையை கீழே எதிர்கொள்ளும் வகையில் கீழ்நோக்கிய அடி (தொடையில்)

வீச்சு - அலை (சில நேரங்களில் உள்ளங்கையை மேலே எதிர்கொள்ளும் வகையில் கீழ்நோக்கிய அடி)

விரல் எண்ணிக்கை - எண்ணிக்கைகள் சுண்டு விரலிலிருந்து தொடங்கும் மற்றும் எண்ணிக்கைகள் தாலத்தின் வகையைப் பொறுத்தது.

கிரியை - வலது கையை வலமிருந்து இடமாக அசைத்தல்

சர்பினி - வலது கையை இடமிருந்து வலமாக அசைத்தல்

பாதகம் - வலது கையைத் தூக்குதல்

அக்ஷரம் - ஒரு தாளத்தின் ஒவ்வொரு அடியும் (பீட்டும்) "ஒரு அக்ஷரம்" என்று அழைக்கப்படுகிறது.

ஆறு அங்கங்கள் கீழே வரையறுக்கப்பட்டுள்ளன.

லகு - ஒரு லகு என்பது ஒரு தட்டு, அதைத் தொடர்ந்து குறிப்பிட்ட எண்ணிக்கையிலான எண்ணிக்கை. லகுவின் மொத்த அக்ஷரம் தாலத்தின் வகையைப் பொறுத்தது.

துருதம் - இது ஒரு தட்டு தொடர்ந்து ஒரு வீச்சு. இதற்கு மொத்த அக்ஷர காலம் 2.

அனுதுருதம் - இது ஒரு தட்டை மட்டுமே கொண்டது. அக்ஷரத்தைப் பொறுத்தவரை, இதில் ஒரு அக்ஷர காலம் மட்டுமே உள்ளது.

குரு - இது ஒரு தட்டைக் கொண்டுள்ளது மற்றும் மீதமுள்ள அக்ஷரங்களுக்கு (தாலத்தின் வகையைப் பொறுத்து) கை (மூடியபடி) வட்ட இயக்கத்தில் சுழற்றப்படும். இதற்கான இயல்புநிலை அக்ஷரம் 8 ஆகும்.

புளுதம் - இது ஒரு தட்டு, ஒரு கிரியை மற்றும் ஒரு சர்பினி ஆகியவற்றைக் கொண்டுள்ளது. இதற்கான இயல்புநிலை அக்ஷரம் 12 ஆகும்.

காகபாதம் - இது ஒரு தட்டு, ஒரு பாதகம், ஒரு கிரியை மற்றும் ஒரு சர்பினி ஆகியவற்றைக் கொண்டுள்ளது. இதற்கான இயல்புநிலை அக்ஷரம் 16.

ஷோதஷங்கா விளக்க வகை:

ஷதங்கா வகை விளக்கத்தைப் போலவே, ஷோதஷங்கா விளக்கமும் உள்ளது. இங்கு மேலும் ஒரு அங்கம் "விரமம்" சேர்க்கப்பட்டுள்ளது. இங்கு தாலத்தை அளக்க, அக்ஷரங்கள் மற்றும் மாத்திரைகள் என இரண்டு வகையான அளவீடுகள் பயன்படுத்தப்படுகின்றன. நான்கு அக்ஷரங்கள் ஒரு மாத்திரையை உருவாக்குகின்றன. விராமம் சேர்ந்ததால் இங்கு பதினாறு அங்கங்கள் உள்ளன.

பதினாறு அங்கங்களும் அந்தந்த அக்ஷரங்கள் மற்றும் மாத்திரைகளுடன் கீழே கொடுக்கப்பட்டுள்ளன. பெயர், அக்ஷரகாலம் மற்றும் மாத்திரை என்ற வரிசையில் கொடுக்கப்பட்டுள்ளது.

அனுதுருதம் - 1 - 1/4

துருதம் - 2 - 1/2

துருதவிரமம் - 3 - 3/4

லகு - 4 - 1

லகுவிரமம் - 5 - 1.25

லகுதுருதம் - 6 - 1.5

லகுதுருதவிரமம் - 7 - 1.75

குரு - 8 - 2

குருவிரமம் - 9 - 2.25

குருதுருதம் - 10 - 2.5

குருதுருதவிரமம் - 11 - 2.75

புளுதம் - 12 - 3

புளுதவிரமம் - 13 - 3.25

புளுததுருதம் - 14 - 3.5

புளுத துருதவிரமம் - 15 - 3.75

காகபாதம் - 16 - 4

கதி மற்றும் ஜாதி ஆகியவை இரண்டு மிக முக்கியமான சொற்கள். ஐந்து கதிகளும் ஐந்து ஜாதிகளும் உள்ளன.

ஐந்து கதி (அல்லது நடை)

1) சதுர்ரஷ்ர கதி என்பது ஒரு அக்ஷரம் அல்லது பீட் ஒன்றுக்கு நான்கு எழுத்துகள் (அல்லது ஸ்வரங்கள்).

2) திஸ்ர கதி - ஒரு அடிக்கு 3 ஸ்வரங்கள் அல்லது அக்ஷரம்

3) கண்ட கதி - ஒரு அக்ஷரத்திற்கு 5 ஸ்வரங்கள்.

4) மிஸ்ர கதி - ஒரு அக்ஷரத்திற்கு 7 ஸ்வரங்கள்.

5) சங்கீர்ண கதி - ஒரு அக்ஷரத்திற்கு 9 ஸ்வரங்கள்.

ஐந்து ஜாதிகளாவன:

1) சதுர்ரஷ்ர ஜாதி - 4 அடிகள் அல்லது அக்ஷரங்கள்.

2} திஸ்ர ஜாதி - 3 அக்ஷரங்கள்.

3) கண்ட ஜாதி - 5 அக்ஷரங்கள்.

4) மிஸ்ர ஜாதி - 7 அக்ஷரங்கள்.

5) சங்கீர்ண ஜாதி - 9 அக்ஷரங்கள்.

லகுவின் மாறுபாடுகள்:

லகு என்பது தட்டு மற்றும் விரல் எண்ணிக்கைகளின் கலவையாகும். லகுவின் ஜாதியைப் பொறுத்து, லகுவின் மொத்த அக்ஷரம் மாறுபடும். ஜாதி லகுவில் மூன்று அக்ஷரங்கள் இருக்கும் - ஒரு தட்டு மற்றும் இரண்டு விரல் எண்ணிக்கை (1+2). இதேபோல் சதுர்ரஷ்ர லகுவில் முறையே 4(1+3), காந்த லகு - 5(1+4), மிஷ்ர லகு - 7(1+6) மற்றும் சங்கீர்ண லகு - 9(1+8) அச்ஷ்ரம் அல்லது அடிகள் கொண்டிருக்கும்.

தாளத்தின் சில உதாரணங்களாவன

1) துருவம் - லகு, துருதம், லகு, லகு - 1011 - 14

2) மத்யம் - லகு, துருதம், லகு - 101 - 10

3) ரூபகம் - துருதம், லகு - 01 - 6

4) ஜம்பை - லகு, அனுதுருதம், துருதம் - 1U0 - 7

5) திரிபுட - லகு, துருதம், துருதம் - 100 - 8

6) அட - லகு, லகு, துருதம், துருதம் - 1100 - 12

7) ஏகம் - லகு - 1 - 4

8) மிஸ்ரா சப்பு (3+4) - முதல் தட்டுக்கு 3 ஸ்வரங்களும், இரண்டாவது தட்டுக்கு 4 ஸ்வரங்களும்.

9) கண்ட சப்பு (2+3)

10) திஸ்ரா சப்பு (1+2)

11) சங்கீர்னா சப்பு (3+6)

12) விலோமா சப்பு (4+3)

தாளத்தினோடு தொடர்புடைய பிற சொற்கள்/ அம்சங்கள்:

பாடல்களைப் பொறுத்தவரை தாளத்தோடு தொடர்புடைய வேறு சில சொற்கள் (அல்லது அம்சங்கள்) பின்வருமாறு:

1) கிரஹம் அல்லது எடுப்பு: ஒரு பாடலின் தொடக்கப் நேரத்தை குறிப்பிடுகிறது. இது இரண்டு வகையாக பிரிக்கப்பட்டுள்ளது. ஒன்று சமக்ரஹம் மற்றொன்று விஷமக்ரஹம். இந்த விஷமக்ரஹம் அதீத கிரகம் மற்றும் அனகத கிரகம் என பிரிக்கப்பட்டுள்ளது.

சமகிரஹம்: பாடல் மற்றும் தாளம் இரண்டும் ஒரே நேரத்தில் தொடங்கும்.

அதீதகிரஹம்: தாளம் தொடங்கும் முன் பாடல் தொடங்கும்.

அனாகதகிரஹம்: தாளம் தொடங்கிய பிறகு பாடல் தொடங்குகிறது.

2) லயம்: இது பாடலின் வேகத்தை (அல்லது டெம்போ) தீர்மானிக்கிறது. மூன்று வகைகள் உள்ளன.

அ) விளம்பித லயம் (சௌக காலம்) - மெதுவான வேகம்

b) மத்திய லயம் (மத்தியம காலம்) - நடுத்தர வேகம்

c) துருத லயம் (துரித காலம்) - வேகமான வேகம்

நடுத்தர டெம்போ மெதுவான டெம்போவை விட இரட்டிப்பாகவும், வேகமான டெம்போ மெதுவான டெம்போவை விட நான்கு மடங்கு அதிகமாகவும் இருக்கும்.

6. மேஜர் ஸ்கேல்கள்-அடையாளம் காணுதல் மற்றும் வகைகள்

மேஜர் ஸ்கேல் (ராகம்) என்பது பொதுவாக பயன்படுத்தப்படும் இசையின் ஸ்கேல்களில் ஒன்றாகும், குறிப்பாக மேற்கத்திய இசையில். பல இசை ஸ்கேல்களைப் போலவே இது ஏழு ஸ்வரங்களால் ஆனது, மேலும் எட்டாவது உள்ள ஸ்வரம் ஏறக்குறைய முதலாவது ஸ்வரத்தினுடைய அதிர்வெண்ணின் இரு மடங்கு இதனால் அது அதே குறிப்பின் உயர் ஆக்டேவ் (higher octave) என்று அழைக்கப்படுகிறது.

ஒரு மேஜர் ஸ்கேலின் அமைப்பு (C மேஜர்)

ஒரு மேஜர் ஸ்கேல் ஒரு டயடோனிக் ஸ்கேலாகும் (Diatonic Scale). மேஜர் ஸ்கேலின் ஸ்வரங்களுக்கு இடையிலான இடைவெளிகளின் வரிசை பின்வருமாறு:

• முழு, முழு, அரை, முழு, முழு, முழு, அரை

இதில் "முழு (whole) " என்பது முழு தொனியைக் (whole tone) குறிக்கிறது (படத்தில் u-வடிவ வளைவு), மற்றும் "அரை" என்பது ஒரு அரை தொனியைக் (semitone) குறிக்கிறது (படத்தில் உடைந்த கோடு). ஒரு மேஜர் ஸ்கேல் முழு தொனியால் பிரிக்கப்பட்ட இரண்டு ஒத்த டெட்ராகார்டுகளாகக் (tetrachord) காணப்படலாம். ஒவ்வொரு டெட்ராகார்டும் இரண்டு முழு தொனிகளைக் கொண்டுள்ளது, அதைத் தொடர்ந்து ஒரு அரை தொனி:

• முழு, முழு, அரை.

ஒரு ஸ்வரத்திலிருந்து தொடங்கும் மேஜர் ஸ்கேலைக் கண்டறிவதற்கான எளிய சூத்திரம், ***"இரண்டு டோன்கள் (Two tones), ஒரு செமிடோன் (One Semitone), மூன்று டோன்கள் (Three tones), ஒரு செமிடோன் (One Semitone)"*** , இவற்றை ஒரு ஸ்வரத்திலிருந்து ஏறுவரிசையில் நகர்த்தி அமைப்பதன் மூலம் கிடைக்கப்படுகிறது.

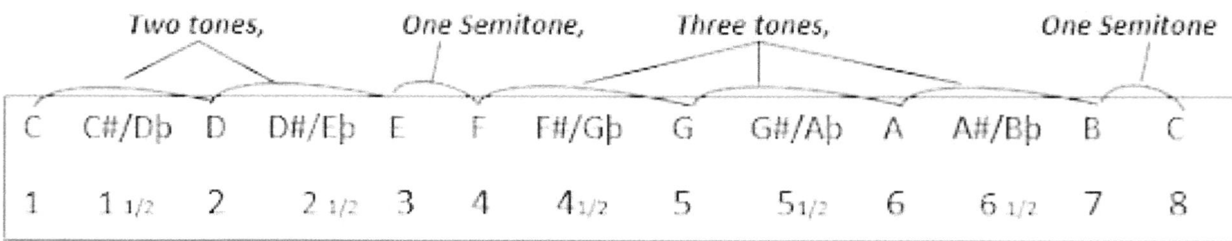

பின்பற்ற வேண்டிய படிகள்

1. குறிப்பிட்ட ஸ்வரத்தின் மேஜர் ஸ்கேவின் ஸ்வரங்களை நீங்கள் அடையாளம் காண அந்த ஸ்வரத்தில் தொடங்கி இசையின் 12 ஸ்வரங்களையும் வரிசையாக எழுதவும், (உதாரணமாக, இங்கு D மேஜர் ஸ்கேலின் ஸ்வரங்களைக் கண்டறிய தேர்ந்தெடுக்கப்பட்டுள்ளது)

D D#/Eb E F F#/Gb G G#/A A A#/Bb B C C#/Db D

2. எளிய சூத்திரத்தைப் பயன்படுத்தவும்

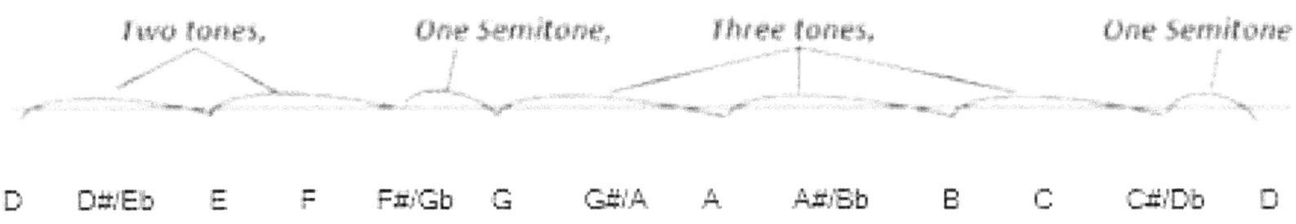

3. குறிக்கப்பட்ட ஸ்வரங்களை எழுதுங்கள், இது தேர்ந்தெடுக்கப்பட்ட மேஜர் ஸ்கேவின் ஸ்வரங்களாக இருக்கும்

D E F#/Gb G A B C#/Db D

4. இதேபோல், 12 மேஜர் ஸ்கேல்களில் எந்த ஸ்கேலின் ஸ்வரங்களையும் கண்டறியலாம்

ஐந்தாவது வட்டம் (THE CIRCLE OF FIFTHS)

1728 ஆம் ஆண்டில் ஜோஹான் டேவிட் ஹெய்னிச்சென் தனது புத்தகமான டெர் ஜெனரல்-பேஸில் விவரித்த ஐந்தாவது வட்டம், இசை குறிப்புகளுக்கு இடையிலான ஒப்பீட்டு ஒத்திசைவான தூரத்தை விளக்குவதற்கு அன்றிலிருந்து பயன்படுத்தப்படுகிறது.

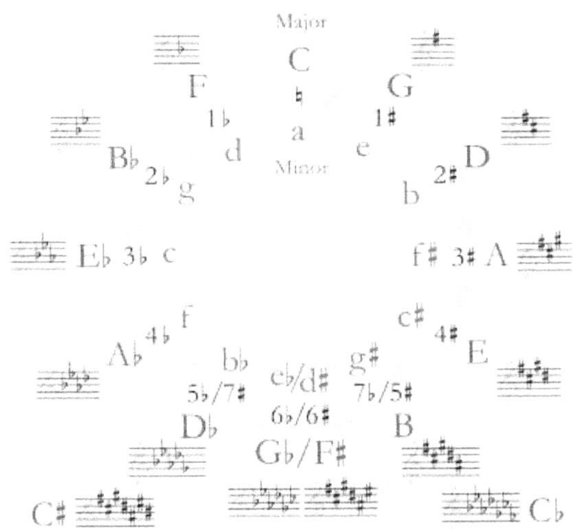

வட்டத்தின் உள்ளே உள்ள எண்கள், தொடக்க குறியீடுகளில் உள்ள ஷார்புகள் (sharps) அல்லது பிளாட்களின் (flats) எண்ணிக்கையைக் காட்டுகின்றன, ஷார்ப் ஸ்வரங்கள் கடிகார திசையில் செல்கின்றன, மேலும் பிளாட் ஸ்வரங்கள் C மேஜரிலிருந்து (அதில் ஷார்ப்கள் அல்லது பிளாட்கள் இல்லை) எதிர் கடிகார திசையில் செல்கின்றன. வட்ட ஏற்பாடுகள் நெறிமுறை உறவுகளைப் பொறுத்தது, F♯ = G♭ இன் மேஜர் ஸ்வரங்களுக்கும் D♯ = E♭ இன் மைனர் ஸ்வரங்களுக்கு பொதுவாக ஆறு ஷார்ப்கள் அல்லது பிளாட்கள் என வட்டம் கணக்கிடுகிறது. ஏழு ஷார்ப்கள் அல்லது பிளாட்கள் மேஜர் ஸ்வரங்களை (C♯ மேஜர் அல்லது C♭ மேஜர்) உருவாக்குகின்றன, அவை ஐந்து பிளாட்கள் அல்லது ஷார்ப்களுடன் (D♭ மேஜர் அல்லது B மேஜராக) மிகவும் எளிதாக உச்சரிக்கப்படலாம்.

பரந்த விதத்தில்

"மேஜர் ஸ்கேல்" என்ற சொல் வேறு சில ஸ்கேல்களின் பெயர்களிலும் பயன்படுத்தப்படுகிறது, அதன் முதல், மூன்றாவது மற்றும் ஐந்தாவது டிகிரி ஒரு ஸ்வரங்கள் மேஜர் ட்ரையடை (கார்ட்) உருவாக்குகிறது, மற்ற ஸ்வரங்கள் அடிப்படை மேஜர் ஸ்கேலிருந்து வேறுபட்டிருக்கலாம்.

ஹார்மோனிக் மேஜர் (harmonic major) ஸ்கேல் என்பது ஆறாவது ஸ்வரம் குறைக்கப்பட்டுள்ளது. எடுத்துக்காட்டு: C-D-E-F-G-A♭-B-C. இது ஹார்மோனிக் மைனர் ஸ்கேலில் இருந்து மூன்றாம் ஸ்வரத்தில் மட்டுமே வேறுபடுகிறது.

மெலோடிக் மேஜர் (melodic major) ஸ்கேல் என்பது ஜாஸ் மைனர் (jazz minor) ஸ்கேலின் ஐந்தாவது பயன்முறையாகும். எடுத்துக்காட்டு: C-D-E-F-G-A♭-B♭-C. இது ஆறாவது மற்றும் ஏழாவது ஸ்வரங்களை குறைப்பதன்

மூலம் மேஜர் ஸ்கேலிருந்து வேறுபடுகிறது மற்றும் மூன்றாவது ஸ்வரத்தை உயர்த்துவதன் மூலம் இயற்கையான மைனர் ஸ்கேலில் இருந்து வேறுபடுகிறது. ஏறுவரிசையில் மேஜர் ஸ்கேலாகவும், இறங்குவரிசையில் மெலோடிக் மேஜராகவும் செல்லும் ஒருங்கிணைந்த ஸ்கேலும் கூட மெலோடிக் மேஜர் என்று அழைக்கப்படுகிறது: C-D-E-F-G-A-B-C-B♭-A♭-G-F-E-D-C (மூன்றாவது ஸ்வரத்தை உயர்த்துவதன் மூலம் மட்டுமே மெலோடிக் மைனரில் இருந்து வேறுபடுகிறது).

இரட்டை ஹார்மோனிக் மேஜர் (double harmonic major) ஸ்கேலில் இரண்டாவது மற்றும் ஆறாவது ஸ்வரங்கள் குறைக்கப்பட்டுள்ளது. எடுத்துக்காட்டு: C-D♭-E-F-G-A♭-B-C. இது ஹங்கேரிய மைனர் ஸ்கேலின் (Hungarian minor scale) ஐந்தாவது பயன்முறையாகும்.

6.1. சரளி வரிசைகள்

1	ஸ	ரி	க	ம	|	ப	த	|	நி	ஸ்	||
	ஸ்	நி	த	ப	|	ம	க	|	ரி	ஸ	||
2	ஸ	ரி-	ஸ	ரி-	|	ஸ	ரி	|	க	ம	||
	ஸ	ரி	க	ம	|	ப	த	|	நி	ஸ்	||
	ஸ்	நி-	ஸ்	நி-	|	ஸ்	நி	|	த	ப	||
	ஸ்	நி	த	ப	|	ம	க	|	ரி	ஸ	||
3	ஸ	ரி	க-	ஸ	|	ரி	க-	|	ஸ	ரி	||
	ஸ	ரி	க	ம	|	ப	த	|	நி	ஸ்	||
	ஸ்	நி	த-	ஸ்	|	நி	த-	|	ஸ்	நி	||
	ஸ்	நி	த	ப	|	ம	க	|	ரி	ஸ	||
4	ஸ	ரி	க	ம-	|	ஸ	ரி	|	க	ம-	||
	ஸ	ரி	க	ம	|	ப	த	|	நி	ஸ்	||
	ஸ்	நி	த	ப-	|	ஸ்	நி	|	த	ப-	||
	ஸ்	நி	த	ப	|	ம	க	|	ரி	ஸ	||
5	ஸ	ரி	க	ம	|	ப	,-	|	ஸ	ரி	||
	ஸ	ரி	க	ம	|	ப	த	|	நி	ஸ்	||
	ஸ்	நி	த	ப	|	ம	,-	|	ஸ்	நி	||
	ஸ்	நி	த	ப	|	ம	க	|	ரி	ஸ	||

6	ஸ	ரி	க	ம	|	ப	த-	|	ஸ	ரி	||
	ஸ	ரி	க	ம	|	ப	த	|	நி	ஸ்	||
	ஸ்	நி	த	ப	|	ம	க-	|	ஸ்	நி	||
	ஸ்	நி	த	ப	|	ம	க	|	ரி	ஸ	||

7	ஸ	ரி	க	ம	|	ப	த	|	நி	,	||
	ஸ	ரி	க	ம	|	ப	த	|	நி	ஸ்	||
	ஸ்	நி	த	ப	|	ம	க	|	ரி	,	||
	ஸ்	நி	த	ப	|	ம	க	|	ரி	ஸ	||

8	ஸ	ரி	க	ம	|	ப	ம	|	க	ரி	||
	ஸ	ரி	க	ம	|	ப	த	|	நி	ஸ்	||
	ஸ்	நி	த	ப	|	ம	ப	|	த	நி	||
	ஸ்	நி	த	ப	|	ம	க	|	ரி	ஸ	||

9	ஸ	ரி	க	ம	|	ப	ம	|	த	ப	||
	ஸ	ரி	க	ம	|	ப	த	|	நி	ஸ்	||
	ஸ்	நி	த	ப	|	ம	ப	|	க	ம	||
	ஸ்	நி	த	ப	|	ம	க	|	ரி	ஸ	||

10	ஸ	ரி	க	ம	|	ப	,	|	க	ம	||
	ப	,	,	,	|	ப	,	|	,	,	||
	க	ம	ப	த	|	நி	த	|	ப	ம	||
	க	ம	ப-	க	|	ம	க	|	ரி	ஸ	||

11	ஸ்	,	நி	த	|	நி	,	|	த	ப	||
	த	,	ப	ம	|	ப	,	|	ப	,	||
	க	ம	ப	த	|	நி	த	|	ப	ம	||
	க	ம	ப-	க	|	ம	க	|	ரி	ஸ	||

12	ஸ்	ஸ்	நி	த	|	நி	நி	|	த	ப	||
	த	த	ப	ம	|	ப	,	|	ப	,	||
	க	ம	ப	த	|	நி	த	|	ப	ம	||
	க	ம	ப-	க	|	ம	க	|	ரி	ஸ	||

13	ஸ	ரி	க	ரி	|	க	,-	|	க	ம	||
	ப	ம	ப	,-	|	த	ப	|	த	,	||
	ம	ப	த	ப	|	த	நி	|	த	ப	||
	ம	ப	த	ப	|	ம	க	|	ரி	ஸ	||
14	ஸ	ரி	க	ம	|	ப	,	|	ப	,	||
	த	த	ப	,	|	ம	ம	|	ப	,	||
	த	நி	ஸ்	,	|	ஸ்	நி	|	த	ப	||
	ஸ்	நி	த	ப	|	ம	க	|	ரி	ஸ	||

7. மேஜர் ஸ்கேல்கள் மற்றும் தொடர்புடைய கார்டுகள்

மேஜர் ஸ்கேலில் உள்ள ஸ்வரங்கள்/ கார்டுகளின் அட்டவணை:

	T	T	S	T	T	T	S
I - KEY	ii – minor	iii – minor	IV – Major	V – Major	vi – minor	vii - dim	VIII - key
F	Gm	Am	B♭	C	Dm	Edim	F
C	Dm	Em	F	G	Am	Bdim	C
G	Am	Bm	C	D	Em	F♯dim	G
D	Em	F♯m	G	A	Bm	C♯dim	D
A	Bm	C♯m	D	E	F♯m	G♯dim	A
E	F♯m	G♯m	A	B	C♯m	D♯dim	E
B	C♯m	D♯m	E	F♯	G♯m	A♯dim	B
C♭	D♭m	E♭m	F♭	G♭	A♭m	B♭dim	C♭
F♯	G♯m	A♯m	B	C♯	D♯m	E♯dim	F♯
G♭	A♭m	B♭m	C♭	D♭	E♭m	Fdim	G♭
C♯	D♯m	E♯m	F♯	G♯	A♯m	B♯dim	C♯
D♭	E♭m	Fm	G♭	A♭	B♭m	Cdim	D♭
A♭	B♭m	Cm	D♭	E♭	Fm	Gdim	A♭
E♭	Fm	Gm	A♭	B♭	Cm	Ddim	E♭
B♭	Cm	Dm	E♭	F	Gm	Adim	B♭

ஒரே வண்ணம் தீட்டப்பட்டவை சீராக சமமானவை. இதன் கார்டுகளும் ஒன்றுக்கொன்று ஒத்ததாக இருக்கும்.

7.1. கிட்டாரில் மேஜர்/ மைனர் (MAJOR/MINOR CHORDS) கார்டுகளின் இருப்பிடம்:

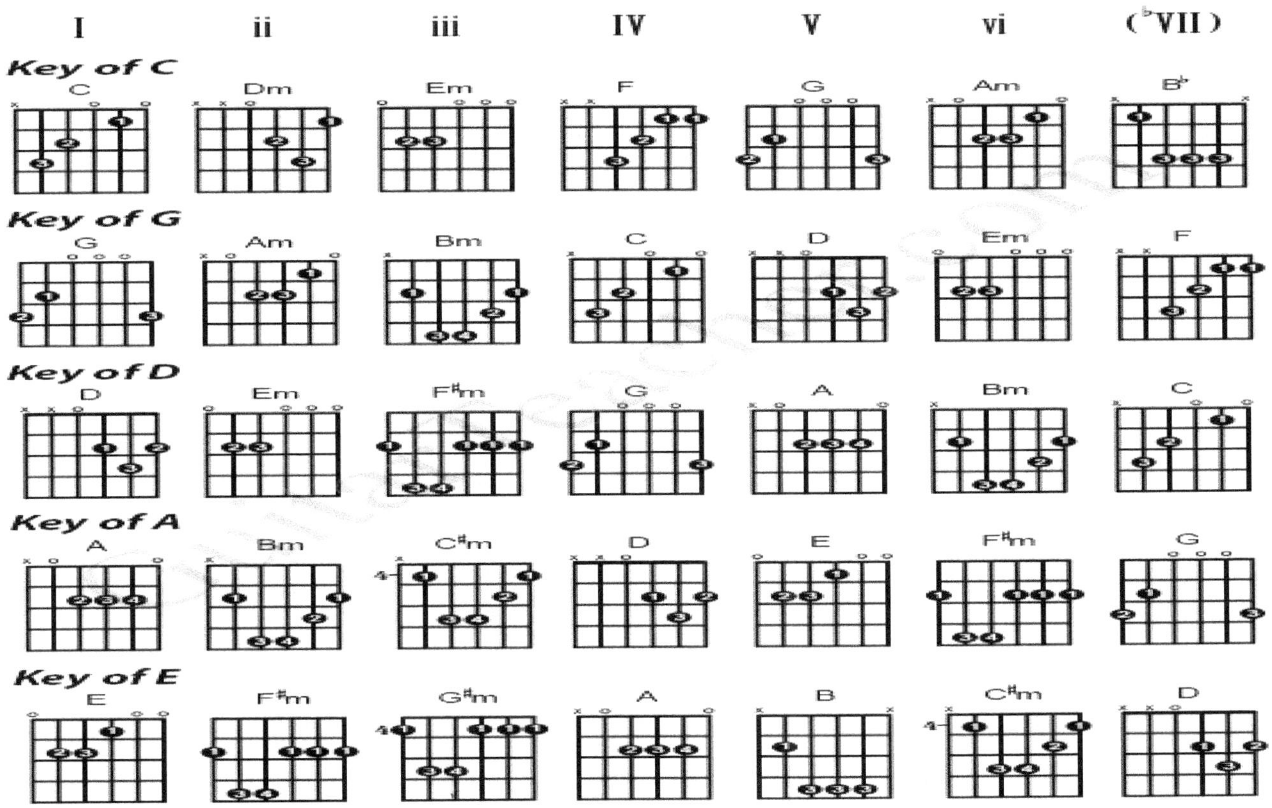

7.2. கீபோர்டில் மேஜர்/ மைனர் (MAJOR/MINOR CHORDS) கார்டுகளின் இருப்பிடம்:

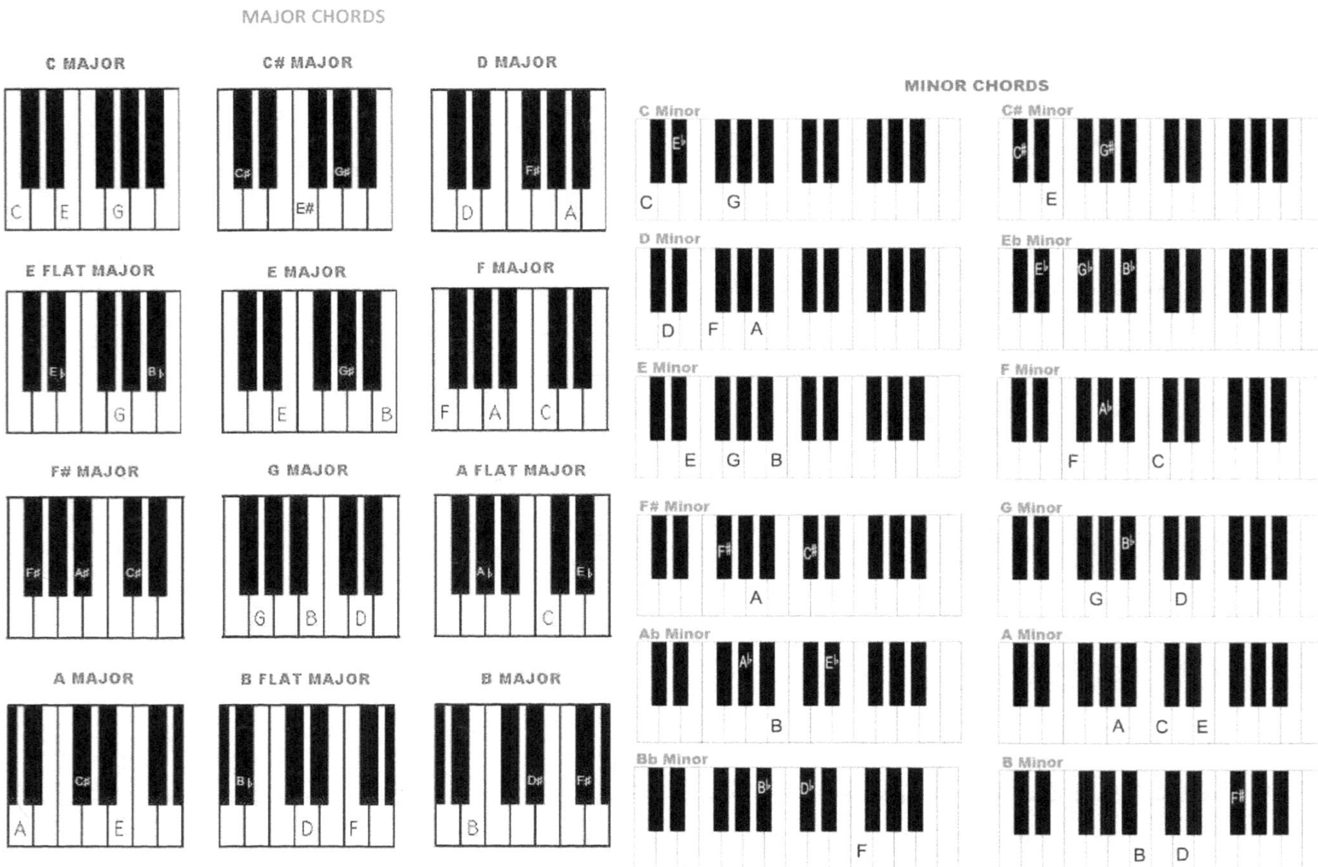

8. மைனர் ஸ்கேல்கள்-அடையாளம் காணுதல் மற்றும் வகைகள்

மைனர் ஸ்கேல்கள் மேஜர் ஸ்கேல்களை விட வித்தியாசமாக ஒலிக்கின்றன. மைனர் ஸ்கேலின் மூன்றாவது ஸ்வரம் ஒரு குறுகிய இடைவெளியாக இருக்கிறது, மேஜர் ஸ்கேலின் மூன்றாவது ஸ்வரம் ஒரு நீண்ட இடைவெளியாகும். அரை படி குறுகிய ஒரு மூன்றாவது ஸ்வரம் மைனர் ஸ்கேல் மற்றும் மேஜர் ஸ்கேல் ஆகியவற்றில் அனைத்து வித்தியாசத்தையும் ஏற்படுத்துகிறது.

மூன்று வெவ்வேறு வகையான மைனர் ஸ்கேல்கள்

மூன்று வகையான மைனர் ஸ்கேல்கள்: இயல்பான (நேட்சுரல் (natural)), ஹார்மோனிக் (harmonic) மற்றும் மெலோடிக் (melodic).

இயல்பான மைனர் ஸ்கேல் (வெறுமனே மைனர் ஸ்கேல்)

கட்டமைக்க எளிதான மைனர் ஸ்கேல்கள் இயல்பான மைனர் ஸ்கேலாகும். இயல்பான மைனரை அதன் தொடர்புடைய மேஜர் ஸ்கேலின் அடிப்படையில் நாம் சிந்திக்கலாம். ஒவ்வொரு இயல்பான மைனர் ஸ்கேலிலும் அதே இடைவெளிகள் பயன்படுத்துகிறது. C மேஜர் ஸ்கேலில் C D E F G A B C என்னும் ஸ்வரங்கள் உள்ளன. ஆறாவது ஸ்வரம் வரை நகர்ந்து அல்லது இரண்டு ஸ்வரங்கள் கீழே நகர்த்தி, ஸ்கேலை கட்டமைத்தால், A B C D E F G A என்னும் ஸ்வரங்களுடன் அத A மைனர் (இயல்பான) அளவுகோலாகும்.

ஒரு மைனர் ஸ்கேலிற்கான அமைப்பு (A மைனர்)

மைனர் ஸ்கேலிற்கான ஸ்வரங்களுக்கு இடையிலான இடைவெளிகளின் வரிசை:

• முழு, பாதி, முழு, முழு, பாதி, முழு, முழு

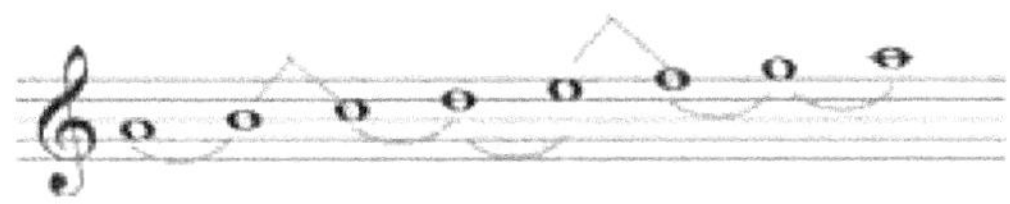

"முழு" என்பது முழு தொனியையும் (டோன்) (உருவத்தில் சிவப்பு u-வடிவ வளைவு) மற்றும் "பாதி" என்பது பாதி தொனியையும் (செமிடோன்) (படத்தில் சிவப்பு உடைந்த கோடு) குறிக்கிறது. ஒரு மைனர் ஸ்கேல் என்பது இரண்டு ஒத்த டெட்ராகார்டுகளுடன் முடிவில் முழு தொனி இருப்பதாக காணப்படலாம். ஒவ்வொரு டெட்ராகார்டும் ஒரு செமிடோன் மூலம் பிரிக்கப்பட்ட இரண்டு முழு டோன்களைக் கொண்டுள்ளது:

• முழு, பாதி, முழு

ஒரு குறிப்பிற்கான மைனர் ஸ்கேலைக் கண்டறிவதற்கான எளிய சூத்திரம், ***"ஒரு டோன், ஒரு செமிடோன், இரண்டு டோன்கள், ஒரு செமிடோன், இரண்டு டோன்கள்"*** (“***One tone, One Semitone, Two tones, One Semitone, Two tones***”)இவற்றை ஒரு ஸ்வரத்திலிருந்து

ஏறுவரிசையில் நகர்த்துவதன் மூலம் அதை அமைக்கலாம்.

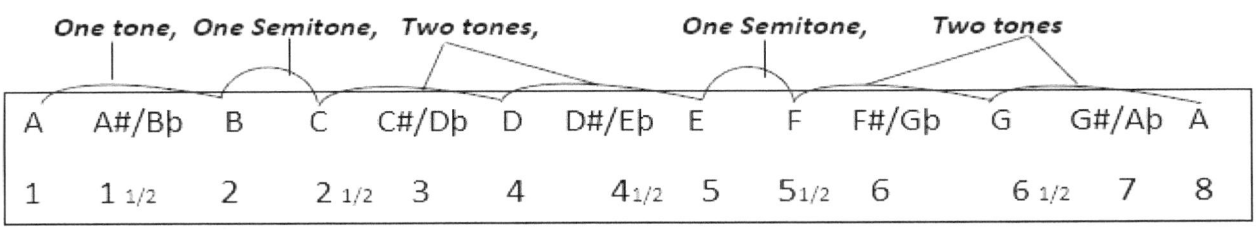

பின்பற்ற வேண்டிய படிகள்

1. குறிப்பிட்ட ஸ்வரத்தின் மைனர் ஸ்கேவின் ஸ்வரங்களை நீங்கள் அடையாளம் காண அந்த ஸ்வரத்தில் தொடங்கி இசையின் 12 ஸ்வரங்களையும் வரிசையாக எழுதவும், (உதாரணமாக, இங்கு D மைனர் ஸ்கேலின் ஸ்வரங்களைக் கண்டறிய தேர்ந்தெடுக்கப்பட்டுள்ளது)

D D#/Eb E F F#/Gb G G#/A A A#/Bb B C C#/Db D

2. எளிய சூத்திரத்தைப் பயன்படுத்தவும்

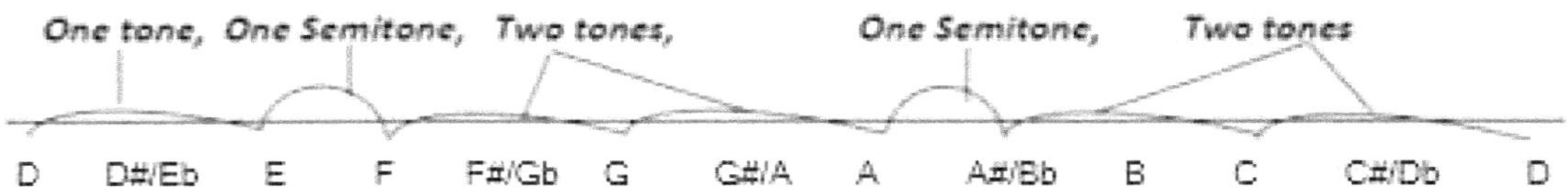

3. குறிக்கப்பட்ட ஸ்வரங்களை எழுதுங்கள், இது தேர்ந்தெடுக்கப்பட்ட மைனர் ஸ்கேவின் ஸ்வரங்களாக இருக்கும்

D E F G A A#/Bb C D

4. இதேபோல், 12 மைனர் ஸ்கேல்களில் எந்த ஸ்கேலின் ஸ்வரங்களையும் கண்டறியலாம்

ஹார்மோனிக் மைனர் (Harmonic Minor)

ஹார்மோனிக் மைனர் ஸ்கேலின் ஏழாவது ஸ்வரம் அரை படி உயர்த்தப்பட்டதைத் தவிர இயல்பான மைனர் ஸ்கேலைப் போன்றது,. சில இசைக்கலைஞர்கள் இந்த வகை மைனர் ஸ்கேலை விரும்புகிறார்கள், ஏனெனில் ஏழாவது ஸ்வரம் இந்த ஸ்கேலின் டானிக் ஸ்வரமாகி சிறப்பாக இருக்கிறது. ஹார்மோனிக் மைனர் ஸ்கேலில் உள்ள இடைவெளிகள் இப்படிச் செல்கின்றன: முழு, பாதி, முழு, முழு, பாதி, முழு மற்றும் பாதி, பாதி.

மெலோடிக் மைனர் (Melodic Minor)

ஆறாவது மற்றும் ஏழாவது ஸ்வரங்களுக்கு இடையிலான இடைவெளி ஹார்மோனிக் மைனர் ஸ்கேலில் மூன்று அரை படிகள் ஆகும், மேலும் மேற்கத்திய ஸ்கேல்களில் இரண்டு அரை படிகளை விட அகலமான அளவில் எப்போதாவது இடைவெளி இருக்கும். எனவே மெலோடிக் மைனர் ஸ்கேலில் இயல்பான மைனர் ஸ்கேலின் ஆறாவது மற்றும் ஏழாவது ஸ்வரங்கள் இரண்டும் அரை படி உயர்த்தப்பட்டிருக்கும், இதன் விளைவாக முழு அல்லது பாதி குறிப்பு இடைவெளி ஏற்படுகிறது. மெலோடிக் மைனர் ஸ்கேலில் உள்ள இடைவெளிகள் இப்படி செல்கின்றன: முழு, பாதி, முழு, முழு, முழு, முழு, பாதி.

மூன்று மைனர் ஸ்கேல்களை தாண்டி, சில இசைக் கோட்பாட்டாளர்கள் இந்த மெலோடிக் மைனர் ஸ்கேலை "ஏறுவரிசையில்" செல்லும்போது மட்டுமே பயன்படுத்துகின்றனர் (ஏறும் மெலோடிக் மைனர் ஸ்கேல்) மற்றும் மீண்டும் இறங்குவரிசையில் செல்லும் போது (இறங்கும் மெலோடிக் மைனர் ஸ்கேல்) மட்டும், மற்றும் மற்றதற்கு மைனர் ஸ்கேலின் ஸ்வரங்களைப் பயன்படுத்துகின்றனர். எனவே ஆறாவது மற்றும் ஏழாவது ஸ்வரம் ஏறுவரிசையில் வாசிக்கும் பொழுது உயர்த்தப்படுகிறது, ஆனால் இறங்குவரிசையில் இல்லை அல்லது நேர்மாறாக. எனவே, கலவைகள் எப்போதும் சாத்தியமாகும்.

9. மைனர் ஸ்கேல்கள் மற்றும் தொடர்புடைய கார்டுகள்

மைனர் ஸ்கேலில் உள்ள ஸ்வரங்கள்/ கார்டுகளின் அட்டவணை:

Minor Keys	i	ii°	III	iv	v	VI	VII
Cm	Cm	D°	E♭	Fm	Gm	A♭	B♭
C♯m	C♯m	D♯°	E	F♯m	G♯m	A	B
Dm	Dm	E°	F	Gm	Am	B♭	C
D♯m	D♯m	E♯°	F♯	G♯m	A♯m	B	C♯
E♭m	E♭m	F°	G♭	A♭m	B♭m	C♭	D♭
Em	Em	F♯°	G	Am	Bm	C	D
Fm	Fm	G°	A♭	B♭m	Cm	D♭	E♭
F♯m	F♯m	G♯°	A	Bm	C♯m	D	E
Gm	Gm	A°	B♭	Cm	Dm	E♭	F
G♯m	G♯m	A♯°	B	C♯m	D♯m	E	F♯
A♭m	A♭m	B♭°	C♭	D♭m	E♭m	F♭	G♭
Am	Am	B°	C	Dm	Em	F	G
A♯m	A♯m	B♯°	C♯	D♯m	E♯m	F♯	G♯
B♭m	B♭m	C°	D♭	E♭m	Fm	G♭	A♭
Bm	Bm	C♯°	D	Em	F♯m	G	A

மேலே உள்ள கார்டுகளின் அட்டவணையில் ஒவ்வொரு ஸ்வரத்திற்கும் அதற்கு தொடர்பாக உள்ள பொதுவான ட்ரையட்ஸ் (triads) குறிப்பிடப்பட்டுள்ளது. ரோமன் எண்கள் அந்த ஸ்கேலிற்கு தொடர்பான ஒவ்வொரு கார்டினுடைய இடத்தை குறிக்கிறது.

9.1. மேஜர் ஸ்கேல்களில் தொடர்புடைய மேஜர் மற்றும் மைனர் கார்ட்களின் கார்டுகள் முன்னேற்றத்தைக் கற்றுக்கொள்வதற்கான பயிற்சி:

குறிப்பு: மேஜர் ஸ்கேலில் எந்தவொரு தொடர்புடைய மேஜர் மற்றும் மைனர் கார்டுகளையும் பயிற்சி செய்ய இதைப் பயன்படுத்தலாம். **I-** டோனிக் (tonic) குறிப்பின் மேஜர் கார்டை (முதல் குறிப்பு அல்லது ரூட் குறிப்பு) குறிக்கிறது, **IV-** சப்டாமினன்ட் (subdominant) குறிப்பின் மேஜர் கார்டை (நான்காவது குறிப்பு) குறிக்கிறது, **V-** டாமினன்ட் (dominant) குறிப்பின் மேஜர் கார்டை (ஐந்தாவது குறிப்பு) குறிக்கிறது, **ii- -** சூப்பர்டோனிக் (supertonic) குறிப்பின் (இரண்டாம் குறிப்பு) மைனர் கார்டை குறிக்கிறது, **iii- -** மீடியன்ட் (mediant) குறிப்பின் மைனர் கார்டை (மூன்றாவது குறிப்பு) குறிக்கிறது, **vi- -** சப்மீடியன்ட் (submediant) குறிப்பின் மைனர் கார்டை (ஆறாவது குறிப்பு) குறிக்கிறது

ஒவ்வொரு பயிற்சியையும் **2** முறை அல்லது **4** முறை செய்யவும் மற்றும் **4/4** மற்றும் **2/4, 3/4, 5/4, 6/4, 7/4** மற்றும் **9/4** போன்ற மெட்ரோனோமில் பொருத்தமான ரிதம் அமைப்புகள பயன்படுத்தவும்.

மேலும், கீபோர்டில் வெவ்வேறு விதங்களில் இசையை பெற இடது கையில் சில நேர இடைவெளிகளையும் வலது கையில் சில நேர இடைவெளிகளையும் வாசிக்க முயற்சிக்கவும். மேலும் கிட்டார் அல்லது சரம் கருவியில் வெவ்வேறு வடிவங்களைப் பெற, சில நேர இடைவெளிகளைக் கீழ் ஸ்ட்ரம்மிங் (down strumming), சில நேர இடைவெளிகளை மேல் ஸ்ட்ரம்மிங் (up strumming) செய்ய முயற்சிக்கவும்.

1.

I , , ,	IV , , ,	V , , ,
ii , , ,	iii , , ,	vi , , ,
vi , , ,	iii , , ,	ii , , ,
V , , ,	IV , , ,	I , , ,

2.

I , I ,	IV , IV ,	V , V ,
ii , ii ,	iii , iii ,	vi , vi ,
vi , vi ,	iii , iii ,	ii , ii ,
V , V ,	IV , IV ,	I , I ,

3.

I I I I	IV IV IV IV	V V V V
ii ii ii ii	iii iii iii iii	vi vi vi vi
vi vi vi vi	iii iii iii iii	ii ii ii ii
V V V V	IV IV IV IV	I I I I

4.

I , I I	IV , IV IV	V , V V
ii , ii ii	iii , iii iii	vi , vi vi
vi , vi vi	iii , iii iii	ii , ii ii
V , V V	IV , IV IV	I , I I

5.

I I I ,	IV IV IV ,	V V V ,
ii ii ii ,	iii iii iii ,	vi vi vi ,
vi vi vi ,	iii iii iii ,	ii ii ii ,
V V V ,	IV IV IV ,	I I I ,

6.

I I , I	IV IV , IV	V V , V
ii ii , ii	iii iii , iii	vi vi , vi
vi vi , vi	iii iii , iii	ii ii , ii
V V , V	IV IV , IV	I I , I

7.

I I , ,	IV IV , ,	V V , ,
ii ii , ,	iii iii , ,	vi vi , ,
vi vi , ,	iii iii , ,	ii ii , ,
V V , ,	IV IV , ,	I I , ,

8.

I , , I	IV , , IV	V , , V
ii , , ii	iii , , iii	vi , , vi
vi , , vi	iii , , iii	ii , , ii

V , , V	IV , , IV	I , , I

9.

I I	IV IV	V V
ii ii	iii iii	vi vi
vi vi	iii iii	ii ii
V V	IV IV	I I

10.

I I I	IV IV IV	V V V
ii ii ii	iii iii iii	vi vi vi
vi vi vi	iii iii iii	ii ii ii
V V V	IV IV IV	I I I

11.

I I I I I	IV IV IV IV IV	V V V V V
ii ii ii ii ii	iii iii iii iii iii	vi vi vi vi vi
vi vi vi vi vi	iii iii iii iii iii	ii ii ii ii ii
V V V V V	IV IV IV IV IV	I I I I I

12.

I I I I I I	IV IV IV IV IV IV	V V V V V V
ii ii ii ii ii ii	iii iii iii iii iii iii	vi vi vi vi vi vi
vi vi vi vi vi vi	iii iii iii iii iii iii	ii ii ii ii ii ii
V V V V V V	IV IV IV IV IV IV	I I I I I I

13.

I I I I I I I	IV IV IV IV IV IV IV	V V V V V V V
ii ii ii ii ii ii ii	iii iii iii iii iii iii iii	vi vi vi vi vi vi vi
vi vi vi vi vi vi vi	iii iii iii iii iii iii iii	ii ii ii ii ii ii ii
V V V V V V V	IV IV IV IV IV IV IV	I I I I I I I

14.

I I I I I I I I I	IV IV IV IV IV IV IV IV IV	V V V V V V V V V
ii ii ii ii ii ii ii ii ii	iii iii iii iii iii iii iii iii iii	vi vi vi vi vi vi vi vi vi
vi vi vi vi vi vi vi vi vi	iii iii iii iii iii iii iii iii iii	ii ii ii ii ii ii ii ii ii
V V V V V V V V V	IV IV IV IV IV IV IV IV IV	I I I I I I I I I

9.2. மைனர் ஸ்கேல்களில் தொடர்புடைய மைனர் மற்றும் மேஜர் கார்ட்களின் கார்டுகள் முன்னேற்றத்தைக் கற்றுக்கொள்வதற்கான பயிற்சி:

குறிப்பு: மைனர் ஸ்கேலில் எந்தவொரு தொடர்புடைய மைனர் மற்றும் மேஜர் கார்டுகளையும் பயிற்சி செய்ய இதைப் பயன்படுத்தலாம். i- டோனிக் (tonic) குறிப்பின் மைனர் கார்டை (முதல் குறிப்பு அல்லது ரூட் குறிப்பு) குறிக்கிறது, iv- சப்டாமினன்ட் (subdominant) குறிப்பின் மைனர் கார்டை (நான்காவது குறிப்பு) குறிக்கிறது, v- டாமினன்ட் (dominant) குறிப்பின் மைனர் கார்டை (ஐந்தாவது குறிப்பு) குறிக்கிறது, iii- - மீடியன்ட் (mediant) குறிப்பின் மேஜர் கார்டை (மூன்றாவது குறிப்பு) குறிக்கிறது, vi- - சப்மீடியன்ட் (submediant) குறிப்பின் மேஜர் கார்டை (ஆறாவது குறிப்பு) குறிக்கிறது, vii- - சப்டோனிக் (subtonic) குறிப்பின் (ஏழாவது குறிப்பு) மேஜர் கார்டை குறிக்கிறது.

ஒவ்வொரு பயிற்சியையும் 2 முறை அல்லது 4 முறை செய்யவும் மற்றும் 4/4 மற்றும் 2/4, 3/4, 5/4, 6/4, 7/4 மற்றும் 9/4 போன்ற மெட்ரோனோமில் பொருத்தமான ரிதம் அமைப்புகள பயன்படுத்தவும்.

மேலும், கீபோர்டில் வெவ்வேறு விதங்களில் இசையை பெற இடது கையில் சில நேர இடைவெளிகளையும் வலது கையில் சில நேர இடைவெளிகளையும் வாசிக்க முயற்சிக்கவும். மேலும் கிட்டார் அல்லது சரம் கருவியில் வெவ்வேறு வடிவங்களைப் பெற, சில நேர இடைவெளிகளைக் கீழ் ஸ்ட்ரம்மிங் (down strumming), சில நேர இடைவெளிகளை மேல் ஸ்ட்ரம்மிங் (up strumming) செய்ய முயற்சிக்கவும்.

1.	i , , ,	iv , , ,	v , , ,
	III , , ,	VI , , ,	VII , , ,
	VII , , ,	VI , , ,	III , , ,
	v , , ,	iv , , ,	i , , ,
2.	i , i ,	iv , iv ,	v , v ,
	III , III ,	VI , VI ,	VII , VII ,
	VII , VII ,	VI , VI ,	III , III ,
	v , v ,	iv , iv ,	i , i ,
3.	i i i i	iv iv iv iv	v v v v
	III III III III	VI VI VI VI	VII VII VII VII
	VII VII VII VII	VI VI VI VI	III III III III
	v v v v	iv iv iv iv	i i i i
4.	i , i i	iv , iv iv	v , v v
	III , III III	VI , VI VI	VII , VII VII
	VII , VII VII	VI , VI VI	III , III III
	v , v v	iv , iv iv	i , i i

5.

i i i ,	iv iv iv ,	v v v ,
III III III ,	VI VI VI ,	VII VII VII ,
VII VII VII ,	VI VI VI ,	III III III ,
v v v ,	iv iv iv ,	i i i ,

6.

i i , i	iv iv , iv	v v , v
III III , III	VI VI , VI	VII VII , VII
VII VII , VII	VI VI , VI	III III , III
v v , v	iv iv , iv	i i , i

7.

i i , ,	iv iv , ,	v v , ,
III III , ,	VI VI , ,	VII VII , ,
VII VII , ,	VI VI , ,	III III , ,
v v , ,	iv iv , ,	i i , ,

8.

i , , i	iv , , iv	v , , v
III , , III	VI , , VI	VII , , VII
VII , , VII	VI , , VI	III , , III
v , , v	iv , , iv	i , , i

9.

i i	iv iv	v v
III III	VI VI	VII VII
VII VII	VI VI	III III
v v	iv iv	i i

10.

i i i	iv iv iv	v v v
III III III	VI VI VI	VII VII VII
VII VII VII	VI VI VI	III III III
v v v	iv iv iv	i i i

11.

i i i i i	iv iv iv iv iv	v v v v v
III III III III III	VI VI VI VI VI	VII VII VII VII VII
VII VII VII VII VII	VI VI VI VI VI	III III III III III
v v v v v	iv iv iv iv iv	i i i i i

12.

i i i i i i	iv iv iv iv iv iv	v v v v v v
III III III III III III	VI VI VI VI VI VI	VII VII VII VII VII VII

VII VII VII VII VII VII	VI VI VI VI VI VI	III III III III III III
v v v v v v	iv iv iv iv iv iv	i i i i i i

13.

i i i i i i i	iv iv iv iv iv iv iv	v v v v v v v
III III III III III III III	VI VI VI VI VI VI VI	VII VII VII VII VII VII VII
VII VII VII VII VII VII VII	VI VI VI VI VI VI VI	III III III III III III III
v v v v v v v	iv iv iv iv iv iv iv	i i i i i i i

14.

i i i i i i i i i	iv iv iv iv iv iv iv iv iv	v v v v v v v v v
III III III III III III III III III	VI VI VI VI VI VI VI VI VI	VII VII VII VII VII VII VII VII VII
VII VII VII VII VII VII VII VII VII	VI VI VI VI VI VI VI VI VI	III III III III III III III III III
v v v v v v v v v	iv iv iv iv iv iv iv iv iv	i i i i i i i i i

9.3. தொடர்புடைய மேஜர் மற்றும் மைனர் ஸ்கேல்கள்

ஒவ்வொரு இயல்பான மைனர் ஸ்கேலும் ஒரு குறிப்பிட்ட மேஜர் ஸ்கேலுடன் அதே டோன்களைப் பகிர்ந்து கொள்கிறது. எந்த மைனர் ஸ்கேல் எந்த மேஜர் ஸ்கேலுடன் பொருந்துகிறது என்பதை பின்வரும் அட்டவணை உங்களுக்குக் காட்டுகிறது.

மேஜர் ஸ்கேல்	**தொடர்புடைய இயல்பான மைனர் ஸ்கேல்**
C மேஜர்	A மைனர்
C-ஷார்ப் மேஜர்	A- ஷார்ப் மைனர்
D-பிளாட் மேஜர்	B-பிளாட் மைனர்
D மேஜர்	B மைனர்
E-பிளாட் மேஜர்	C மைனர்
E மேஜர்	D-பிளாட் (C- ஷார்ப்) மைனர்
F மேஜர்	D மைனர்
F- ஷார்ப் மேஜர்	D- ஷார்ப் மைனர்
G-பிளாட் மேஜர்	E-பிளாட் மைனர்
G மேஜர்	E மைனர்
A-பிளாட் மேஜர்	F மைனர்

A மேஜர்	F- ஷார்ப் (G-பிளாட்) மைனர்
B-பிளாட் மேஜர்	G மைனர்
B மேஜர்	G- ஷார்ப் மைனர்
C-பிளாட் மேஜர்	A-பிளாட் மைனர்

10. பயிற்சியின் முக்கியத்துவம்

“ஒரு மேதை! 37 ஆண்டுகளாக நான் ஒரு நாளைக்கு பதினான்கு மணிநேரம் பயிற்சி செய்தேன், இப்போது அவர்கள் என்னை ஒரு மேதை என்று அழைக்கிறார்கள்! - பாப்லோ சரசடே (ஸ்பானிஷ் வயலின் கலைஞர்)

ஒரு நபர், தான் தற்போது இருக்கும் நிலையில் இருந்து, தான் விரும்பும் நபராக மாறுவதற்கு பயிற்சி உதவும். இது நல்லதிற்கும் சிறந்ததற்கும், சாதாரணமானதற்கும் அற்புதமானதற்கும் இடையேயான வித்தியாசத்தை ஏற்படுத்தும். அனைத்து பயிற்சிகளுக்கும் கடின உழைப்பு தேவை.

இசை ஆய்வு திறன்கள்

பல்வேறு ஆய்வு திறன்கள், இசையை மனப்பாடம் செய்வதன் மூலம் நமது முன்னேற்றத்தைத் துரிதப்படுத்தும்.

திரும்பத் திரும்ப பயிற்சி செய்தலும் மனப்பாடம் செய்தலும்

சிரமமின்றி வாசிக்க கற்றுக்கொள்ள, துல்லியமாக மீண்டும் மீண்டும் வாசிக்க கற்றுக்கொள்ளுங்கள். துல்லியமாக மீண்டும் மீண்டும் வாசிக்க, சிறிய பிட்களாக பயிற்சி செய்யுங்கள், அது நிதானமாக சரியாக்கப்பட்டதாக இருக்கும். நினைவில் நீடித்த தாக்கத்தை ஏற்படுத்த, போதுமான அளவு மறுபடியும் வரும் காரியங்களின் வேகத்தை அதிகரியுங்கள், முன்னேற்றம் சரியாக வாசித்தல், துல்லியம், போதுமான நிலைத்தன்மை மற்றும் வேகம் ஆகியவற்றின் கலவையைப் பொறுத்தது.

ஒவ்வொரு சிறிய அளவிலும் இலக்குகளுடன் தெளிவாக இருங்கள். நிறைவேற்றப்பட வேண்டிய படியின் தெளிவான காட்சியைப் பெறுங்கள், ஒரு வாசிக்கக்கூடிய பகுதியை பயிற்சி செய்வதை உறுதிசெய்து, சரியான திசையில் நகர்வதை உறுதிசெய்ய பாருங்கள்.

உங்களால் தாங்கக்கூடியதை விட அதிகமாக எடுத்துக் கொள்ளாதீர்கள். முயற்சி செய்யுங்கள், மதிப்பீடு செய்யுங்கள் மற்றும் மீண்டும் பயிற்சி செய்யுங்கள். அளவுகளை கவனமாக மீண்டும் மீண்டும் பயிற்சி செய்யவும், அதனால் இலக்கை அடைய முடியும். உணர்சிவச படாமலோ விரக்தி அடையாமலோ இருப்பதை உறுதிசெய்து, தொடங்கியதை முடிக்க முயலுங்கள். ஒவ்வொரு நாளும் ஒரு சிறிய திடமான சாதனை மூலம் திருப்தி அடையுங்கள்.

பயிற்சியின் போது இலக்கிலிருந்து வேறு இலக்குக்கு மாறவும். மனதில் ஒரு இலக்கை வைத்து கொள்ளுங்கள்; இலக்கிலிருந்து இலக்குக்கு கவனத்தை மாற்ற கற்றுக்கொள்ளுங்கள்; நிலையான நேரத்துடன், நல்ல தொனியுடன், சரியான விரல்களின் நிலைகளுடன் வாசியுங்கள்.

பயிற்சி செய்வதை அதிகமாக விரும்புங்கள்

"ஒரு மரத்தை வெட்ட எனக்கு ஆறு மணி நேரம் கொடுங்கள், முதல் நான்கு நேரத்தை கோடரியை கூர்மைப்படுத்த நான் செலவிடுவேன்." - ஆபிரகாம் லிங்கன்

பயிற்சி உறுதியானது. உந்துதல் மற்றும் உத்வேகம் சில நேரங்களில் விரைவாக மறைந்திடும் ஆனால் பயிற்சி நடைமுறையாக்கப்படக்கூடியது மற்றும் நம்பகத்தன்மையுடையது. இது அட்டவணையாக்கப்பட்டு, திட்டமிடப்பட்டு, உறுதியளிக்கப்பட்டதாக இருக்கலாம். பயிற்சியின் ஆற்றலையும் அதனால் கிடைக்கும் வெகுமதிகளையும் உணர்ந்து எப்போது வேண்டுமானாலும் அதை மீட்டெடுக்க முடியும்.

இலக்குகள், விரும்பத்தக்க திறன்கள், கலை நுட்பங்கள் மற்றும் படைப்பாற்றல் பற்றிய கனவுகள் எதுவாக இருந்தாலும், அதை செயலாக்கப்படுத்த ஒரு நிலையான, அசைக்க முடியாத பயிற்சியை உருவாக்குங்கள், சிறிது காலம் கழித்து, குறிப்பிடத்தக்க முன்னேற்றத்தை உணர முடியும். மகத்துவத்திற்கான பாதையில் இருக்க, பயிற்சியை அதிகம் விரும்பி, அதற்கு ஈடாக எதைக் கொண்டும் சமரசம் செய்யாதிருங்கள்.

கற்றுக்கொள்ள திட்டமிட்டிருக்கும் இசையைக் கேளுங்கள்

மற்ற எந்த ஒரு செயலையும் விட, கேட்பது இசையை எளிதாகவும் விரைவாகவும் கற்க உதவுகிறது. எனவே ஒவ்வொரு நாளும் கொஞ்சமாகிலும் கேட்க திட்டமிடுங்கள். பயிற்சியைத் தொடங்குவதற்கு முன், ஒவ்வொரு புதிய பகுதியையும் சில நாட்களுக்குக் கேளுங்கள்.

ஒரு இசை துண்டை ஹம்மிங் (hum) அல்லது விசில் அல்லது மனதில் கேட்க செய்து பயிற்சியை தொடங்குங்கள். கேட்பதன் மிகப்பெரிய நன்மை என்னவென்றால், அது தாள தவறுகளைச் செய்யாமல் இருக்க உதவுகிறது.

நினைவாற்றல் வடிவங்களால் வளர்கிறது; இது குறிப்பாக மீண்டும் மீண்டும் பெறும் உணர்வுகள் மற்றும் மீண்டும் மீண்டும் செய்யும் செயல்களை கவனிக்கிறது. நேரமும் இயக்கமும் துல்லியமாக இல்லாமல், சாதாரணமாக நீங்கள் செயல்களைச் செய்தால், உங்கள் நினைவாற்றல் உங்கள் நல்ல முயற்சிகளை நிராகரிக்கலாம் அல்லது தவறுகளுடனும் தவறான செயல்முறைகளுடனும் அவற்றை இணைக்கலாம்.

துல்லியமாக மீண்டும் மீண்டும் பயிற்சி செய்வது விரைவாகவும் திறமையாகவும் நினைவில் கொள்ள அனுமதிக்கிறது. மூளை புதிய உடல் அமைப்புகளை உருவாக்குவதன் மூலம் புதிய நினைவுகளை உண்மையில் சேமிக்கிறது. நினைவு ஒன்றோடு ஒன்றாக பிண்ணிபிணையும் பொழுது, நடைமுறைப்படுத்தப்பட்டதைப் பொறுத்து, முழுமையான அல்லது முழுமையடையாத இயக்கங்களை அடையாளம் காண்பது எளிது.

10.1 கவனமாக கேட்கும் கலை

நமது மூளையின் உணர்ச்சிரீதியானப் பகுதியில் இசைக்கு ஆற்றல்மிகு பிடிப்பு உள்ளது. வெளித்தோற்றத்தில் உயிரற்ற மனங்களுக்கு கூட அது புதிய வாழ்க்கையை சுவாசிக்க உதவும். இசையை உருவாக்குவது மட்டுமல்ல, அதை உள்வாங்குவதும் ஒரு கையகப்படுத்தப்பட்ட திறமை. இசையின் மீதான நமது உணர்வை வளர்த்துக் கொள்ள வேண்டும்.

1. இசை அனுபவத்தில் நேரம் ஒரு முக்கிய அங்கமாகும். காலம், இயக்கம் மற்றும் ஒரு கால எல்லைக்குள் நிகழ்வுகளின் இடம் ஆகியவற்றை நோக்கி நேரம் கடந்து செல்லும் போது அதன் உணர்வை வளர்த்துக் கொள்ளுங்கள்.

2. இசை நினைவை வளர்த்துக் கொள்ளுங்கள். ஒரு பகுதியைக் கேட்கும்போது, பழக்கமான வடிவங்களை நினைவுபடுத்தவும், புதிய நிகழ்வுகளை கடந்த கால நிகழ்வுகளுடன் தொடர்புபடுத்தவும், அவை அனைத்தையும் ஒரு கால அளவில் இடம் அமர்த்துங்கள்.

3. நாம் இசையைப் படிக்கவோ, எழுதவோ அல்லது அதைப் பற்றி பேசவோ விரும்பினால், நாம் செயலில் இருக்கும் சொற்களஞ்சியத்தைப் பயன்படுத்த வேண்டும். இசை அடிப்படையில் ஒரு சொற்களற்ற கலையாகும், மேலும் அதன் தனித்துவமான நிகழ்வுகளும் விளைவுகளும் அன்றாட வார்த்தைகளில் இருந்து மிகவும் வித்தியாசமாக இருக்கும்; அவற்றை விவரிக்க நமக்கு சிறப்பு வார்த்தைகள் தேவை, இருப்பினும் அவை போதுமானதாக இல்லை.

4. குறிப்பாக நீண்ட பாடல்களைக் கேட்கும் போது, இசைக்கான கவனத்தை வளர்க்க முயற்சி செய்யுங்கள். இசையமைப்பாளர்கள் மற்றும் கலைஞர்கள், நீண்ட படைப்புகள் மற்றும் சுருக்கமானவற்றுக்கு சில சைகைகள் மற்றும் வடிவங்களைப் பயன்படுத்தி, பொருத்தமற்ற வழிகளில் வெவ்வேறு நேர-வளையங்களை கொண்டு எவ்வாறு நிரப்புவது என்பதைக் கற்றுக்கொள்கிறார்கள். கேட்பவரும் வெவ்வேறு நேர அளவுகளுக்கு ஏற்ப கவனிக்க கற்றுக்கொள்ள வேண்டும்.

5. முன்குறித்த யோசனைகளின்றியும் விருப்பம் இல்லாத போதும் கேட்க முயற்சி செய்யுங்கள். 'அங்கே என்ன இருக்கிறது' என்பதில் கவனம் செலுத்துங்கள், நீங்கள் எதை எதிர்பார்க்கிறீர்கள் அல்லது இருக்க விரும்புகிறீர்கள் என்பதில் அல்ல.

6. கேட்கும் சூழ்நிலைக்கு அனுபவத்தையும் அறிவையும் கொண்டு வாருங்கள். அதில் கவனம் மற்றும் வளர்ந்து வரும் சொற்களஞ்சியம் மட்டுமல்ல, இசையைப் பற்றிய தகவல்களும், அதன் இசையமைப்பாளர், வரலாறு மற்றும் சமூக சூழல் பற்றிய தகவல்களும் அடங்கும்.

10.2. ஜண்டை வரிசை (JANTAI VARISAI)

1	ஸ	ஸ	ரி	ரி	|	க	க	|	ம	ம	||
	ப	ப	த	த	|	நி	நி	|	ஸ்	ஸ்	||
2	ஸ	ஸ	ரி	ரி	|	க	க	|	ம	ம	||
	ரி	ரி	க	க	|	ம	ம	|	ப	ப	||
	க	க	ம	ம	|	ப	ப	|	த	த	||
	ம	ம	ப	ப	|	த	த	|	நி	நி	||
	ப	ப	த	த	|	நி	நி	|	ஸ்	ஸ்	||
	ஸ்	ஸ்	நி	நி	|	த	த	|	ப	ப	||
	நி	நி	த	த	|	ப	ப	|	ம	ம	||
	த	த	ப	ப	|	ம	ம	|	க	க	||
	ப	ப	ம	ம	|	க	க	|	ரி	ரி	||
	ம	ம	க	க	|	ரி	ரி	|	ஸ	ஸ	||
3	ஸ	ஸ	ரி	ரி	|	க	க	|	ரி	ரி	||
	ஸ	ஸ	ரி	ரி	|	க	க	|	ம	ம	||
	ரி	ரி	க	க	|	ம	ம	|	க	க	||
	ரி	ரி	க	க	|	ம	ம	|	ப	ப	||
	க	க	ம	ம	|	ப	ப	|	ம	ம	||
	க	க	ம	ம	|	ப	ப	|	த	த	||
	ம	ம	ப	ப	|	த	த	|	ப	ப	||
	ம	ம	ப	ப	|	த	த	|	நி	நி	||
	ப	ப	த	த	|	நி	நி	|	த	த	||
	ப	ப	த	த	|	நி	நி	|	ஸ்	ஸ்	||
	ஸ்	ஸ்	நி	நி	|	த	த	|	நி	நி	||
	ஸ்	ஸ்	நி	நி	|	த	த	|	ப	ப	||
	நி	நி	த	த	|	ப	ப	|	த	த	||

நி நி த த | ப ப | ம ம ||

த த ப ப | ம ம | ப ப ||

த த ப ப | ம ம | க க ||

ப ப ம ம | க க | ம ம ||

ப ப ம ம | க க | ரி ரி ||

ம ம க க | ரி ரி | க க ||

ம ம க க | ரி ரி | ஸ ஸ ||

4 ஸ ஸ ரி- ஸ | ஸ ரி | ஸ ரி ||

ஸ ஸ ரி ரி | க க | ம ம ||

ரி ரி க- ரி | ரி க | ரி க ||

ரி ரி க க | ம ம | ப ப ||

க க ம- க | க ம | க ம ||

க க ம ம | ப ப | த த ||

ம ம ப- ம | ம ப | ம ப ||

ம ம ப ப | த த | நி நி ||

ப ப த- ப | ப த | ப த ||

ப ப த த | நி நி | ஸ் ஸ் ||

ஸ் ஸ் நி- ஸ் | ஸ் நி | ஸ் நி ||

ஸ் ஸ் நி நி | த த | ப ப ||

நி நி த- நி | நி த | நி த ||

நி நி த த | ப ப | ம ம ||

த த ப- த | த ப | த ப ||

த த ப ப | ம ம | க க ||

ப ப ம- ப | ப ம | ப ம ||

ப ப ம ம | க க | ரி ரி ||

ம ம க- ம | ம க | ம க ||

ம ம க க | ரி ரி | ஸ ஸ ||

5 ஸ ஸ ரி ரி | க- ஸ | ரி க ||

ஸ ஸ ரி ரி | க க | ம ம ||

ரி ரி க க | ம- ரி | க ம ||

ரி ரி க க | ம ம | ப ப ||

க க ம ம | ப- க | ம ப ||

	க	க	ம	ம	|	ப	ப	|	த	த	||
	ம	ம	ப	ப	|	த-	ம	|	ப	த	||
	ம	ம	ப	ப	|	த	த	|	நி	நி	||
	ப	ப	த	த	|	நி-	ப	|	த	நி	||
	ப	ப	த	த	|	நி	நி	|	ஸ்	ஸ்	||
	ஸ்	ஸ்	நி	நி	|	த-	ஸ்	|	நி	த	||
	ஸ்	ஸ்	நி	நி	|	த	த	|	ப	ப	||
	நி	நி	த	த	|	ப-	நி	|	த	ப	||
	நி	நி	த	த	|	ப	ப	|	ம	ம	||
	த	த	ப	ப	|	ம-	த	|	ப	ம	||
	த	த	ப	ப	|	ம	ம	|	க	க	||
	ப	ப	ம	ம	|	க-	ப	|	ம	க	||
	ப	ப	ம	ம	|	க	க	|	ரி	ரி	||
	ம	ம	க	க	|	ரி-	ம	|	க	ரி	||
	ம	ம	க	க	|	ரி	ரி	|	ஸ	ஸ	||
6	ஸ	ஸ	,	ரி	|	ரி	,	|	க	க	||
	ஸ	ஸ	ரி	ரி	|	க	க	|	ம	ம	||
	ரி	ரி	,	க	|	க	,	|	ம	ம	||
	ரி	ரி	க	க	|	ம	ம	|	ப	ப	||
	க	க	,	ம	|	ம	,	|	ப	ப	||
	க	க	ம	ம	|	ப	ப	|	த	த	||
	ம	ம	,	ப	|	ப	,	|	த	த	||
	ம	ம	ப	ப	|	த	த	|	நி	நி	||
	ப	ப	,	த	|	த	,	|	நி	நி	||
	ப	ப	த	த	|	நி	நி	|	ஸ்	ஸ்	||
	ஸ்	ஸ்	,	நி	|	நி	,	|	த	த	||
	ஸ்	ஸ்	நி	நி	|	த	த	|	ப	ப	||
	நி	நி	,	த	|	த	,	|	ப	ப	||
	நி	நி	த	த	|	ப	ப	|	ம	ம	||
	த	த	,	ப	|	ப	,	|	ம	ம	||
	த	த	ப	ப	|	ம	ம	|	க	க	||
	ப	ப	,	ம	|	ம	,	|	க	க	||
	ப	ப	ம	ம	|	க	க	|	ரி	ரி	||

	ம	ம	,	க	|	க	,	|	ரி	ரி	||
	ம	ம	க	க	|	ரி	ரி	|	ஸ	ஸ	||
7	ஸ	,	ஸ	ரி	|	,	ரி	|	க	க	||
	ஸ	ஸ	ரி	ரி	|	க	க	|	ம	ம	||
	ரி	,	ரி	க	|	,	க	|	ம	ம	||
	ரி	ரி	க	க	|	ம	ம	|	ப	ப	||
	க	,	க	ம	|	,	ம	|	ப	ப	||
	க	க	ம	ம	|	ப	ப	|	த	த	||
	ம	,	ம	ப	|	,	ப	|	த	த	||
	ம	ம	ப	ப	|	த	த	|	நி	நி	||
	ப	,	ப	த	|	,	த	|	நி	நி	||
	ப	ப	த	த	|	நி	நி	|	ஸ்	ஸ்	||
	ஸ்	,	ஸ்	நி	|	,	நி	|	த	த	||
	ஸ்	ஸ்	நி	நி	|	த	த	|	ப	ப	||
	நி	,	நி	த	|	,	த	|	ப	ப	||
	நி	நி	த	த	|	ப	ப	|	ம	ம	||
	த	,	த	ப	|	,	ப	|	ம	ம	||
	த	த	ப	ப	|	ம	ம	|	க	க	||
	ப	,	ப	ம	|	,	ம	|	க	க	||
	ப	ப	ம	ம	|	க	க	|	ரி	ரி	||
	ம	,	ம	க	|	,	க	|	ரி	ரி	||
	ம	ம	க	க	|	ரி	ரி	|	ஸ	ஸ	||
8	ஸ	ஸ	ஸ	ரி	|	ரி	ரி	|	க	க	||
	ஸ	ஸ	ரி	ரி	|	க	க	|	ம	ம	||
	ரி	ரி	ரி	க	|	க	க	|	ம	ம	||
	ரி	ரி	க	க	|	ம	ம	|	ப	ப	||
	க	க	க	ம	|	ம	ம	|	ப	ப	||
	க	க	ம	ம	|	ப	ப	|	த	த	||
	ம	ம	ம	ப	|	ப	ப	|	த	த	||
	ம	ம	ப	ப	|	த	த	|	நி	நி	||
	ப	ப	ப	த	|	த	த	|	நி	நி	||
	ப	ப	த	த	|	நி	நி	|	ஸ்	ஸ்	||

	ஸ்	ஸ்	ஸ்	நி	|	நி	நி	|	த	த	||
	ஸ்	ஸ்	நி	நி	|	த	த	|	ப	ப	||
	நி	நி	நி	த	|	த	த	|	ப	ப	||
	நி	நி	த	த	|	ப	ப	|	ம	ம	||
	த	த	த	ப	|	ப	ப	|	ம	ம	||
	த	த	ப	ப	|	ம	ம	|	க	க	||
	ப	ப	ப	ம	|	ம	ம	|	க	க	||
	ப	ப	ம	ம	|	க	க	|	ரி	ரி	||
	ம	ம	ம	க	|	க	க	|	ரி	ரி	||
	ம	ம	க	க	|	ரி	ரி	|	ஸ	ஸ	||

9	ஸ	,	ரி	க	|	,-	ஸ	|	ரி	க	||
	ஸ	ஸ	ரி	ரி	|	க	க	|	ம	ம	||
	ரி	,	க	ம	|	,-	ரி	|	க	ம	||
	ரி	ரி	க	க	|	ம	ம	|	ப	ப	||
	க	,	ம	ப	|	,-	க	|	ம	ப	||
	க	க	ம	ம	|	ப	ப	|	த	த	||
	ம	,	ப	த	|	,-	ம	|	ப	த	||
	ம	ம	ப	ப	|	த	த	|	நி	நி	||
	ப	,	த	நி	|	,-	ப	|	த	நி	||
	ப	ப	த	த	|	நி	நி	|	ஸ்	ஸ்	||
	ஸ்	,	நி	த	|	,-	ஸ்	|	நி	த	||
	ஸ்	ஸ்	நி	நி	|	த	த	|	ப	ப	||
	நி	,	த	ப	|	,-	நி	|	த	ப	||
	நி	நி	த	த	|	ப	ப	|	ம	ம	||
	த	,	ப	ம	|	,-	த	|	ப	ம	||
	த	த	ப	ப	|	ம	ம	|	க	க	||
	ப	,	ம	க	|	,-	ப	|	ம	க	||
	ப	ப	ம	ம	|	க	க	|	ரி	ரி	||
	ம	,	க	ரி	|	,-	ம	|	க	ரி	||
	ம	ம	க	க	|	ரி	ரி	|	ஸ	ஸ	||

10	ஸ	ரி	,	க	|	,-	ஸ	|	ரி	க	||
	ஸ	ஸ	ரி	ரி	|	க	க	|	ம	ம	||

ரி க , ம | ,- ரி | க ம ||
ரி ரி க க | ம ம | ப ப ||
க ம , ப | ,- க | ம ப ||
க க ம ம | ப ப | த த ||
ம ப , த | ,- ம | ப த ||
ம ம ப ப | த த | நி நி ||
ப த , நி | ,- ப | த நி ||
ப ப த த | நி நி | ஸ் ஸ் ||
ஸ் நி , த | ,- ஸ் | நி த ||
ஸ் ஸ் நி நி | த த | ப ப ||
நி த , ப | ,- நி | த ப ||
நி நி த த | ப ப | ம ம ||
த ப , ம | ,- த | ப ம ||
த த ப ப | ம ம | க க ||
ப ம , க | ,- ப | ம க ||
ப ப ம ம | க க | ரி ரி ||
ம க , ரி | ,- ம | க ரி ||
ம ம க க | ரி ரி | ஸ ஸ ||

11 ஸ , ரி , | க- ஸ | ரி க ||
ஸ ஸ ரி ரி | க க | ம ம ||
ரி , க , | ம- ரி | க ம ||
ரி ரி க க | ம ம | ப ப ||
க , ம , | ப- க | ம ப ||
க க ம ம | ப ப | த த ||
ம , ப , | த- ம | ப த ||
ம ம ப ப | த த | நி நி ||
ப , த , | நி- ப | த நி ||
ப ப த த | நி நி | ஸ் ஸ் ||
ஸ் , நி , | த- ஸ் | நி த ||
ஸ் ஸ் நி நி | த த | ப ப ||
நி , த , | ப- நி | த ப ||
நி நி த த | ப ப | ம ம ||
த , ப , | ம- த | ப ம ||

த த ப ப | ம ம | க க ||
ப , ம , | க- ப | ம க ||
ப ப ம ம | க க | ரி ரி ||
ம , க , | ரி- ம | க ரி ||
ம ம க க | ரி ரி | ஸ ஸ ||

12 ஸ ஸ ம ம | க க | ரி ரி ||
ஸ ஸ ரி ரி | க க | ம ம ||
ரி ரி ப ப | ம ம | க க ||
ரி ரி க க | ம ம | ப ப ||
க க த த | ப ப | ம ம ||
க க ம ம | ப ப | த த ||
ம ம நி நி | த த | ப ப ||
ம ம ப ப | த த | நி நி ||
ப ப ஸ் ஸ் | நி நி | த த ||
ப ப த த | நி நி | ஸ் ஸ் ||
ஸ் ஸ் ப ப | த த | நி நி ||
ஸ் ஸ் நி நி | த த | ப ப ||
நி நி ம ம | ப ப | த த ||
நி நி த த | ப ப | ம ம ||
த த க க | ம ம | ப ப ||
த த ப ப | ம ம | க க ||
ப ப ரி ரி | க க | ம ம ||
ப ப ம ம | க க | ரி ரி ||
ம ம ஸ ஸ | ரி ரி | க க ||
ம ம க க | ரி ரி | ஸ ஸ ||

11. கர்நாடக இசை மற்றும் ஸ்வரங்களின் மேலோட்டம்

சங்கீதம் என்பது இசைக்கான இந்தியச் சொல். காதுகளுக்கு மென்மையான மற்றும் இனிமையான உணர்வுகளைத் தரும் இசை ஒலிகளின் ஒருங்கிணைந்த ஸ்வரங்கள் என்று அழைக்கப்படுகிறது, இது சங்கீதம் என்று அழைக்கப்படுகிறது. பண்டைய எழுத்தாளர்கள் குரல் இசை, கருவி இசை மற்றும் நடனம் ஆகியவை சங்கீதத்தை உருவாக்கியது என்று கருதுகின்றனர். பின்னர், நடனம் முதல் இரண்டிலிருந்து பிரிக்கப்பட்டது.

ஸ்ருதி என்பது ஒரு இசை ஒலியாகும், இது நன்கு பயிற்சி பெற்ற மனிதனின் கேட்கும் திறனை வேறுபடுத்தி அறியும் ஆற்றல் கொண்டது. இது முக்கிய குறிப்பு அல்லது ஆதார ஷட்ஜம்; இதன் அடிப்படையில் மற்ற அனைத்து ஸ்வரங்களும் ராகத்தின் படி பெறப்படுகின்றன.

ஸ்வரங்கள்:

ஸ்வரம் என்பது செவிகளுக்கு இதமான இசைக் குறிப்பு. சப்த ஸ்வரங்கள் எனப்படும் ஏழு அடிப்படை ஸ்வரங்கள் உள்ளன. அவையாவன

1. ஷட்ஜம் (எளிமையாக- ஸ)
2. ரிஷபம் (ரி)
3. காந்தாரம் (க)
4. மத்தியமம் (ம)
5. பஞ்சமம் (ப)
6. தைவதம் (த)
7. நிஷாதம் (நி)

ஏழு ஸ்வரங்களில், ஷட்ஜம் (ஸ) மற்றும் பஞ்சமம் (ப) நிலையானது. அவை அச்சலா ஸ்வரங்கள் என்று அழைக்கப்படுகின்றன மீதமுள்ள ஐந்து ஸ்வரங்களும் ராகத்திற்கு ஏற்ப மாறுகின்றன, அவை சால ஸ்வரங்கள் என்று அழைக்கப்படுகின்றன. அச்சலா மற்றும் சால ஸ்வரங்கள் இரண்டும் இணைந்து 12 வெவ்வேறு இசைக் குறிப்புகளை வழங்குகின்றன, அவை துவாதச ஸ்வரஸ்தானங்கள் என்று அழைக்கப்படுகின்றன.

துவாதச ஸ்வரஸ்தானங்களாவன

1. ஷட்ஜம்.....................................ஸ
2. சுத்த ரிஷபம்.......................சு ரி
3. சதுஸ்ருதி ரிஷபம்................ச ரி
4. சாதாரண காந்தாரம்..............சா க
5. அந்தார காந்தாரம்..................அ க
6. சுத்த மத்யமம்..................சு ம
7. பிரதி மத்யமம்.....................பி ம
8. பஞ்சமம்...............................ப
9. சுத்த தைவதம்...................சு த
10. சதுஸ்ருதி தைவதம்............ச த
11. கைசிகி நிஷாதம்......................கை நி
12. காகலி நிஷாதம்.......................கா நி

ரிஷபம், காந்தாரம், தைவதம் மற்றும் நிஷாதம் ஆகியவை அடுத்தடுத்த ஸ்வரங்களைப் பொறுத்து இரண்டை தாண்டி மூன்று மாறுபாடுகளை அனுமதிக்கின்றன. எனவே சுத்த விக்ரித ஸ்தானங்கள் அல்லது ஷோடச ஸ்வரஸ்தானங்கள் எனப்படும் 16 ஸ்வரங்களைப் பெற மேலும் 4 ஸ்வரங்கள் சேர்க்கப்பட வேண்டும்.

ஷட்ஸ்ருதி ரிஷபம் (= சாதாரண காந்தாரம்)
சுத்த காந்தாரம் (= சதுஸ்ருதி ரிஷபம்)
ஷட்ஸ்ருதி தைவதம் (= கைசிகி நிஷாதம்)
சுத்த நிஷாதம் (= சதுஸ்ருதி தைவதம்)

சில அடிப்படை சொற்கள்:

அரோஹனா - ஸ்ருதியின் ஏறுவரிசையில் ஸ்வரங்களின் தொடர்.
அவரோஹணம் - ஸ்ருதியின் இறங்கு வரிசையில் ஸ்வரங்களின் தொடர்.
மூர்ச்சனை - ஆரோஹணமும் அவரோஹணமும் சேர்ந்து, மூர்ச்சனை எனப்படும்.
ஸ்தாயி - ஸ்வரங்களின் தொடர், ஸ வில் தொடங்கி நி யில் முடியும், ஸ்தாயி என்று அழைக்கப்படுகிறது.
ஐந்து ஸ்தாயிகள் உள்ளன

1. அனுமந்திர ஸ்தாயி (Anumandra Sthayi)
2. மந்த்ர ஸ்தாயி (Mandra Sthayi)
3. மத்திய ஸ்தாயி (Madhya Sthayi)
4. தர ஸ்தாயி (Tara Sthayi)
5. அதி-தர ஸ்தாயி (Ati-Tara Sthayi)

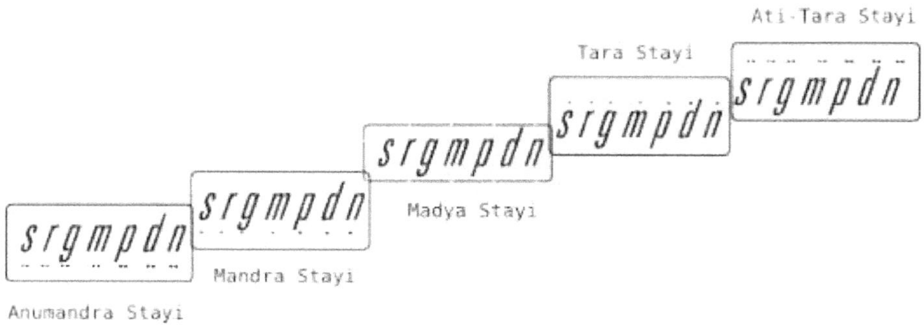

நாம் சாதாரணமாகப் பாடும் ஸ்தாயி என்பது மத்ய ஸ்தாயி. மத்ய ஷட்ஜம் இன் மேல் இருக்கும் ஷட்ஜத்தை தொடர்ந்து வரும் ஸ்வரங்கள் தர ஸ்தாயியிலும், தர ஸ்தாயியின் மேல் ஷட்ஜத்திற்கு பின் வரும் ஸ்வரங்கள் அதி-தர ஸ்தாயியிலும் உள்ளன. மத்ய ஸ்தாயிக்கு முந்திய ஸ்தாயி மந்த்ர ஸ்தாயி, மந்த்ர ஸ்தாயி ஷட்ஜத்துக்கு முந்திய ஸ்வரங்கள் அனுமந்திர ஸ்தாயியில் உள்ளன.

பூர்வங்கா - சப்த ஸ்வரங்களின் முதல் நான்கு ஸ்வரங்களின் குழு - ச, ரி, க, ம - பூர்வங்கா என்று அழைக்கப்படுகிறது.
உத்தரங்க- கடைசி மூன்று ஸ்வரங்களின் குழு - பா தா நி - உத்தரங்கா என்று அழைக்கப்படுகிறது.
தாது - இசையமைப்பின் ஸ்வர பகுதி தாது என்று அழைக்கப்படுகிறது.
மாது (பாடல் வரிகள்) - ஒரு இசை அமைப்பில் உள்ள சாஹித்திய பகுதி மது என அழைக்கப்படுகிறது.
அக்ஷர காலா - இசையில் யூனிட் நேரம் அக்ஷர காலா என்று அழைக்கப்படுகிறது.
திரிகாலா - காலா என்பது இசைத் துணுக்கின் வேகத்தைக் குறிக்கிறது. மூன்று காலாக்கள் உள்ளன,

1. பிரதம காலா - வேகத்தின் முதல் நிலை. ஒரு அக்ஷர காலாவில் ஒரு ஸ்வரம் பாடப்படுகிறது.
2. த்வித்ய காலா - இரண்டாம் நிலை வேகம், பிரதம காலாவை விட இரண்டு மடங்கு வேகமானது. ஒரு அக்ஷர காலாவில் இரண்டு ஸ்வரங்கள் பாடப்படுகின்றன.
3. திரிட்டிய காலா - மூன்றாம் நிலை வேகம், த்வித்ய காலாவை விட இரண்டு மடங்கு வேகம். ஒரு அக்ஷர காலாவில் நான்கு குறிப்புகள் பாடப்படுகின்றன.

தௌர்ய திரிகம் - குரல் இசை, வாத்திய இசை மற்றும் நடனம், இவை மூன்றும் இணைந்து தௌர்ய திரிகம் என்று குறிப்பிடப்படுகிறது.

தாலா (/தாலம்) - இசை நேரம் அல்லது அளவு.

அவர்தா - இது ஒரு தால அங்கங்கள் அல்லது கால அளவீட்டின் நிறைவு.

சஞ்சாரி கீதையின் லக்ஷனா

கீதா என்றால் பொதுவாக பாடல் என்று பொருள். தாது மற்றும் மாதுவின் சங்கமம் கீதா என்று அழைக்கப்படுகிறது, அதாவது. இசை மற்றும் வார்த்தைகளின் (ஸ்வரம் மற்றும் சாஹித்யா) சங்கமம் ஒரு கீதை என்று கற்றவர்களால் கூறப்படுகிறது. கீதைகள் மெல்லிசைகளில் எளிமையானவை. கீதா என்ற சொல்லுக்கு பாடல் என்று பொருள். ஆனால் இசையில் இது ஒரு குறிப்பிட்ட வகை இசையமைப்பைக் குறிக்கிறது.

கீதைகள் இரண்டு வகைப்படும். அவர்கள் -

1. சாமான்ய கீதை (சஞ்சாரி / சதாரண / லக்ஷ்ய கீதை)

2. லக்ஷண கீதை

சாமான்ய கீதங்கள் (சஞ்சாரி கீதங்கள்) பொதுவாக கடவுள், இசை வல்லுநர்கள் மற்றும் ஆச்சார்யர்களைப் போற்றுகின்றன.

ஒரு லக்ஷண கீதையில், கீதை அமைக்கப்பட்டுள்ள ராகத்தின் லட்சணத்தை சாகித்தியம் விவரிக்கும். சிறிய தெய்வ ஸ்துதியும் இருக்கும்.

12. கர்நாடக ராகங்கள்

ஜனக ராகங்கள் (மேலகர்த்தா ராகங்கள்)

ஜனக ராகங்கள் அல்லது சம்பூர்ண ராகங்கள் என்பது அதிக ராகங்கள் பெறப்பட உதவும் தாய் ராகங்கள். பெயர் குறிப்பிடுவது போல் சம்பூர்ண ராகங்களில் அனைத்து 7 ஸ்வரங்களும் உள்ளன. அவை மேலகர்த்தா ராகங்கள் என்றும் அழைக்கப்படுகின்றன. இந்த ராகங்கள் அவற்றின் ஸ்கேல்களில் அனைத்து 7 ஸ்வரங்களையும் கொண்டுள்ளன (ஒவ்வொரு ஸ்வரத்திலும் ஒன்று மட்டுமாக, ஸ, ரி, க, ம, ப, த, நி), ஏறுவரிசை மற்றும் இறங்கு வரிசையை உறுதியாக ஸ்கேல்களில் பின்பற்றுகின்றன, மேலும் அவை அனைத்து எட்டுத்தொகைகளிலும் (ஆக்டேவ்களிலும் (octaves)) பாடப்படுகின்றன. மேலகர்த்தா ராகங்களுக்கு உதாரணம் சங்கராபரணம், கல்யாணி, நடபைரவி, நட்டை, ஹரிகாம்போஜி போன்றவை.

72 மேலகர்த்தா ராகங்கள் (கணிதக் கணக்கீடு)

மேலகர்த்தா ராகங்களின் மொத்த எண்ணிக்கைக்கு பங்களிக்கும் பல்வேறு வகையான ஸ்வர ஸ்தாயிகள் அல்லது ஸ்வர ஸ்ருதிகள் உள்ளன. ஸ்வரங்களின் இந்த வெவ்வேறு மாறுபாடுகள் ஒன்றுக்கு மேற்பட்ட இசை ஸ்கேல்களுக்கு வழிவகுக்கும். ஸ்வரங்களில் உள்ள பல்வேறு மாறுபாடுகள் கீழே குறிப்பிடப்பட்டுள்ளன. இதைப் பயன்படுத்தி மேலகர்த்தா ராகங்களின் மொத்த எண்ணிக்கையை கணித ரீதியாகக் கண்டறிய முடியும்.

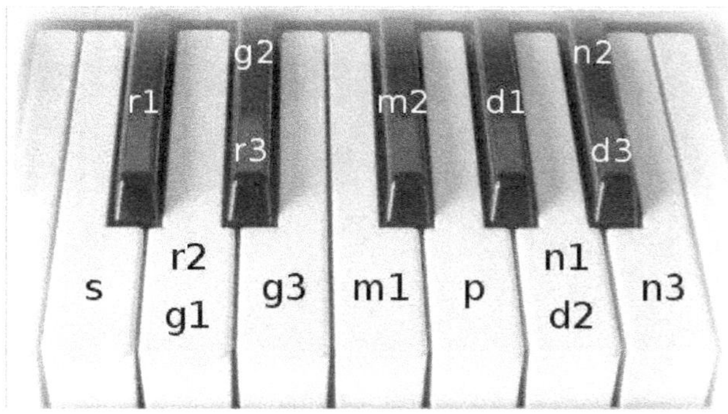

ஸ (ஷட்ஜம்) - ஒன்று மட்டுமே.

ரி (ரிஷபம்) - ஸ்ருதியை அதிகரிக்கும் வரிசையில் சுத்த, சதுஷ்ருதி மற்றும் ஷட்ஷ்ருதி ரிஷபம்.

க (காந்தாரம்) - ஸ்ருதியின் அதிகரிக்கும் வரிசையில் சுத்த, சதாரண, மற்றும் அந்தர காந்தாரம்.

ம (மத்தியமம்) - ஸ்ருதியின் அதிகரிக்கும் வரிசையில் அதிகரிப்பதில் சுத்த மற்றும் பிரதி மத்யமம்.

ப (பஞ்சமம்)- ஒன்று மட்டும்.

த (தைவதம்) -ஸ்ருதியை அதிகரிக்கும் வரிசையில் சுத்த, சதுஷ்ருதி, மற்றும் ஷட்ஷ்ருதி தைவதம்.

நி (நிஷாதம்) -சுத்த, கைஷிகி, காகலி நிஷாதா ஸ்ருதியின் அதிகரிக்கும் வரிசையில்.

இருப்பினும் சில சேர்க்கைகள் மட்டுமே அனுமதிக்கப்படுகின்றன, உதாரணமாக ஷட்ஷ்ருதி ரி அந்தர காந்தாரத்துடன் இணைக்க முடியும் மற்றும் சதுஷ்ருதி ரிஷபத்தை சதாரண மற்றும் அந்தர காந்தாரத்துடன் மட்டுமே இணைக்க முடியும். அதே கொள்கை தா மற்றும் நி க்கும் உள்ளது. இந்த ஸ்வரங்களை ஸ, ர, ரி, ரு, கா, கி, கு, ம, மி, ப, த, தி, து, ந, நி, நு (Sa, Ra, Ri, Ru, Ga, Gi, Gu, Ma, Mi, Pa, Dha, Dhi, Dhu, Na, Ni, Nu.) என அடையாளம் காணலாம். .

மொத்த சேர்க்கைகள்:

a) 1 Sa X Ra X 3(Ga, Gi, Gu) Ga + 1 Sa X Ru X 2 Ga (Gu, Gi) + 1 Sa X Ri X Gu = 6.

b) Ma, Mi =2

c) 1 Pa X Dha X 3 Ni (Na, Ni, Nu)+ 1 Pa X Dhu X 2 Ni (Nu, Ni)+ 1 Pa X Dhi X Ni =6

இந்த 3 சேர்க்கைகளை பெருக்கினால் நமக்கு 72 கிடைக்கும்.

72 மேலகர்த்தா ராகங்கள் கட்டபயாடி சூத்திரம் என்று அழைக்கப்படும் ஒரு சுழற்சியில் வரிசைப்படுத்தப்பட்டுள்ளன, ஏனெனில் ராகத்தின் குறியீட்டின் மூலம் நாம் ராகத்தின் பெயரையும் சரியான ஸ்வர கலவையையும் பெறலாம். 36 மேலகர்த்தா ராகங்களில் சுத்த மத்யமம் உள்ளது; அடுத்த 36 ராகங்களில் பிரதி மத்யமம் உள்ளது.

மேலகர்த்தா ராகங்களின் 72 சேர்க்கைகள் பல்வேறு வகையான இசை வகைகளை உருவாக்குகின்றன. இந்த 72 மேலகர்த்தா சுழற்சியில் எல்லா சம்பூர்ண ராகமும் உள்ளது. இந்த 72 மேலகர்த்தா ராகங்களில் இருந்து, ஆயிரத்திற்கும் மேற்பட்ட ஜன்ய ராகங்கள் அழகான இசைக் குறியீடுகள் கொண்டுள்ளன. ஒரு ராகத்தின் விவரங்களைத் தெரிந்துகொள்ளும் போது, ஸ்வர வகைகளை அறிய, ஜன்ய ராகம் எந்த சம்பூர்ண ராகத்திலிருந்து பெறப்பட்டது என்பதை அறிந்து கொள்வது அவசியம்.

ஜன்ய ராகங்கள்

ஜன்ய ராகங்கள் ஜனக ராகங்களிலிருந்து (மேலகர்த்தா ராகங்கள்) பெறப்பட்ட ராகங்கள். அவற்றின் ஸ்கேல்களில் 7-க்கும் குறைவான குறிப்புகள் இருக்கலாம் அல்லது அவற்றில் கூடுதல் குறிப்புகள், ஜிக்-ஜாக் (வக்ரா) குறிப்புகள், சமச்சீரற்ற ஸ்கேல்கள் போன்றவையும் இருக்கலாம். ஜன்ய ராகங்களின் எடுத்துக்காட்டு பிலாஹரி மற்றும் ஹம்சத்வானி (சங்கராபரணத்திலிருந்து பெறப்பட்டது), ஸ்ரீரஞ்சனி. மற்றும் தர்பார் (கரஹரப்ரியாவிலிருந்து பெறப்பட்டது), மற்றும் பல.

வக்ர ராகங்கள்

வக்ர ராகங்கள் ஜிக்-ஜாக் முறையில் ஸ்வரங்களைக் கொண்ட ஜன்ய ராகங்கள். உதாரணமாக ராக ஸ்ரீயில் பின்வரும் ஆரோஹணம் மற்றும் அவரோஹணம் உள்ளது: S R M P N S. S. N P M R G R S. அத்தகைய ராகம் வக்ர ராகம் என்று அழைக்கப்படுகிறது.

ஔடவ ராகங்கள்

ஔடவ ராகங்கள் ஜன்ய ராகங்கள் ஆகும், அவை ஏறும் மற்றும் இறங்கும் ஸ்கேலில் (அரோஹணம் மற்றும் அவரோஹணம்) சரியாக ஐந்து குறிப்புகளைக் கொண்டுள்ளன. எடுத்துக்காட்டுகள்:

1) மோகனம் (S R G P D S· S· D P G R S)

2) ஹம்சத்வானி (S R G P N S· S· N P G R S)

கர்நாடக ராகத்தின் கூறுகள்

ஒரு கர்நாடக ராகம் பல கூறுகளைக் கொண்டுள்ளது - ஆதி ஒலி (நடை), டோனல் அமைப்பு (ஸ்வரம்), இடைவெளிகள் (ஷ்ருதி), ஸ்கேல், ஆபரணங்கள் (கமகம்) மற்றும் முக்கியமான ஸ்வரங்கள் (வடி மற்றும் சம்வாடி).

நடை

கடந்த கால மற்றும் நிகழ்கால இசையமைப்பாளர்கள் மற்றும் கலைஞர்களின் நோக்கம் நடையை உணர்ந்துகொள்வதாகும், இருப்பினும், மனித காதுகளுக்கு கேட்கக்கூடிய ஒலி ஆதி ஒலியின் ஒரு பகுதி மட்டுமே.

ஸ்வரம்

கர்நாடக டோனல் அமைப்பு ஏழு அடிப்படை ஸ்ருதிகளைக் கொண்டுள்ளது, அவை சோல்ஃபா எழுத்துக்களுக்கு ஒத்திருக்கின்றன: ஸ (ஷட்ஜா), ரி (ரிஷபா), கா (காந்தாரா), ம (மத்தியமா), ப (பஞ்சமா), த (தைவதா) மற்றும் நி (நிஷாதா) .

ஸ்கேல் (Scale)

ஒரு கர்நாடக ராகம் ஏறும் மற்றும் இறங்கும் அளவிலான வடிவத்தைக் கொண்டுள்ளது (முறையே ஆரோஹனா மற்றும் அவரோஹனா என அறியப்படுகிறது). ஏறுதல் மற்றும் இறங்குதல் இரண்டிலும் குறைந்தது ஐந்து டோன்கள் இருக்க வேண்டும், இருப்பினும் அரிதான ராகங்களில் குறைவான டோன்கள் இருக்கும். மெல்லிசை செயல்திறனில் அனைத்து

கலைஞர்களும் கடைபிடிக்க வேண்டிய விதிகளை ஸ்கேல்ஸ் நிறுவுகிறது, மேலும் டோனல் (tonal) எல்லையை வழங்குகிறது. வழக்கமான அளவிலான அம்சங்கள் கேட்போர் ராகங்களை அடையாளம் காண உதவுகின்றன.

கமகம்

கர்னாடிக் ராகத்தில் கமகம் அல்லது அலங்காரம் இன்றியமையாதது. கமகம் கட்டுப்படுத்தப்பட்ட குலுக்கல் (shaking), உச்சரிப்பு (articulating), நெகிழ் (sliding), குரல்வளை சார்ந்த நிறுத்தங்கள் (glottal stops) மற்றும் பிற குரல் அல்லது கருவி கையாளுதல் ஆகியவற்றை உள்ளடக்கியது.

ஸ்வரம் மற்றும் அளவுகோல் ஒரு ராகத்தின் உள்ளார்ந்த அமைப்பை மட்டுமே வரையறுக்கிறது. கமகமின் கையாளுதல் உண்மையில் ராகத்தை வரையறுக்கிறது.

வகைகள்

ராகத்தின் மேம்பாடு என்பது இந்திய பாரம்பரிய இசையின் அடித்தளம்- இன்றியமையாத அம்சம். கர்நாடக இசையில் அறியப்படும் "மனோதர்ம சங்கீதம்" அல்லது "கல்பனா சங்கீதம்" ("கற்பனையின் இசை") பல வகையான மேம்பாடுகளை உள்ளடக்கியது.

ராக ஆலபனா

ஆலபனா, சில சமயங்களில் ராகம் என்றும் அழைக்கப்படுகிறது, இது ஒரு ராகம் அல்லது தொனியின் வெளிப்பாடாகும் - தாளம் இல்லாத மெதுவான மேம்பாடு, இதில் ராகம் அலங்காரத்தின் அடிப்படையாக செயல்படுகிறது. ஆலபனை செய்வதில், கலைஞர்கள் ஒவ்வொரு ராகத்தையும் ஆரம்பமும் முடிவும் கொண்ட ஒரு காரியமாக கருதுகின்றனர் மற்றும் எப்படியாகிலும் எண்ணங்களின் வரிசைகளைக் கொண்டுள்ளனர். பாடப்பட வேண்டிய பாடலின் குறிப்பைக் கொடுக்கும்போது, கலைஞர் ராகத்தை ஆராய்ந்து அதன் பல்வேறு நுணுக்கங்களைத் தொட்டு, முதலில் கீழ் ஆக்டேவ்களில் பாடி, பின்னர் படிப்படியாக உயரத்தில் உள்ள ஆக்டேவ்க்கு செல்வார்.

நிரவல்

நிரவல், பொதுவாக மிகவும் மேம்பட்ட கலைஞர்களால் நிகழ்த்தப்படுகிறது. தொடர்ச்சியான மெல்லிசை மேம்படுத்தப்பட்டு விரிவாக்கங்களுடன் ஒரு பாடலின் ஒன்று அல்லது இரண்டு வரிகளை மீண்டும் மீண்டும் பாடுவது நிரவல். கோடுகள் இரண்டு மடங்கு (double) வேகம், மூன்று மடங்கு (triple) வேகம், நான்கு மடங்கு (quadruple) வேகம் மற்றும் ஆறு மடங்கு (sextuple) வேகம் ஆகியவற்றை உள்ளடக்கிய வெவ்வேறு வேக நிலைகளிலும் இயக்கப்படுகின்றன.

கல்பனாஸ்வரம்

ஸ்வரகல்பனா என்றும் அழைக்கப்படும் கல்பனாஸ்வரம், ஸ்வரங்களைப் பயன்படுத்தி மெல்லிசை மற்றும் தாளப் பத்திகளை மேம்படுத்துவதைக் கொண்டுள்ளது (சோல்ஃபா எழுத்துக்கள்). கல்பனஸ்வரங்கள் மெல்லிசை ராகத்தில் ஒரு குறிப்பிட்ட ஸ்வரத்திலும், தாள சுழற்சியில் ஒரு குறிப்பிட்ட இடத்திலும் முடிவடையும் வகையில் பாடப்படுகின்றன. பொதுவாக, ஸ்வரங்கள் சாமத்தில் (தாள சுழற்சியின் முதல் துடிப்பு) முடிவடையும் வகையில் பாடப்படுகின்றன, மேலும் சில கலைஞர்கள் மூன்று மடங்கு வேக சொற்றொடர்களைப் பாடலாம், சிலர் அதே வேகத்திலோ அல்லது பாடப்படும் மெல்லிசையின் இரட்டிப்பு வேகத்திலோ பாடலாம். .

தனம்

தனம் என்பது மேம்பாட்டின் மிக முக்கியமான வடிவங்களில் ஒன்றாகும், மேலும் இது ராகம்-தனம்-பல்லவி என ஒருங்கிணைந்ததாகும். முதலில் வீணைக்காக உருவாக்கப்பட்டது, இது தா, நம், தோம், ஆ, னோம், னா, போன்ற எழுத்துக்களுடன் ராகத்தை விரிவுபடுத்துகிறது.

ராகம்-தனம்-பல்லவி

ராகம்-தனம்-பல்லவி கச்சேரிகளில் முதன்மையான நீண்ட வடிவம் மற்றும் மேம்பாட்டின் கூட்டு வடிவமாகும். பெயர் குறிப்பிடுவது போல, இது ராக ஆலாபனை, தனம் மற்றும் பல்லவி வரிகளைக் கொண்டுள்ளது. மெதுவான தாளத்துடன் அமைக்கப்பட்ட பல்லவி வரி பெரும்பாலும் கலைஞரால் இயற்றப்படுகிறது. நிரவல் மூலம், கலைஞர் பல்லவி வரியை சிக்கலான மெல்லிசை மற்றும் தாள வழிகளில் கையாளுகிறார். கல்பனாஸ்வரங்கள் நிரவலை தொடர்கிறது.

ஒரு ராகத்தைக் கற்கும் போது, ராகத்தின் அடிப்படை ஸ்கேலை அறிவது மட்டும் போதாது. உண்மையில், வெவ்வேறு ராகங்கள் சில சமயங்களில் ஒரே ஸ்கேல்களைக் கொண்டிருக்கலாம். எடுத்துக்காட்டாக, சங்கராபரணம் (ஆரோஹணம்: $S\ R_2\ G_3\ M_1\ P\ D_2\ N_3\ \dot{S}$, அவரோஹணம்: $\dot{S}\ N_3\ D_2\ P\ M_1\ G_3\ R_2\ S$) மற்றும் குறிஞ்சி (ஆரோஹணம்: S N3 S R2 G3 M1 D2, அவரோஹணம்: D2 P M1 G3 R2 S N3 S), ஆகிய ராகங்கள் ஒரே ஸ்கேலை கொண்டவை, ஆனால் ஸ்வரங்கள் மற்றும் இசை சொற்றொடர்கள் வழங்கப்பட்டுள்ள விதம் காரணமாக தெளிவாக இவை வேறுபட்ட ராகங்கள். கூடுதலாக, ராகத்தின் ஸ்வரங்கள் பெரும்பாலும் ராகத்தின் சில நுணுக்கங்களான கமகங்கள், அந்நிய ஸ்வரங்கள் மற்றும் ராகபாவம் போன்றவற்றைப் பற்றிய நுண்ணறிவை வழங்காது. யதுகுல கம்போதி, தோடி, சஹானா, ஹுசேனி, வராளி போன்ற கனமான ராகங்களுக்கு இது குறிப்பாக உண்மை.

ஒரு ராகத்தைக் கற்றுக்கொள்வதற்கும் அதன் அனைத்து நுணுக்கங்களைக் கணக்கிடுவதற்கும் சிறந்த வழி, ராகத்திற்கு அழகைக் கொடுக்கும் வாக்கியங்களின் செல்வத்தை உள்ளடக்கிய பாடல்களைக் குறிப்பிடுலாம். ஒரு கலைஞர் ஒரு ராகத்தைப் பாட முயற்சிக்கும் முன், அந்த ராகத்தில் உள்ள பல இசையமைப்புகளை அவர் நன்கு அறிந்திருக்க வேண்டும். சில சொற்றொடர்களை எப்படிப் பயன்படுத்தலாம் என்பதைப் பற்றிய சிறந்த உணர்வைப் பெற, அவர் பல்வேறு கலைஞர்கள் அந்த ராகத்தை எப்படி பயன்படுத்தியுள்ளார் என்பதை கேட்டிருக்க வேண்டும்.

மேலகர்த்தா ராகம் மற்றும் மேஜர் மற்றும் மைனர் ஸ்கேலுடன் அதன் தொடர்பு:

தீரஷங்கராபரணம் (மேஜர் ஸ்கேல்கள்)	ஸ ரி2 க3 ம1 ப த2 நி3 ஸ்	ஸ் நி3 த2 ப ம1 க3 ரி2 ஸ
நடபைரவி (மைனர் ஸ்கேல்கள்)	ஸ ரி2 க2 ம1 ப த1 நி2 ஸ்	ஸ் நி2 த1 ப ம1 க2 ரி2 S

72 இல் முழுமையான மற்ற 70 மேலகர்த்தா ராகங்களும் வெவ்வேறு சேர்க்கைகளால் வரையப்பட்டு வெவ்வேறு பெயர்களால் வழங்கப்படுகின்றன.

சுவாரசியமான ஜன்ய ராகங்கள்

அமிர்தவர்ஷிணி என்பது ரிஷபம் அல்லது தைவதம் இல்லாத ஒரு ராகம். இது ஒரு சமச்சீர் பெண்டடானிக் (pentatonic) அளவு (ஔடவ-ஔடவ ராகம்) மற்றும் மழை பொழிவதைக் கொண்டு வருவதாக நம்பப்படுகிறது.

ஸ க3 ம2 ப நி3 ஸ் || ஸ் நி3 ப ம2 க3 ஸ ||

புன்னாகவராளி (8வது மேல ஜன்யம்) என்பது பாம்புகளை வசீகரிக்கும் ஹனுமாதோடி என்ற மேலகர்த்தா ராகத்தின் ஜன்ய ராகமாகும்.

நி2 ஸ ரி1 க2 ம1 ப த1 நி2 || நி2 த1 ப ம1 க2 ரி1 S ||

13. இந்துஸ்தானி இசை மற்றும் குறிப்புகளின் மேலோட்டம்

இந்துஸ்தானி அமைப்பு அல்லது பாரம்பரிய இசை சப்தஸ்வரங்களை அடிப்படையாகக் கொண்டது. இந்துஸ்தானி பாணி என்பது கமகம் (ஊசலாடி) பயன்பாடுகள், அரை குறிப்புகளின் பயன்பாடு மற்றும் நுணுக்கங்களால் நிறைந்துள்ளது. இந்திய இசையானது மைக்ரோடோன்களின் சிக்கலான பயன்பாட்டிற்காக அறியப்படுகிறது. ஆனால் குறிப்பு மற்றும் விளக்கத்திற்காக, மேற்கத்திய பாணியில் பயன்படுத்துவது போல் ஒரு ஆக்டேவில் 12 செமிடோன்களாகப் பிரிக்கிறோம். நாங்கள் ஒரு அசையும் ஸ்கேலைப் பயன்படுத்துகிறோம், ஒரு ஆக்டேவ் எங்கு வேண்டுமானாலும் தொடங்கலாம். தொடக்கப் புள்ளி ஒரு ஆக்டேவின் வேர்; மற்ற குறிப்புகள் அனைத்தும் ரூட்டை அடிப்படையாக கொண்டு வரையறுக்கப்பட்டுள்ளன. ஆக்டேவில் உள்ள 12 ஸ்வரங்கள் ஒவ்வொன்றும் ஒரு தனித்துவமான அடையாளத்தைக் கொண்டுள்ளன, அவையாவன S, r, R, g, G, m, M, P, d, D, n, N.

ஸ மற்றும் ப ஆகியவை நிலையான குறிப்புகளாகும், ஏனெனில் அவை மிகவும் சக்திவாய்ந்த இணக்க (ஹார்மோனிக்) கலவையை உருவாக்குகின்றன. மற்ற குறிப்புகள் மாறக்கூடியவை மற்றும் அவை ஒவ்வொன்றும் இரண்டு வெவ்வேறு வழிகளில் பாடப்படலாம் - இயற்கையான (சுத்த) அல்லது இயற்கையுடன் தொடர்புடைய தட்டையான/கூர்மையான (கோமல்/தீவ்ரா). எனவே, க்ரோமடிக் ஸ்கேலில் (chromatic scale) ஏழு தனித்துவமான குறிப்புப் பெயர்கள் மட்டுமே உள்ளன - ச ரே கா மா பா தா நி. ஸ மற்றும் ப தவிர, மற்ற எல்லா குறிப்புகளும் (ரி, க, ம, த, மற்றும் நி) ஒவ்வொன்றும் இரண்டு குறியீடுகளைக் கொண்டுள்ளன, ஒன்று சிறிய எழுத்தாலும் மற்றொன்று பெரிய எழுத்து மூலமும் இரண்டையும் வேறுபடுத்திக் காட்டுகின்றன. இறுதி ஸ என்பது ஸ' என்று குறிப்பிடப்பட்டிருப்பதைக் கவனிக்கவும், ஸ க்கு பிறகு ஒரு அபோஸ்ட்ரோபி (apostrophe) உள்ளது. உங்கள் அடிப்படை ஆக்டேவின் கீழே அல்லது மேலே உள்ள ஆக்டேவில் உள்ள குறிப்புகள் அவை எந்த ஆக்டேவைச் சேர்ந்தவை என்பதைக் காட்ட அவற்றிற்கு முன்னும் பின்னும் அபோஸ்ட்ரோபிகளுடன் குறிப்பிடப்படுகின்றன.

சோல்மைசேஷன் என்பது இந்துஸ்தானி பாரம்பரியத்தில் குரல் பயிற்சியின் ஒரு வடிவம் மட்டுமல்ல - இசை நிகழ்ச்சியின் போது மேம்பாட்டிற்காக கருவிகளோடு ஒன்றாக இது மீண்டும் மீண்டும் பயன்படுத்தப்படுகிறது. சோல்ஃபேஜில் பாடுவது "சர்கம்" இல் பாடுவது என்று அழைக்கப்படுகிறது, இது முதல் நான்கு சோல்-ஃபா எழுத்துகளை (ஸ ரி க ம) இணைப்பதன் மூலம் உருவாக்கப்பட்ட சுருக்கமாகும். ஸ்வரங்களின் முழுப் பெயர்கள் (ஷட்ஜா, ரிஷபம், காந்தாரா, மத்யமா, பஞ்சமா, தைவதா மற்றும் நிஷாதா) அரிதாகவே பயன்படுத்தப்படுகின்றன.

அடிப்படை ஏழு-ஸ்வரம் ஸ்கேல்

ஒரே மாதிரியான இடைவெளிகளால் பிரிக்கப்பட்ட பன்னிரண்டு ஸ்வரங்களை க்ரோமாடிக் ஸ்கேல் கொண்டுள்ளது, ஆனால் சீரான இடைவெளிகளால் பிரிக்கப்பட்ட ஸ்வரங்களை இணைப்பதன் மூலம் இனிமையான மெல்லிசைகளை உருவாக்குவது மிகவும் எளிதானது. இந்திய பாரம்பரிய இசையில் ராகங்கள் மிகவும் மையமாக இருப்பதால், குறிப்பிடத்தக்க மெல்லிசை திறனை வழங்கும் குறிப்பு சேர்க்கைகளை எப்போதும் கவனிக்க வேண்டும். இப்போது அறியப்படும் இந்துஸ்தானி பாரம்பரியத்தில் சுமார் 500 ராகங்கள் உள்ளன.

இந்துஸ்தானி கிளாசிக்கல் இசையின் அனைத்து புதிய மாணவர்களும், மேற்கத்திய முறையை போன்றே மேஜர் ஸ்கேலாகிய, S R G m P D N அடங்கிய அனைத்து-இயற்கை (அனைத்து சுத்த) ஏழு-குறிப்பு அளவைக் கற்றுக்கொள்வதன் மூலம் தொடங்கலாம்.

மேற்கத்திய மேஜர் ஸ்கேல்: இந்துஸ்தானியில் பிலாவல் (ஏறுதல்: S R G m P D N S' / இரங்குதல்: S' N D P m G R S).

இந்துஸ்தானி கிளாசிக்கல் இசையில், செயல்திறன் நோக்கங்களுக்காக இசையைக் குறிப்பிடுவது நடைமுறையில் இல்லை, ஏனெனில் கிளாசிக்கல் மியூசிக் கலைஞர் ஒரு அசாதாரண விதமாக ராகத்தை வளர்க்கும் திறன் கொண்டவர், மேலும் கிளாசிக்கல் இசை நிகழ்ச்சியானது அசாதாரண விதமாக ராகத்தை வளர்க்கும் செயலாகும். இசையைக் கற்பிப்பதற்கும் கற்றுக்கொள்வதற்கும், இசையின் நினைவாற்றலுக்கான உதவியாகவும் ஒரு குறியீடு பயன்படுத்தப்படுகிறது. ஒரு புதிய ராகத்தைக் கற்கும் போது, அந்த ராகத்தில் சில அடிப்படை மெல்லிசை சொற்றொடர்கள், வடிவங்கள் மற்றும் எளிமையான இசையமைப்புகள் குறிப்பீடு செய்யப்படுகிறது, இதனால் ராகத்தை பின்னர் நினைவுபடுத்தலாம்.

கால அட்டவணை (Rhythm Table)

இந்துஸ்தானி கிளாசிக்கல் இசையில், தாளத்தைச் சுற்றி மெல்லிசை குறிப்பிடப்படுகிறது.

ஸ்டாண்டர்ட் டீன்டால் (Standard Teentaal) - 16 பீட்ஸ் (beats)(4/4/4/4)

தா தின் தின் தா/ தா தின் தின் தா/ தா டின் டின் தா/ டா தின் தின் தா

இசையமைப்பைக் குறிப்பிடுதல்

இசையமைப்பின் குறியீடானது, தாள சுழற்சியின் எந்தத் துடிப்புக்கு ஏற்ப பாடப்பட வேண்டும் என்பதைக் குறிக்க, பொருத்தமான நெடுவரிசைகளில் மெல்லிசை மற்றும் பாடல் வரிகளை நிரப்புவதன் மூலம் குறிப்பிடப்படுகிறது. ஒரே பெட்டியில் உள்ள அனைத்து குறிப்புகளும் அந்த ஒரு துடிப்பின் இடைவெளியில் பாடப்பட வேண்டும். குறியீட்டின் ஒவ்வொரு வரியும் இரண்டு வரிசைகளைக் கொண்டுள்ளது. மேல் வரிசை குறிப்புகளாகவும், கீழ் வரிசையில் பாடல் வரிகளாகவும் இருக்கலாம் அல்லது நேர்மாறாகவும் இருக்கலாம்.

பொதுவாக பல்லவி (1வது சரணம், ஸ்தாயி என அழைக்கப்படுகிறது) இரண்டாவது சரணத்திலிருந்து (அந்தரா என்று அழைக்கப்படுகிறது) பிரிக்கப்படுகிறது. இந்துஸ்தானி கிளாசிக்கல் இசையில் இசையமைப்புகள் தாளத்தின் அமைப்பினுள் நன்றாகப் பொருந்தும் வகையில் கட்டமைக்கப்பட்டுள்ளன. கூடுதலாக, ஒவ்வொரு சரணத்தின் முடிவும் ரிதம் சுழற்சியின் புள்ளியில் சரியாக இடம்பெறுவதை உறுதி செய்வதும் ஒரு இசையமைப்பிற்கு முக்கியமானது. உதாரணமாக, பல்லவி பீட் 9-ல் தொடங்க வேண்டுமானால், ஒவ்வொரு சரணமும் பீட் 8-ல் முடிவடையும், இதனால் ஒரு பாடகர் அடுத்த அடியில் மீண்டும் பல்லவியை தொடர முடியும்.

Kedar – Teentaal (Drut Laya)
Sthayii

Sa Re Sa Pa so S cha sa o	Pa Pa Ma Pa ma jha ma na 4	Dha Ni Dha Pa mi S ta pi x	MaPa DhaPa Ma – ha ra va S 2
Ma – Pa Pa sa t gu ru o	Sa – Dha Pa na S ma ka 4	Ma – Dha Pa re S su mi x	Ma Re Sa – ra na va S 2

Antara

Pa Pa Sa Sa gha ri gha ri o	Sa SaNi Re Sa pa la pa la 4	Dha Ni Sa Re u ma ra gha x	Ni Sa Dha Pa Ta ta sa ba 2
Pa Ma Ma SaNi a ja hun che o	SaRe Sa Dha Pa SS ta ma ti 4	Ma – Dha Pa ma n da cha x	Ma Re Sa – tu ra va S 2

மெல்லிசை (Melody) குறியீடு சின்னங்கள்

ஒன்றோடொன்று தொடர்புடைய ஸ்வரங்களின் நிலைகள் ஒரே மாதிரியாக இருக்கும் வரை ஆக்டேவை மேலே அல்லது கீழ் நோக்கி நகர்த்தலாம். ஸ்வரங்களைத் தவிர, ஸ்வரங்களில் பயன்படுத்தக்கூடிய வேறு சில குறியீடுகள் உள்ளன.

ஒரு ஹைபன் (-) அதே ஸ்வரத்தில் ஒரு அளவு மென்மையான நீட்சியைக் குறிக்கிறது.

ஒரு வெற்று பெட்டியானது, கேள்விக்குரிய பீட்(கள்) காலத்திற்கான இடைவேளையைக் குறிக்கிறது (பாடுவதற்கு எதுவுமில்லை).

ஒரு முழுப்புள்ளி (:) மெல்லிசையில் அரை-துடிப்பு இடைவெளியைக் குறிக்கிறது. இது ஒரு ஒத்திசைவு விளைவை உருவாக்குகிறது.

ஒரு ஆச்சரியக்குறி (!) மெல்லிசையில் கூர்மையான இடைவெளியைக் குறிக்கிறது, இது முந்தைய எழுத்தை வலுவாக உச்சரிப்பதன் மூலம் அடையப்படுகிறது.

ஒரு பிரிப்பான் கோடு அல்லது செங்குத்து பட்டை (|) பாடல் வரிகளின் முடிவைக் குறிக்கிறது

(ரிதம் மற்றும் மெல்லிசை வரிகளின் தொடக்க மற்றும் இறுதிப் புள்ளிகள் பொதுவாக ஒத்துப்போவதில்லை. சில சமயங்களில், அவற்றின் நீளமும் வித்தியாசமாக இருக்கும்.)

காற்புள்ளி (,) ஒரு சிறிய இயற்கையான இடைநிறுத்தத்தைக் குறிக்கிறது அல்லது சந்தர்ப்பங்களில் ஒரே உயிரெழுத்தில் முடிவடையும் எழுத்து உச்சரிப்பை அடுத்து தொடங்கும் எழுத்துக்களிலிருந்து பிரிக்கிறது.

உயிரெழுத்து ஒலிகள் அல்லது நாசிகள் காலங்களால் பிரிக்கப்பட்டவை (அ.அ.அ / இ.இ.இ / இன்.இன்.இன், முதலியன) ஒரு கமகத்தை குறிக்கின்றன.

Bandish in Raag Kedar, Teentaal, Drut Laya

Sthayii (1st stanza)
socha samajha, manamita piyaravaa
satguru naama kare sumiranavaa

Antaraa (2nd stanza)
ghari-ghari pala-pala, umara ghaTata saba
ajahu cheta mati manda chaturavaa

1	2	3	4	5	6	7	8	9	10	11	12	13	14	15	16
dhaa	dhin	dhin	dhaa	**dhaa**	dhin	dhin	dhaa	*dhaa*	tin	tin	taa	**taa**	dhin	dhin	dhaa
								so	o	cha	sa	ma	jha.	ma	na
								S	R	S	P	P	P,	M	P
mi	i	ta	pi	ya.a	ra.a	vaa	-|	sa	t	gu	ru	naa	-	ma	ka
D	n	D	P	MP	DP	m	-|	m	-	P	P	S'	-	D	P
re	-	su	mi	ra	na	vaa	-|								
m	-	D	P	m	R	S	-|								
								gha	ri	gha	ri	pa	la.a	pa	la,
								P	P	S'	S'	S'	S'N	R'	S',
u	ma	ra	gha	Ta	ta	sa	ba|	a	ja	hu	che.e	e.e	ta	ma	ti,
D	N	S'	R'	N	S'	D	P|	P	m	m	S'N	S'R'	S'	D	P,
ma	n	da	cha	tu	ra	vaa	-|								
m	-	D	P	m	R	S	-|								

(உயிரெழுத்து/நாசி மெய்யெழுத்தின் கமகத்திற்கான ஒவ்வொரு நிகழ்விற்கும் தனித்தனியான உச்சரிப்பு தேவைப்படுகிறது).

மெல்லிசை/பாடலின் ஒவ்வொரு வரியும் ஒருமுறை மட்டுமே பதிவுசெய்யப்படும், மேலும் ஒரு வரி அல்லது சரணத்தை மீண்டும் பயன்படுத்துவது குறித்து எந்த தகவலும் வழங்கப்படுவதில்லை என்பதை நினைவில் கொள்ளவும். ஏனென்றால், ஒரு குறிப்பிட்ட வரி அல்லது சரணத்தை எத்தனை முறை திரும்பத் திரும்பச் பயன்படுத்த வேண்டும் என்பதற்கு நிலையான விதிகள் எதுவும் இல்லை. அது பாடகர், சூழல், அந்த நேரத்தில் இயற்கையாக ஒலிக்க செய்வது மற்றும் பலவற்றைப் பொறுத்தது.

இந்துஸ்தானி பாடல் வரிகளின் ரோமானிய பதிவு முறைகள்

பாரம்பரிய குறியீட்டு முறை தேவநாகரி ஸ்கிரிப்டைப் பயன்படுத்துகிறது, இதனால் இந்துஸ்தானி இசை அமைப்புகளின் பாடல் வரிகள் எப்போதும் ஹிந்தியின் பேச்சுவழக்கில் இருக்கும். ஆனால் இந்திய இசையின் உலகமயமாக்கல் மற்றும் டிஜிட்டல் மயமாக்கலுடன், வசதிக்காக ரோமானியமாக்குவது மிகவும் பொதுவானதாகி வருகிறது.

இந்தி மொழி தெரியாதவர்கள் கூட, பதிவிடப்படும் குறியீட்டைப் புரிந்துகொள்வதற்கான சிறப்புப் பயிற்சியை மேற்கொள்ளாமல், தாய்மொழி பேசுபவர்களுக்கு நெருக்கமான உச்சரிப்பை அடைய முடியும் என்பதற்காக, பாடல் வரிகளை ரோமானியமாக்குவதற்கான உள்ளார்ந்த மற்றும் ஓரளவு எளிமைப்படுத்தப்பட்ட அமைப்பு

பின்பற்றப்படுகிறது. (ஹிந்தி தெரிபவர்களுக்கு, நிச்சயமாக வார்த்தைகளை யூகிப்பதில் எந்த பிரச்சனையும் இருக்காது).

பதிவிடப்படும் குறியீடு பெரும்பாலும் உள்ளார்ந்ததாக இருந்தாலும், பின்வரும் எழுத்துக்கள் ஒரு சுருக்கமான விளக்கத்திற்கு தகுதியுடையதாக இருக்கலாம்:

aa = திறந்த "ஆ" ஒலி ("கார் (car)" மற்றும் "பார்(bar)" போன்றவை); a = மூடப்பட்ட "அ" ஒலி ("ஃபன்னி (funny)" மற்றும் "ரன் (run)" போல) அல்லது ஒரு ஸ்க்வா (schwa) ஒலி (அபவுட் (about)" அல்லது "அனதர் (another)" போல); i = "இ" ஒலி ("பிட் (bit)" போல); u = "உ" ஒலி ("புட் (put)" என்பது போல); எ = எ ஒலி ("பேட் (bat)" மற்றும் "கேட் (cat)" போன்றவை) மற்றும் ஒரு நீளமான "ஏ" ஒலி ("பெட் (bet)" மற்றும் "பெய்ட் (bait)" ஆகியவற்றுக்கு இடையே எங்காவது) பயன்படுத்தப்படுகிறது; o = இரண்டு வகையான "ஒ" ஒலிகள் ("ஹார்ஸ் (horse)" மற்றும் "ஷோ (show)" போன்றவை); d = ஒரு மென்மையான "டி" ஒலி; D = ஒரு அழுத்தமான "டீ" ஒலி; dh = மூச்சைக்கொட்டி ஒலிக்கும் ஒரு "டி"; Dh = மூச்சைக்கொட்டி ஒலிக்கும் ஒரு "டீ"; t = ஒரு மென்மையான "தி" ஒலி; T = ஒரு கடினமான "தீ" ஒலி; th = மூச்சைக்கொட்டி ஒலிக்கும் ஒரு "தி"; Th = மூச்சைக்கொட்டி ஒலிக்கும் ஒரு "தீ"

இசையமைப்பின் பாடல் வரிகள், குறிப்பு அட்டவணையின் ஒரு பகுதியாக இருப்பதுடன், தலைப்பு வரியின் கீழ் தனித்தனியாக எழுதப்படலாம். சில நேரங்களில் தனித்தனியாக பாடல் வரிகளின் தெளிவான பதிப்பை வழங்குவது அவசியம், ஏனெனில் சொற்கள் குறியீட்டில் கலந்து சிதைந்துவிடும், எனினும் இடைவெளிகள் இல்லாததால் ஒரு வார்த்தை எங்கு முடிவடைகிறது என்பதையும், மற்றொன்று எங்கு தொடங்குகிறது என்பதையும் குறிப்பிடுவது கடினம்.

பாரம்பரிய குறியீட்டு முறை

பல நூற்றாண்டுகளாக இந்துஸ்தானி பாரம்பரிய இசையில் பல குறியீடு முறைகள் உள்ளன, ஆனால் இசையமைப்பாளர் விஷ்ணு நாராயண் பட்கண்டே (1860-1936) முன்மொழிந்த ஒரு அமைப்பு 20 ஆம் நூற்றாண்டின் தொடக்கத்தில் பரவலான ஏற்றுக்கொள்ளலைப் பெற்றது, மேலும் இது பொதுவாக இசை பாடப்புத்தகங்கள் மற்றும் இந்துஸ்தானி கிளாசிக்கல் இசை சமூகத்தில் உள்ள பதிப்புகள் மற்றும் பிறவற்றில் இன்றுவரை பயன்படுத்தப்படுகிறது. பட்கண்டே அமைப்பு தேவநகரி (இந்தி) எழுத்துக்களின் குறிப்புகள், பாடல் வரிகள் மற்றும் வேறு சில எளிய குறியீடுகளைப் பயன்படுத்துகிறது.

பட்கண்டே அமைப்பு முறை

இந்த அமைப்பில், மேல் வரி ராகத்தின் பெயர் (கேதார்), கலவை வகை (பந்திஷ்), ரிதம் சுழற்சி (டீன்டால்) மற்றும் டெம்போ (ட்ரட்) ஆகியவற்றைக் குறிப்பிடுகிறது. டீன்டாலின் நான்கு பிரிவுகளைக் குறிக்க மூன்று செங்குத்து கோடுகளை வரைவதன் மூலம் தாள் செங்குத்தாக நான்கு பிரிவுகளாகப் பிரிக்கப்பட்டுள்ளது, இதனால் பாடல் வரிகளின் ஒவ்வொரு வரியும் ஒரு வரிசையில் நேர்த்தியாகப் பொருத்தப்படும். தொகுப்பின் ஒவ்வொரு வரிக்கும், மூன்று வரிசைக் குறியீடுகள் உள்ளன. முதல் வரிசை மெல்லிசையைக் குறிப்பிடுகிறது, நடு வரிசையில் பாடல் வரிகள் உள்ளன, கடைசி வரிசையில் ரிதம் குறிப்பான்கள் உள்ளன.

பாரம்பரிய அமைப்பு, மாணவர்கள் அடிப்படை தாள வடிவங்களை நன்கு அறிந்திருப்பதாக யூகிக்கிறது. டீன்டாலில் கலவை உள்ளது என்ற தகவலின் அடிப்படையில், டீன்டால் நான்கு பீட்கள் கொண்ட நான்கு பிரிவுகளை

உள்ளடக்கியது என்றும், இந்த சுழற்சியின் மூன்றாவது பிரிவின் முதல் பீட் ஒலியடக்கப்பட்டது என்றும் ஒருவர் அறியலாம். குறியீட்டில் உள்ள ரிதம் குறிப்பான்கள் மிகவும் குறைவாகவே உள்ளன. உண்மையில், அவை "ரிதம் குறிப்பான்கள்" என்பதை விட "பிரிவு குறிப்பான்கள்". மூன்று வகையான பிரிவு குறிப்பான்கள் பயன்படுத்தப்படுகின்றன. ஒரு குறுக்கு (X) முதல் பிரிவைக் குறிக்கிறது. ஒரு சிறிய வட்டம் (O) என்பது முடக்கிய முதல் துடிப்புடன் ஒரு பகுதியைக் குறிக்கிறது. ஒரு பிரிவு முதல் பிரிவாக இல்லாவிட்டால் அல்லது ஒலியடக்கப்பட்ட துடிப்புடன் தொடங்கினால், அது பிரிவு எண்ணால் குறிக்கப்படும்.

மெல்லிசை குறிப்புகளின் சோல்-ஃபா எழுத்துக்கள் மற்றும் வேறு சில குறியீடுகளைப் பயன்படுத்தி குறிப்பிடப்பட்டுள்ளது. குறிப்புகளின் சோல்-ஃபா எழுத்துகள் ஓசையை Sa, Re, Ga, Ma, Pa, Dha மற்றும் Ni (தேவநகரியிலிருந்து ரோமானிய எண்களால் குறிப்பிடப்படுகிறது) ஆகும். குறிப்புகளின் தட்டையான (பிளாட்) பதிப்புகள் (குறிப்பிட்ட எடுத்துக்காட்டில் இடம்பெறவில்லை) அடிக்கோடு மூலம் காட்டப்படும். குறிப்பிற்கு மேலே ஒரு செங்குத்து கோடு மூலம் கூர்மையானது (ஷார்ப்) குறிக்கப்படுகிறது. பிரதான ஆக்டேவிற்கு மேலே அல்லது கீழே உள்ள ஆக்டேவிற்கு ஒரு குறிப்பு சொந்தமானது எனில், குறிப்புக்கு மேலே அல்லது கீழே ஒரு புள்ளி வைக்கப்படும். முந்தைய குறிப்பு நீளமாக இருக்க வேண்டும் என்பதை ஹைபன் (hyphen) குறிக்கிறது. ஒரே அடி இடைவெளியில் இரண்டு குறிப்புகளைப் பாட வேண்டியிருக்கும் போது, அவை வளைந்த கோட்டால் அடியில் இணைக்கப்படும்.

எந்த எழுத்தை எந்த இடத்தில், எந்தத் தாளத்தில் பாட வேண்டும் என்பதைக் காட்டும் வகையில், நடுவரிசையில், ஏழுத்துகளின் உச்சரிப்பு வாரியாகப் பாடல் வரிகள் எழுதப்படுகின்றன. ஒரு பெரிய "S" ஐ ஒத்த ஒரு குறியீடு, ஏற்ற துடிப்புக்கு (களுக்கு) ஏழுத்துகளின் உச்சரிப்பு நீளமாக அல்லது நீடித்ததாக இருக்க வேண்டும் என்பதைக் குறிக்கப் பயன்படுத்தப்படுகிறது.

பட்கண்டே அமைப்பு தேவநகரியில் இசையைக் கைமுறையாகக் குறிப்பிடுபவர்களுக்கு பயனுள்ளதாக இருக்கிறது, ஆனால் ஒரே சீரான தன்மைக்காக டிஜிட்டல் முறையில் குறியீடுகளை எழுத அல்லது பகிர்ந்து கொள்ள முயற்சிப்பவர்களுக்கு இது சிக்கலை ஏற்படுத்துகிறது. . டிஜிட்டல் ஊடகத்திற்கு ஏற்ற ஒரு புதிய அமைப்பு வரை, அது முழுமைப்படுத்தப்பட்டு பிரபலமடையும் வரை, இந்த சீரான தன்மையின்மையைப் பொறுத்துக்கொள்வதைத் தவிர வேறு வழியில்லை. இருப்பினும், பெரும்பாலான வலைத்தளங்கள், அவற்றின் குறியீட்டு முறையின் போதுமான விளக்கத்தை வழங்குகின்றன.

13.1. தாது வாரிசை

1.	ஸ	ஸ	ம	ம	|	ரி	ரி	|	க	க	||
	ஸ	ஸ	ரி	ரி	|	க	க	|	ம	ம	||
	ரி	ரி	ப	ப	|	க	க	|	ம	ம	||
	ரி	ரி	க	க	|	ம	ம	|	ப	ப	||
	க	க	த	த	|	ம	ம	|	ப	ப	||
	க	க	ம	ம	|	ப	ப	|	த	த	||
	ம	ம	நி	நி	|	ப	ப	|	த	த	||
	ம	ம	ப	ப	|	த	த	|	நி	நி	||
	ப	ப	ஸ்	ஸ்	|	த	த	|	நி	நி	||
	ப	ப	த	த	|	நி	நி	|	ஸ்	ஸ்	||

	ஸ்	ஸ்	ப	ப	।	நி	நி	।	த	த	॥
	ஸ்	ஸ்	நி	நி	।	த	த	।	ப	ப	॥
	நி	நி	ம	ம	।	த	த	।	ப	ப	॥
	நி	நி	த	த	।	ப	ப	।	ம	ம	॥
	த	த	க	க	।	ப	ப	।	ம	ம	॥
	த	த	ப	ப	।	ம	ம	।	க	க	॥
	ப	ப	ரி	ரி	।	ம	ம	।	க	க	॥
	ப	ப	ம	ம	।	க	க	।	ரி	ரி	॥
	ம	ம	ஸ	ஸ	।	க	க	।	ரி	ரி	॥
	ம	ம	க	க	।	ரி	ரி	।	ஸ	ஸ	॥

2.	ஸ	ம	க	ம	।	ரி	க	।	ஸ	ரி	॥
	ஸ	க	ரி	க	।	ஸ	ரி	।	க	ம	॥
	ரி	ப	ம	ப	।	க	ம	।	ரி	க	॥
	ரி	ம	க	ம	।	ரி	க	।	ம	ப	॥
	க	த	ப	த	।	ம	ப	।	க	ம	॥
	க	ப	ம	ப	।	க	ம	।	ப	த	॥
	ம	நி	த	நி	।	ப	த	।	ம	ப	॥
	ம	த	ப	த	।	ம	ப	।	த	நி	॥
	ப	ஸ்	நி	ஸ்	।	த	நி	।	ப	த	॥
	ப	நி	த	நி	।	ப	த	।	நி	ஸ்	॥
	ஸ்	ப	த	ப	।	நி	த	।	ஸ்	நி	॥
	ஸ்	த	நி	த	।	ஸ்	நி	।	த	ப	॥
	நி	ம	ப	ம	।	த	ப	।	நி	த	॥
	நி	ப	த	ப	।	நி	த	।	ப	ம	॥
	த	க	ம	க	।	ப	ம	।	த	ப	॥
	த	ம	ப	ம	।	த	ப	।	ம	க	॥
	ப	ரி	க	ரி	।	ம	க	।	ப	ம	॥
	ப	க	ம	க	।	ப	ம	।	க	ரி	॥
	ம	ஸ	ரி	ஸ	।	க	ரி	।	ம	க	॥
	ம	ரி	க	ரி	।	ம	க	।	ரி	ஸ	॥

3.	ஸ	ரி	ஸ	க	।	ரி	க	।	ரி	ம	॥
	ஸ	ம	க	ரி	।	ஸ	ரி	।	க	ம	॥

ரி	க	ரி	ம	|	க	ம	|	க	ப	||
ரி	ப	ம	க	|	ரி	க	|	ம	ப	||
க	ம	க	ப	|	ம	ப	|	ம	த	||
க	த	ப	ம	|	க	ம	|	ப	த	||
ம	ப	ம	த	|	ப	த	|	ப	நி	||
ம	நி	த	ப	|	ம	ப	|	த	நி	||
ப	த	ப	நி	|	த	நி	|	த	ஸ்	||
ப	ஸ்	நி	த	|	ப	த	|	நி	ஸ்	||
ஸ்	நி	ஸ்	த	|	நி	த	|	நி	ப	||
ஸ்	ப	த	நி	|	ஸ்	நி	|	த	ப	||
நி	த	நி	ப	|	த	ப	|	த	ம	||
நி	ம	ப	த	|	நி	த	|	ப	ம	||
த	ப	த	ம	|	ப	ம	|	ப	க	||
த	க	ம	ப	|	த	ப	|	ம	க	||
ப	ம	ப	க	|	ம	க	|	ம	ரி	||
ப	ரி	க	ம	|	ப	ம	|	க	ரி	||
ம	க	ம	ரி	|	க	ரி	|	க	ஸ	||
ம	ஸ	ரி	க	|	ம	க	|	ரி	ஸ	||

14. குரல் பயிற்சி மற்றும் ஹிந்துஸ்தானி இசையில் தாட் (ராகம்)

குரல் பயிற்சி:

இசை ஸ்வரங்களைக் கட்டுப்படுத்தும் செயல்முறை 'ஸ்வர- சாதனா' என்று அழைக்கப்படுகிறது. இந்திய இசையில், ஸ்வர்-சாதன் என்றும், மேற்கத்திய இசையில், குரல் பயிற்சி நுட்பமானது குரல் கலாச்சாரம் என்றும் அழைக்கப்படுகிறது.

இந்துஸ்தானி பாரம்பரிய இசை ராக்தாரி சங்கீதத்தை அடிப்படையாகக் கொண்டது. ராகம் என்பது 7 (ஏழு) குறிப்புகளைக் கொண்ட ஒரு மெல்லிசை ஸ்கேலாகும். இந்த 7 ஸ்வரங்களின் வெவ்வேறு வரிசைமாற்ற விதிகள் மற்றும் சேர்க்கை மூலம் ஒரு "ராகம்" உருவாக்குகிறது.

ஒரு ராகத்தைக் கற்றுக்கொள்வதற்கு முன், ஸ்வர் மற்றும் தாலா பற்றிய அறிவு மிகவும் முக்கியமானது, ஏனென்றால் வெவ்வேறு ராகங்களில் உள்ள ஸ்வர (குறிப்புகள்) சரியான நிலையை 7 குறிப்புகளின் பயிற்சிக்குப் பிறகுதான் அங்கீகரிக்க முடியும்.

இந்துஸ்தானி கிளாசிக்கல் இசையில் உள்ள குரல் பயிற்சியின் முதல் முக்கியமான பகுதி 7 சுத்த ஸ்வரங்களை பயிற்சி செய்வதும் புரிந்துகொள்வதும். இது ஒரு ஆக்டேவின் "சுத்த-ஸ்வரங்கள்" ஐ பாடும் திறனுடன் தொடங்குகிறது (ஸ முதல் மேல் ஸ் வரை). இந்துஸ்தானி இசையில் உள்ளவை மேஜர் ஸ்கேலில் உள்ள ஸ்வரங்களைப் போலவே உள்ளது. முதலில் ஏறுவரிசையில் (ஆரோ) பின்னர் இறங்கு (அவரோ) வரிசையில் பின்னர் படிப்படியாக அனைத்து ஒழுங்கற்ற முறையில் அவைகளை சுற்றி நகரும். பின்னர், அனைத்து கோமல் [பிளாட்], தீவ்ர [கூர்மையான] என ஒரு ஆக்டேவின் 12 ஸ்வரங்களையும் பாட கற்றுக்கொள்ள தொடங்கலாம். ஓரிரு வருடங்கள் ஸ்வர்-சாதனாவிற்குப் பிறகு ஒருவர் ராகங்களை விரிவாகக் கற்கத் தொடங்க வேண்டும். வெவ்வேறு ராகங்களில் உள்ள குறிப்புகள் (ஸ்வரங்கள்) மற்றும் அந்த ஸ்வரங்களின் சரியான நிலைகளைப் பார்க்கும் திறனை ஒரு திறமையான ஆசிரியரின் (குரு) கீழ் அர்ப்பணிப்புடனும், ஒழுக்கத்துடனும் சரியான குரல் பயிற்சிக்குப் பிறகு மட்டுமே அங்கீகரிக்க முடியும். இந்துஸ்தானி இசையில் ஸ்வர-சாதனா அல்லது குரல் பயிற்சி கரானாவிலிருந்து கரானா வரை வேறுபடுகிறது. இந்துஸ்தானி பாரம்பரிய இசையில், நமக்கு கரானாக்கள் (இசைப் பள்ளி) உள்ளன, அவற்றுக்கென்று குறிப்பிட்ட குரல் பயிற்சி உள்ளது, மேலும் ஒவ்வொரு குருவும் ஒவ்வொரு கரானாவும்” குரலைப் பயிற்றுவிப்பதற்கான சொந்த நுட்பமும் முறையும் கொண்டுள்ளனர் மற்றும் ஒவ்வொரு குரலுக்கும் அதன் சொந்தத் தரம் உள்ளது.

தாட் (ராகம்):

வெவ்வேறு குறிப்பு அமைப்புகளை உருவாக்கும் ஸ்வரங்களின் வெவ்வேறு விதங்கள் தாட் என்று அழைக்கப்படுகின்றன. ஒரு இசையின் ஸ்கேலாக, மேற்கத்திய இசை ஸ்கேலாக இது கருதப்படுகிறது, ஏழு குறிப்புகள் அவற்றின் ஏறுவரிசையில் (அரோஹா) வழங்கப்படுகின்றன. இவை ராகத்தின் அரோஹாவைச் சார்ந்தது. இந்திய பாரம்பரிய இசையில் 10 தாட்கள் உள்ளன, ஒவ்வொன்றிலிருந்தும் பல ராகங்கள் உருவாக்கப்படுகின்றன.

அதன் வடிவங்கள் கீழே விவரிக்கப்பட்டுள்ளன:

கல்யாண் (Kalyan) – Sa Re Ga MA Pa Dha Ni SA

பைரவ் (Bhairav) – Sa re Ga ma Pa dha Ni SA

காஃபி (Kafi) – Sa Re ga ma Pa Dha ni SA

அசாவரி (Asavari) – Sa Re ga ma Pa dha ni SA (மேற்கத்திய இசையில் மைனர் ஸ்கேல்கள்)

பிலாவல் (Bilaval) – Sa Re Ga ma Pa Dha Ni SA (மேற்கத்திய இசையில் மேஜர் ஸ்கேல்கள்)

காமாஜ் (Khamaj) – Sa Re Ga ma Pa Dha ni SA

பைரவி (Bhairavi) – Sa re ga ma Pa dha ni SA

பர்பி (Purbi) – Sa re Ga MA Pa dha Ni SA

தோர்ஹி (Torhi) – Sa re ga MA Pa dha Ni SA

மர்வா (Marwa)- Sa re Ga MA Pa Dha Ni SA

14.1. கர்நாடக இசையில் மேலகர்த்தா ராகங்களின் பட்டியல்

சுத்த மத்தியமம்			பிரதி மத்தியமம்		
வ.எண்.	ராகம்	ஸ்கேல்	வ.எண்.	ராகம்	ஸ்கேல்
1. *இந்து சக்ரா*			**7. *ரிஷி சக்ரா***		
1	கனகாங்கி	$S\ R_1\ G_1\ M_1\ P\ D_1\ N_1\ \dot{S}$	37	சாலகம்	$S\ R_1\ G_1\ M_2\ P\ D_1\ N_1\ \dot{S}$
2	ரத்னாங்கி	$S\ R_1\ G_1\ M_1\ P\ D_1\ N_2\ \dot{S}$	38	ஜலார்ணவம்	$S\ R_1\ G_1\ M_2\ P\ D_1\ N_2\ \dot{S}$
3	கானமூர்த்தி	$S\ R_1\ G_1\ M_1\ P\ D_1\ N_3\ \dot{S}$	39	ஜாலவராளி	$S\ R_1\ G_1\ M_2\ P\ D_1\ N_3\ \dot{S}$
4	வனஸ்பதி	$S\ R_1\ G_1\ M_1\ P\ D_2\ N_2\ \dot{S}$	40	நவநீதம்	$S\ R_1\ G_1\ M_2\ P\ D_2\ N_2\ \dot{S}$
5	மானவதி	$S\ R_1\ G_1\ M_1\ P\ D_2\ N_3\ \dot{S}$	41	பாவனி	$S\ R_1\ G_1\ M_2\ P\ D_2\ N_3\ \dot{S}$
6	தானரூபி	$S\ R_1\ G_1\ M_1\ P\ D_3\ N_3\ \dot{S}$	42	ரகுப்பிரியா	$S\ R_1\ G_1\ M_2\ P\ D_3\ N_3\ \dot{S}$
2. நேத்ர சக்ரா			**8. வாசு சக்ரா**		
7	சேனாவதி	$S\ R_1\ G_2\ M_1\ P\ D_1\ N_1\ \dot{S}$	43	கவாம்போதி	$S\ R_1\ G_2\ M_2\ P\ D_1\ N_1\ \dot{S}$

8	ஹனுமத்தோடி	S R_1 G_2 M_1 P D_1 N_2 Ṡ	44	பவப்பிரியா	S R_1 G_2 M_2 P D_1 N_2 Ṡ
9	தேனுக	S R_1 G_2 M_1 P D_1 N_3 Ṡ	45	சுபபந்துவராளி	S R_1 G_2 M_2 P D_1 N_3 Ṡ
10	நாடகப்பிரியா	S R_1 G_2 M_1 P D_2 N_2 Ṡ	46	ஷட்விதமார்க்கிணி	S R_1 G_2 M_2 P D_2 N_2 Ṡ
11	கோகிலப்பிரியா	S R_1 G_2 M_1 P D_2 N_3 Ṡ	47	சுவர்ணாங்கி	S R_1 G_2 M_2 P D_2 N_3 Ṡ
12	ரூபவதி	S R_1 G_2 M_1 P D_3 N_3 Ṡ	48	திவ்யமணி	S R_1 G_2 M_2 P D_3 N_3 Ṡ
3. அக்னி சக்ரா			**9. பிரம்ம சக்ரா**		
13	காயகப்பிரியா	S R_1 G_3 M_1 P D_1 N_1 Ṡ	49	தவளாம்பரி	S R_1 G_3 M_2 P D_1 N_1 Ṡ
14	வகுளாபரணம்	S R_1 G_3 M_1 P D_1 N_2 Ṡ	50	நாமநாராயணி	S R_1 G_3 M_2 P D_1 N_2 Ṡ
15	மாயாமாளவகௌளை	S R_1 G_3 M_1 P D_1 N_3 Ṡ	51	காமவர்த்தனி	S R_1 G_3 M_2 P D_1 N_3 Ṡ
16	சக்ரவாகம்	S R_1 G_3 M_1 P D_2 N_2 Ṡ	52	ராமப்பிரியா	S R_1 G_3 M_2 P D_2 N_2 Ṡ
17	சூர்யகாந்தம்	S R_1 G_3 M_1 P D_2 N_3 Ṡ	53	கமனச்ரம	S R_1 G_3 M_2 P D_2 N_3 Ṡ
18	ஹாடகாம்பரி	S R_1 G_3 M_1 P D_3 N_3 Ṡ	54	விஷ்வம்பரி	S R_1 G_3 M_2 P D_3 N_3 Ṡ
4. வேத சக்ரா			**10. திசி சக்ரா**		
19	ஜங்காரத்வனி	S R_2 G_2 M_1 P D_1 N_1 Ṡ	55	சியாமளாங்கி	S R_2 G_2 M_2 P D_1 N_1 Ṡ
20	நடபைரவி	S R_2 G_2 M_1 P D_1 N_2 Ṡ	56	சண்முகப்பிரியா	S R_2 G_2 M_2 P D_1 N_2 Ṡ

21	கீரவாணி	S R_2 G_2 M_1 P D_1 N_3 Ṡ	57	சிம்மேந்திரமத்திமம்	S R_2 G_2 M_2 P D_1 N_3 Ṡ
22	கரகரப்பிரியா	S R_2 G_2 M_1 P D_2 N_2 Ṡ	58	ஹேமவதி	S R_2 G_2 M_2 P D_2 N_2 Ṡ
23	கௌரிமனோகரி	S R_2 G_2 M_1 P D_2 N_3 Ṡ	59	தர்மவதி	S R_2 G_2 M_2 P D_2 N_3 Ṡ
24	வருணப்பிரியா	S R_2 G_2 M_1 P D_3 N_3 Ṡ	60	நீதிமதி	S R_2 G_2 M_2 P D_3 N_3 Ṡ
5. பாண சக்ரா			**11. ருத்ர சக்ரா**		
25	மாரரஞ்சனி	S R_2 G_3 M_1 P D_1 N_1 Ṡ	61	காந்தாமணி	S R_2 G_3 M_2 P D_1 N_1 Ṡ
26	சாருகேசி	S R_2 G_3 M_1 P D_1 N_2 Ṡ	62	ரிஷபப்பிரியா	S R_2 G_3 M_2 P D_1 N_2 Ṡ
27	சரசாங்கி	S R_2 G_3 M_1 P D_1 N_3 Ṡ	63	லதாங்கி	S R_2 G_3 M_2 P D_1 N_3 Ṡ
28	ஹரிகாம்போஜி	S R_2 G_3 M_1 P D_2 N_2 Ṡ	64	வாசஸ்பதி	S R_2 G_3 M_2 P D_2 N_2 Ṡ
29	தீரசங்கராபரணம்	S R_2 G_3 M_1 P D_2 N_3 Ṡ	65	மேசகல்யாணி	S R_2 G_3 M_2 P D_2 N_3 Ṡ
30	நாகாநந்தினி	S R_2 G_3 M_1 P D_3 N_3 Ṡ	66	சித்ராம்பரி	S R_2 G_3 M_2 P D_3 N_3 Ṡ
6. ருது சக்ரா			**12. ஆதித்ய சக்ரா**		
31	யாகப்பிரியா	S R_3 G_3 M_1 P D_1 N_1 Ṡ	67	சுசரித்ர	S R_3 G_3 M_2 P D_1 N_1 Ṡ
32	ராகவர்த்தனி	S R_3 G_3 M_1 P D_1 N_2 Ṡ	68	ஜோதிஸ்வரூபிணி	S R_3 G_3 M_2 P D_1 N_2 Ṡ
33	காங்கேயபூஷணி	S R_3 G_3 M_1 P D_1 N_3 Ṡ	69	தாதுவர்த்தனி	S R_3 G_3 M_2 P D_1 N_3 Ṡ

34	வாகதீச்வரி	S R_3 G_3 M_1 P D_2 N_2 Ṡ	70	நாசிகாபூஷணி	S R_3 G_3 M_2 P D_2 N_2 Ṡ
35	சூலினி	S R_3 G_3 M_1 P D_2 N_3 Ṡ	71	கோசலம்	S R_3 G_3 M_2 P D_2 N_3 Ṡ
36	சலநாட	S R_3 G_3 M_1 P D_3 N_3 Ṡ	72	ரசிகப்பிரியா	S R_3 G_3 M_2 P D_3 N_3 Ṡ

15. பாடல் வரிகளின் முக்கியத்துவம் மற்றும் இசையைப் பயன்படுத்துவதில் நெறிமுறைப் பொறுப்பு

பாடல் வரிகளின் முக்கியத்துவம்

பாடல் வரிகள் இசையில் செய்தியைத் தெரிவிப்பதற்கான முக்கிய வழியாகும், இருப்பினும் வித்தியாசமான இசையால் மாத்திரம் அர்த்தமற்ற வரிகளை கொண்ட சில பாடல்கள் தற்காலிக பிரபலமடைகின்றன என்பதை மறுக்க முடியாது. பாடல் வரிகள் மெல்லிசை, கார்டுகள் மற்றும் அவை உருவாக்கும் பொதுவான மனநிலையுடன் இணைந்திருக்க வேண்டும்.

இசையில் ஈர்க்கக்கூடிய பாடல் வரிகள் பொதுவாக பின்வரும் அம்சங்களைக் கொண்டிருக்கும்:

- "அன்பு", "தேவை", "முகம்", "உள்ளம்", போன்ற உணர்ச்சி குறித்த தாக்கங்கள் உள்ள வார்த்தைகள், மெல்லிசைகளில் முக்கியமாக உயர்ந்த குறிப்புகளுடனோ குரல் இணக்கத்துடனோ இடம்பெறும்.
- ஒவ்வொரு வார்த்தையும் இளைஞர்களின் வழக்கமான சொற்களாக இருக்கும்.
- ஒரு சொல்லின் இயல்பான தாள துடிப்பு பாடலின் தாளத்தில் பிரதிபலிக்கும். துடிப்பு முதல் பீட்டில் இருந்தால், அந்த வார்த்தை வலுவான துடிப்பில் வைக்கப்படும்.
- உடைந்த பாடல் வரிகள் ஒரு பாடலைக் கொல்லும் மற்றும் பொதுவாக தவிர்க்கப்பட வேண்டும்.
- பாடல் வரிகள் ஒரு கதையைச் சொல்லும் அல்லது ஒரு சூழ்நிலையை விவரிக்கும். உணர்வுகளோடு பின்னணியும் வழங்கப்படும்.
- சிறந்த பாடல் வரிகள் கேட்பவர்களிடம் மட்டும் பேசாது - பாடலைப் பாடுவது போல் கேட்பவர்களை உணரவைக்கும்.

இசையின் சில வகைகளில், பாடல் வரிகள் இடம்பெறுவது கூட இல்லை, இது இசையை தானே பேச வைக்கிறது. இருப்பினும், பெரும்பாலான சந்தர்ப்பங்களில், பாடல் வரிகள் பரவலாக உள்ளன. அவற்றின் செய்தியைப் பற்றி சிந்திக்க வைக்கும் பாடல்கள் மற்றும் அவற்றின் அர்த்தத்தை பல நாட்கள் சிந்திக்க தூண்டும் பாடல்கள் உண்மையாக தலைசிறந்த படைப்புகள், ஆனால் அவை மிகவும் அரிதானவை.

நெறிமுறை பொறுப்பு:

இசைக்கும் நெறிமுறைகளுக்கும் வரலாற்று ரீதியாக வலுவான தொடர்பு உள்ளது என்பது மிகவும் உண்மை. சமுதாயத்தில் இசையின் பங்கை ஆராயும் இப்போதைய அறிஞர்கள் நெறிமுறை மற்றும் தார்மீக பிரச்சினைகளுடன் அதை தொடர்புபடுத்துவது தவிர்க்க முடியாதது.

ஜெஃப் வாரன், 'இசை மற்றும் நன்னெறி பொறுப்பு' என்ற நூலின் ஆசிரியர், பொறுப்புகளை சுருக்கமான கருத்துக்கள் மற்றும் பொது விதிகளாக சுருக்கவோ அல்லது குறைக்கவோ முடியாது என்று கூறுகிறார், இதனால் நெறிமுறைகளுக்கும் ஒழுக்கத்திற்கும் இடையே ஒரு வேறுபாட்டை நிறுவ வேண்டும்; குறிப்பிட்ட சூழ்நிலைகளுக்கு ஏற்ப ஒவ்வொரு முறையும் பொறுப்புகள் புதுப்பிக்கப்பட வேண்டும். சுருக்கமாக, இசை மற்றவர்களுடன் சந்திப்புகளை அனுமதிக்கிறது, மேலும் இது நிச்சயமாக நெறிமுறை பொறுப்புகள் தொடர்பான இசையின் பங்கை ஆராய்வதற்கு வழிவகுக்கிறது. இந்தக் கூற்றை முன்வைக்க, வாரன் என்பவர் முதலில் இசை தானாக செயல்படுவது இல்லை என்றும் இசை அர்த்தம் தருகிறது என்றும் வாதிட்டார். இசையின் அர்த்தம் என்பது இசையின் உள்ளார்ந்த அம்சமோ அல்லது முற்றிலும் அகநிலை சார்ந்த விஷயமோ அல்ல. மாறாக, ஒரு காரியத்தை கவனிப்பதன் மூலமோ அல்லது வாசிப்பதன் மூலமோ அவற்றிற்கு இடையேயான தொடர்புகளால் இசையின் அர்த்தம் உருவாக்கப்படுகின்றது. இசையின் அர்த்தமானது பலவற்றை உள்ளடக்கியதும், தற்செயலானதும், வெளிப்படுவதும் மட்டுமல்ல, தனிநபர்களின்

சந்திப்புகள் மூலமாகவும் உருவாக்கப்படுகிறது, எனவே நெறிமுறைப் பொறுப்பை உள்ளடக்கியது. இசை எப்போதும் மனிதர்களுடன் இணைக்கப்பட்டிருப்பதால், நாம் இசையை உருவாக்கும்போதும், நிகழ்த்தும்போதும், இசையைக் கேட்கும்போதும் மற்றவர்களுக்கு நாம் பொறுப்பானவர்களாக உள்ளோம். நெறிமுறைப் பொறுப்பானது இசையில் மாத்திரம் இல்லாமல், மாறாக உருவாக்கப்படும் அல்லது பயன்படுத்தப்படும் இசையினால் உண்டாகும் சந்திப்புகளால் பாதிக்கப்படக்கூடிய நபர்களுடனான தொடர்புகளில் இருக்கிறது.

நெறிமுறைப் பொறுப்பில் கலைஞர், இசையமைப்பாளர் மற்றும் பார்வையாளர்கள் பங்கேற்க வேண்டும். ஒரு நிகழ்த்துபவரின் முதன்மைப் பொறுப்பு ஸ்கோரை மதிப்பதில் உள்ளது என்ற வழக்கற்றுப் போன யோசனைக்கு எதிராக வாதிடும் வாரன் என்பவர், மற்றவர்களுடன் (இசையமைப்பாளர்கள், சக கலைஞர்கள், பார்வையாளர்கள், இசை நிகழ்ச்சியில் பங்கேற்காதவர்கள் அல்லது கலந்துகொள்ளாதவர்கள்) நெறிமுறைப் பொறுப்பு வெளிப்படுகிறது என்று வாதிடுகிறார். ஒரு `நிகழ்த்துபவருக்கு கடந்த காலம், நிகழ்காலம் மற்றும் எதிர்காலத்திலும் பொறுப்புகள் உள்ளன.

15.1. மேல்ஸ்தாய் வரிசை

1 ஸ ரி க ம | ப த | நி ஸ் ||
ஸ் , , , | ஸ் , | , , ||
த நி ஸ ரி’ | ஸ் நி | த ப ||
ஸ் நி த ப | ம க | ரி ஸ ||

2 ஸ ரி க ம | ப த | நி ஸ் ||
ஸ் , , , | ஸ் , | , , ||
த நி ஸ் ரி’ | ஸ் ஸ் | ரி’ ஸ் ||
ஸ் ரி’ ஸ் நி | த ப | ம ப ||
த நி ஸ் ரி’ | ஸ் நி | த ப ||
ஸ் நி த ப | ம க | ரி ஸ ||

3 ஸ ரி க ம | ப த | நி ஸ் ||
ஸ் , , , | ஸ் , | , , ||
த நி ஸ் ரி’ | க’ ரி’ | ஸ் ரி’ ||
ஸ் ரி’ ஸ் நி | த ப | ம ப ||
த நி ஸ் ரி’ | ஸ் ஸ் | ரி’ ஸ் ||
ஸ் ரி’ ஸ் நி | த ப | ம ப ||
த நி ஸ் ரி’ | ஸ் நி | த ப ||
ஸ் நி த ப | ம க | ரி ஸ் ||

4 ஸ ரி க ம | ப த | நி ஸ் ||
ஸ் , , , | ஸ் , | , , ||
த நி ஸ் ரி’ | க’ ம’ | க’ ரி’ ||
ஸ் ரி’ ஸ் நி | த ப | ம ப ||
த நி ஸ் ரி’ | க’ ரி’ | ஸ் ரி’ ||
ஸ் ரி’ ஸ் நி | த ப | ம ப ||
த நி ஸ் ரி’ | ஸ் ஸ் | ரி’ ஸ் ||
ஸ் ரி’ ஸ் நி | த ப | ம ப ||
த நி ஸ் ரி’ | ஸ் நி | த ப ||
ஸ் நி த ப | ம க | ரி ஸ ||

5 ஸ ரி க ம | ப த | நி ஸ் ||
ஸ் , , , | ஸ் , | , , ||
த நி ஸ் ரி’ | க’ ம’ | ப’ ம’ ||
க’ ரி’ ஸ் நி | த ப | ம ப ||
த நி ஸ் ரி’ | க’ ம’ | க’ ரி’ ||
ஸ் ரி’ ஸ் நி | த ப | ம ப ||
த நி ஸ் ரி’ | க’ ரி’ | ஸ் ரி’ ||
ஸ் ரி’ ஸ் நி | த ப | ம ப ||
த நி ஸ் ரி’ | ஸ் ஸ் | ரி’ ஸ் ||
ஸ் ரி’ ஸ் நி | த ப | ம ப ||
த நி ஸ் ரி’ | ஸ் நி | த ப ||
ஸ் நி த ப | ம க | ரி ஸ ||

16. ஒலியை பற்றிய அறிவியல்

ஒலிகளில் வேறுபாடு:

சத்தமாக உள்ள ஃபயர் அலாரங்கள் (Fire alarms) மென்மையாக இருக்கும் விசில் சத்தங்கள், உயரிய ஸ்வரங்களுடன் பாடும் சோப்ரானோஸ் (sopranos), மற்றும் தாழ்வாக வாசிக்கப்படும் டியூபாஸ் (tubas) போன்ற பல ஒலிகள் உள்ளன. நம் ஒவ்வொருவருக்கும் வெவ்வேறு குரல்கள் உள்ளன. ஒலிகளுக்கு இடையிலான வேறுபாடுகள் அதன் தீவிரம் (intensity), ஸ்ருதி (pitch) மற்றும் தொனியால் (tone) ஏற்படுகின்றன.

தீவிரம் (intensity):

ஒலி என்பது ஒரு அலை (wave) மற்றும் அது மற்ற அலைகளை போல வீச்சு (amplitude) அல்லது உயரத்தைக் (height) கொண்டுள்ளது. வீச்சு என்பது ஆற்றலின் அளவீடு. ஒரு அலைக்கு அதிக ஆற்றல் (energy) இருந்தால், அதன் வீச்சு அதிகமாக இருக்கும். வீச்சு அதிகரிக்கும் போது, தீவிரமும் அதிகரிக்கிறது. தீவிரம் என்பது ஒரு பகுதியில் ஒரு ஒலி பெற்றிருக்கும் ஆற்றலின் அளவு. ஒரு பெரிய அறையில் நீங்கள் கேட்கும் அதே ஒலியை சிறிய பகுதியில் கேட்டால் அது மிகவும் தீவிரமானதாக இருக்கும். பொதுவாக, நாம் அதிக தீவிரத்தோடு சத்தமாக ஒலிக்கிறோம். ஒருவர் கத்தினால் உண்டாகும் சத்தம் அதிக சத்தமாக இருக்கும், அதே நேரத்தில் சுவாசிக்கும் சத்தம் மிகவும் மென்மையாக இருக்கும். சத்தத்தை ஒரு குறிப்பிட்ட எண்ணால் குறிப்பிட முடியாது, ஆனால் தீவிரத்தை அவ்வாறு குறிப்பிட முடியும். தீவிரம் டெசிபல்களில் (decibels) அளவிடப்படுகிறது.

மனித காது அதிக ஒலிகளுக்கு அதிக உணர்திறன் கொண்டது, எனவே அவை அதே தீவிரத்தின் குறைந்த சத்தத்தை விட சத்தமாகத் தோன்றலாம். இருப்பினும், டெசிபல்களும் தீவிரமும் காதை சார்ந்து இல்லை. அவற்றை கருவிகள் மூலம் அளவிட முடியும். ஒரு விஸ்பர் சுமார் 10 டெசிபல்களும் இடியானது 100 டெசிபல்களும் இருக்கும். உரத்த ஒலிகளைக் கேட்பது, அதாவது 85 டெசிபல்களுக்கு மேல் தீவிரம் கொண்ட ஒலிகளைக் கேட்பது, காதுகளை சேதப்படுத்தும். இன்னும் அதிக சத்தமாக, அதாவது 120 டெசிபல்களுக்கு மேல் கேட்பது வேதனையாக இருக்கும். நூற்று இருபது டெசிபல்கள் என்பது வலியின் வாசல்.

பிட்ச் (Pitch):

குறைந்த மற்றும் உயரிய ஒலிகளை வேறுபடுத்துவதற்கு ஸ்ருதி உதவுகிறது. ஒரு பாடகர் ஒரே குறிப்பை ஒரு ஆக்டேவிலும், மேலே உள்ள மற்றொரு ஆக்டேவிலும் பாடுகிறார் என்று கற்பனை செய்து பாருங்கள். இரண்டு ஒலிகளுக்கும் இடையில் வித்தியாசம் உள்ளது. ஏனென்றால், அவற்றின் ஸ்ருதி வேறுபட்டது.

ஸ்ருதி ஒரு ஒலி அலையின் அதிர்வெண்ணைப் (frequency) பொறுத்தது. அதிர்வெண் என்பது ஒரு அலகுக்கு பொருந்தக்கூடிய அலைநீளங்களின் எண்ணிக்கை. ஒரு அலைநீளம் ஒரு சுருக்கத்திற்கும் ஒரு அரிதான தன்மைக்கும் சமம். பாடகர் ஒரே குறிப்பைப் பாடினாலும், ஒலிகளின் வெவ்வேறு அதிர்வெண்கள் இருப்பதால், அவை வேறுபட்டது போல கேட்கப்படுகின்றன.

அதிர்வெண்கள் ஹெர்ட்ஸில் (hertz) அளவிடப்படுகின்றன. ஒரு ஹெர்ட்ஸ் வினாடிக்கு ஒரு சுழற்சியின் சுருக்கம் மற்றும் செரிவின்மைக்கு சமம். அதிக ஒலிகள் அதிக அதிர்வெண்களைக் கொண்டுள்ளன மற்றும் குறைந்த ஒலிகள் குறைந்த அதிர்வெண்களைக் கொண்டுள்ளன. இடிக்கு (Thunder) அதிர்வெண் 50 ஹெர்ட்ஸ் மட்டுமே உள்ளது, அதே நேரத்தில் ஒரு விசில் 1,000 ஹெர்ட்ஸ் அதிர்வெண்ணைக் கொண்டிருக்கலாம்.

மனித காதால் 20 முதல் 20,000 ஹெர்ட்ஸ் அதிர்வெண்களைக் கேட்க முடிகிறது. சில விலங்குகள் இன்னும் அதிக அதிர்வெண்களுடைய ஒலிகளைக் கேட்கலாம். மனிதர்களால் நாய் விசில் (dog whistles) கேட்க முடியாத காரணம் என்னவென்றால், விசில் அதிர்வெண் காதுகளால் செயலாக்க முடியாத அளவுக்கு அதிகமாக உள்ளது. ஒரு மனிதன் கேட்க மிக அதிகமாக இருக்கும் ஒலிகள் மீயொலி (ultrasonic) என்று அழைக்கப்படுகின்றன.

மீயொலி அலைகள் பல பயன்பாடுகளைக் கொண்டுள்ளன. இயற்கையில், வௌவால்கள் மீயொலி அலைகளை வெளியிடுகின்றன, மேலும் சுவர்கள் எங்குள்ளன என்பதை அறிய அல்லது இரையை கண்டுபிடிக்க உதவும் எதிரொலிகளை அவை கவனிக்கின்றன. நீர்மூழ்கிக் கப்பல்களின் மற்றும் பிற படகுகள் போன்ற சிறப்பு இயந்திரங்களின் கேப்டன்கள் இவற்றை பயன்படுத்துகின்றன, மீயொலி அலைகளை அனுப்புகின்றனர் மற்றும் பெறுகின்றனர். இந்த அலைகள் படகுகளை தண்ணீர் வழியாக வழிநடத்தவும், மற்றொரு படகு அருகில் இருக்கும்போது அவற்றை எச்சரிக்கவும் அவர்களுக்கு உதவுகின்றன,.

தொனி மற்றும் இணக்கங்கள் (டோன் & ஹார்மோனிக்ஸ் (Tone & Harmonics)):

ஒலிகளுக்கு இடையில் கவனிக்கக்கூடிய மற்றொரு வித்தியாசம் என்னவென்றால், சில ஒலிகள் இனிமையானவை, மற்றவை விரும்பத்தகாதவை. ஒரே நோட்டை வாசித்தாலும் கூட ஒரு தொடக்க வயலின் வாசிப்பவர் ஒரு சிம்பொனியில் வயலின் வாசிப்பவரை விட மிகவும் வித்தியாசமாக ஒலிப்பார். ஒரே சுருதியில் புல்லாங்குழல் இசைப்பதை விட வயலின் வித்தியாசமாக ஒலிக்கும், ஏனென்றால் அவை வேறுபட்ட தொனி அல்லது ஒலி தரத்தைக் கொண்டுள்ளன. ஒரு ஆதாரம் அதிர்வுறும் போது, அது உண்மையில் ஒரே நேரத்தில் பல அதிர்வெண்களுடன் அதிர்வுறும். அந்த அதிர்வெண்கள் ஒவ்வொன்றும் ஒரு அலையை உருவாக்குகின்றன. ஒலியின் தரம் ஒலி அலைகளின் வெவ்வேறு அதிர்வெண்களின் கலவையைப் பொறுத்தது.

ஒரு கிட்டார் ஸ்டிரிங் (guitar string) இறுக்கமாக நீட்டப்பட்டிருப்பதை கற்பனை செய்து பாருங்கள், அது ஒலித்தால், விரலிலிருந்து ஆற்றல் ஸ்டிரிங்கிற்கு மாற்றப்பட்டு, அதிர்வுறும். முழு சரமும் அதிரும் போது, குறைந்த சுருதி கேட்கப்படுகிறது. இந்த சுருதி அடிப்படை என்று அழைக்கப்படுகிறது. அடிப்படையை விட அதிக அதிர்வெண்களில் அதிர்வுறும் சரத்தின் பகுதிகள் ஓவர்டோன்கள் என்று அழைக்கப்படுகின்றன, அதே சமயம் அடிப்படையின் முழு எண் மடங்குகளில் அதிர்வுறுவது இணக்கங்கள் (ஹார்மோனிக்ஸ்) என்று அழைக்கப்படுகிறது. அடிப்படையை விட இரண்டு மடங்கு அதிகமுள்ள் அதிர்வெண் ஒரு ஆக்டேவ் அதிகமாக ஒலிக்கும் மற்றும் இரண்டாவது ஹார்மோனிக் என்று அழைக்கப்படுகிறது. அடிப்படையை விட நான்கு மடங்கு அதிகமுள்ள அதிர்வெண் இரண்டு ஆக்டேவ்கள் அதிகமாக ஒலிக்கும் மற்றும் நான்காவது இணக்கம் (ஹார்மோனிக்) என்று அழைக்கப்படுகிறது. அடிப்படையானது ஒரு முறை தானே என்பதால், இது முதல் இணக்கம் (ஹார்மோனிக்) என்றும் அழைக்கப்படுகிறது.

அன்றாட வாழ்வில் டோன் மற்றும் ஹார்மோனிக் ஆகியவற்றின் பயன்:

ஒலி எவ்வளவு ஹார்மோனிக் ஆக இருக்கிறதோ, அது அவ்வள்வு சிறந்த தரமான ஒலியைக் கொண்டுள்ளது. ஒரு ஒலியின் அனைத்து வெவ்வேறு மேலோட்டங்களும் அதற்கு ஒரு தனித்துவமான வடிவத்தைக் கொடுக்கின்றன. இது ஒரு நபரின் குரலுக்கு குறிப்பாக உண்மை. உலகில் உள்ள ஒவ்வொருவருக்கும் வெவ்வேறு குரல் ரேகை (voiceprint) அல்லது ஓவர்டோன்களின் (overtones) வடிவங்கள் உள்ளன. துப்பறிவாளர்கள் ஒரு குற்றவாளியின் கைரேகையைப் பயன்படுத்துவதைப் போலவே அவரது குரல் அச்சையும் அறிந்தால் அவர்களைக் கண்காணிக்க முடியும். ஒரு அங்கீகரிக்கப்பட்ட நபரை மட்டும் அடையாளம் கண்டு அனுமதிக்க, மேம்பட்ட பாதுகாப்பு அமைப்புகளில் குரல் அடையாளக் கருவி பயன்படுத்தப்படுகிறது. குரல் அச்சிட்டுகள் நவீன தொழில்நுட்பத்திலும் பயன்படுத்தப்படுகின்றன, எடுத்துக்காட்டாக, குரலால்-செயல்படுத்தப்பட்ட தொலைபேசிகள். எதிர்காலத்தில்,

விளக்குகளை ஆன் செய்ய, லைட் சுவிட்சைப் புரட்டுவதை விட, விளக்குகளை ஆன் செய்ய வார்த்தைகளால் சொல்வது மிகவும் பொதுவானதாக இருக்கலாம்.

இசைக்கும் இரைச்சலுக்கும் உள்ள வேறுபாடு:

இசை மற்றும் சத்தம் ஆகிய இரண்டும் ஒலிகள் ஆனால் இரண்டிலும் வித்தியாசம் உள்ளது. கட்டுமானப் பணிகள் போன்ற சில ஒலிகள் விரும்பத்தகாதவை. மற்றவையாகிய பிடித்த இசைக்குழு போன்றவை கேட்பதற்கு சுவாரஸ்யமாக இருக்கும். மேலும், மழையின் சத்தம் சிலருக்கு இனிமையான இசையாகவும், பியானோ பயிற்சி செய்யும் குழந்தையின் சத்தம் விரும்பத்தகாத சத்தமாகவும் இருக்கலாம். ஒலிகளை வகைப்படுத்துவதற்கு ஏதுவாக, ஒரு ஒலி இசையாக இருக்க வேண்டிய மூன்று பண்புகள் உள்ளன.

ஒரு ஒலி அடையாளம் காணக்கூடிய சுருதி கொண்டிருக்க வேண்டும், ஒரு நல்ல அல்லது மகிழ்ச்சியான தரமான தொனியைக் கொண்டிருக்க வேண்டும், மேலும் அது மகிழ்ச்சிகரமான இசையாக இருக்க மீண்டும் மீண்டும் வரும் வடிவம் அல்லது ரிதம் ஆகியவற்றைக் கொண்டிருக்க வேண்டும். மறுபுறம் சத்தத்திற்கு அடையாளம் காணக்கூடிய சுருதி இல்லை, மகிழ்ச்சியான தொனி இல்லை, மற்றும் நிலையான தாளம் இல்லை.

அதிர்வெண் மற்றும் அதிர்வு:

காற்று அல்லது பிற ஊடகங்கள் வழியாக பயணிக்கும் ஒலி அலைகள் சில நேரங்களில் அவை சந்திக்கும் பொருள்களை பாதிக்கின்றன. ஒரு பொருளில் அதிர்வுறும் மூலக்கூறுகளால் ஒலி ஏற்படுகிறது. அதிர்வெண் என்பது ஒரு குறிப்பிட்ட காலகட்டத்தில் பொதுவாக ஒரு வினாடியில் ஒரு தனிப்பட்ட துகள் செய்யும் அதிர்வுகளின் எண்ணிக்கையைக் குறிக்கிறது. ஒரு அலையின் அதிர்வெண் ஒரு அலையின் வேகத்திலிருந்து வேறுபட்டது. அதிர்வெண் என்பது ஒரு குறிப்பிட்ட புள்ளியைக் ஒரு அலை எவ்வளவு தடவை அடிக்கடி கடந்து செல்கிறது என்பதைக் குறிக்கிறது, அதே நேரத்தில் வேகம் என்பது ஒரு அலை எவ்வளவு வேகமாக செல்கிறது என்பதைக் குறிக்கிறது.

இயற்கையான அதிர்வெண் எனப்படும் ஒரு குறிப்பிட்ட அதிர்வெண்ணில் வெவ்வேறு பொருட்கள் அதிர்வுறும். எஃகு, பித்தளை மற்றும் மரம் மற்றும் அனைத்துமே வெவ்வேறு இயற்கை அதிர்வெண்களைக் கொண்டுள்ளன. எப்போதாவது, அவற்றின் இயற்கையான அதிர்வெண்களில் அதிர்வுறும் பொருள்கள் அதிர்வுகளை ஏற்படுத்தும். அதிர்வுறும் மூலத்தின் அதே இயற்கை அதிர்வெண் கொண்ட பொருட்கள் அதிர்வுறத் தொடங்கும் போது அது அதிர்வை ஏற்படுத்தும். அதிர்வு அடிக்கடி நடக்காது மற்றும் அதிர்வுறும் மூலத்திற்கு நெருக்கமான பொருள்களை மட்டுமே பாதிக்கிறது. சில நேரங்களில், அதிர்வின் விளைவுகள் சக்திவாய்ந்ததாக இருக்கும். ஒரு பாடகர் கண்ணாடியின் இயற்கையான அதிர்வெண்ணுடன் ஒரு குறிப்பைப் பாடுவதன் மூலம், கண்ணாடி சிதறடியும் அளவுக்கு அதிர்வுறச்செய்ய முடியும்!

17. ஒலிகளை உணர்தல்

ஒலி அதிர்வுகள் காதில் கண்டறியப்பட்டு, மின் சமிக்ஞைகளாக (signals) மாற்றப்பட்டு, நரம்புகளால் மூளைக்கு பரவுகின்றன, அங்கு அவை செயலாக்கப்பட்டு பதிவு செய்யப்படுகின்றன. ஒலியின் பண்புகளில் ஸ்ருதி மற்றும் சத்தம் ஆகியவை அடங்கும். நாம் கேட்கும் காரியத்திலிருந்து திசையையும் தூரத்தையும் தீர்மானிக்க முடியும். ஒலிகள் நம்மைச் சுற்றியுள்ள சுற்றுச்சூழல் பற்றிய தகவல்களை வழங்குகின்றன.

காது இயங்கும் விதம்

காது என்பது ஒலி அலைகளைக் கண்டறிந்து அந்த சமிக்ஞைகளை மூளையில் செயலாக்கத்திற்காக அனுப்பும் உணர்வு உறுப்பு ஆகும். காது செயல்படும் விதம் என்னவென்றால், ஒலி அலைகள் காதுக்குள் காதுகுழலை அதிர்வுறும். கோக்லியா (cochlea) எனப்படும் ஒரு குறுகிய குழாயின் உள்ளே ஒரு திரவத்தின் வழியாக அலைகளை அனுப்புகிறது, இது ஒலியின் வெவ்வேறு ஸ்ருதிகளுடன் இணைந்த சிறிய முடிகளை அதிர்வுற செய்யும். முடியின் அதிர்வுகளிலிருந்து வரும் தகவல்கள் நரம்புகளைத் தூண்டுகின்றன, அவை செயலாக்கத்திற்காக சமிக்ஞைகளை மூளைக்கு அனுப்புகின்றன.

மைக்ரோஃபோனுடன் (Microphone) உள்ள ஒற்றுமை

காது வேலை செய்யும் விதம் ஒரு மைக்ரோஃபோன் செயல்படும் விதத்திற்கு ஒத்ததாகும், அங்கு ஒலி ஒரு உதரவிதானத்தை (diaphragm) அதிர்வுறும், இது மின் சமிக்ஞைகளை ஒரு கம்பி வழியாக பயணிக்க, செயலாக்க ஒரு சுற்று அட்டைக்கு (circuit card) காரணமாகிறது. காதுகளின் செயல்பாடு மிகவும் சிக்கலானது. ஆனால் இது மிகவும் நெகிழ்வானது மற்றும் பேட்டரிகள் தேவையில்லை.

ஒலி பண்புகள்

நாம் கேட்கும் ஒலி ஸ்ருதி மற்றும் சத்தம் ஆகிய இரண்டையும் கொண்டுள்ளது. இந்த குணாதிசயங்களுடன் அலைவடிவங்களை (waveforms) உணர்ந்து செயலாக்குவதன் மூலம் தகவல்களை நாம் சேகரிக்கிறோம்.

ஸ்ருதி (Pitch)

ஒரு சாதாரண மனிதரால் 20 ஹெர்ட்ஸ் (Hertz) முதல் 20,000 ஹெர்ட்ஸ் வரை கேட்க முடியும். அது ஒரு வரம்பு. 20 ஹெர்ட்ஸ் மிகக் குறைந்த ஸ்ருதி ஒலி அல்லது மிக ஆழமான டோன்கள். 20,000 ஹெர்ட்ஸ் ஒரு உயர் ஸ்ருதி ஒலி. குறைந்த அதிர்வெண்களைக் கேட்பதைத் தவிர, அவற்றை நாம் அடிக்கடி உணர முடியும். அதற்கு ஒரு எடுத்துக்காட்டு என்னவென்றால், ஒரு ஒலிபெருக்கியிலிருந்து வரும் பேஸை நாம் உணர முடியும். மனிதர்களுக்கு வயதாகும்போது, அதிக பிட்ச் ஒலிகளைக் கேட்பதில் அவர்களுக்கு சிக்கல் உள்ளது மற்றும் அவற்றின் கண்டறிதல் வரம்பு குறைகிறது. 61 விசைகள் கொண்ட 5-ஆக்டேவ் கீபோர்டின் இயல்பான அதிர்வெண் வரம்பு 60 ஹெர்ட்ஸ் முதல் 2000 ஹெர்ட்ஸ் வரை இருக்கும். பேசுவதன் அதிர்வெண் வரம்பு சுமார் 200 ஹெர்ட்ஸ் மற்றும் கூச்சலிடுவதன் அதிர்வெண் வரம்பு சுமார் 500 ஹெர்ட்ஸ்.

அதிகமான பேஸ் உள்ள குரல், குறைவான அதிர்வெண் கொண்டிருக்கும் மற்றும் அதிகமான ட்ரெபிள் உள்ள குரல், அதிக அதிர்வெண் கொண்டிருக்கும். பேஸ் அல்லது ட்ரெபிளை ஆம்பிளிஃபையர் (amplifier) மூலம் குறிப்பிட்ட அளவிற்கு சரிசெய்யலாம், மேலும் சில சிறப்பு விளைவுகளுடன் ஒலி பெருக்கலையும் பெறலாம்.

மாறும் ஸ்ருதி

ஒரு குறிப்பிட்ட அடிப்படை அதிர்வெண்ணுடன் ஒரு சரம் (String) அதிர்வுறும். ஒரே சரத்திலிருந்து வெவ்வேறு அதிர்வெண்களைக் கொண்ட ஸ்வரங்களை உருவாக்க முடியும். அதிர்வெண்ணை பாதிக்கும் சரத்தின் நான்கு

பண்புகளாவன நீளம், விட்டம், இறுக்கம் (tension) மற்றும் அடர்த்தி (density). இந்த பண்புகள் கீழே விவரிக்கப்பட்டுள்ளன:

- ஒரு சரத்தின் நீளம் மாற்றப்படும்போது, அது வேறு அதிர்வெண்ணுடன் அதிர்வுறும். குறுகிய சரங்களுக்கு அதிக அதிர்வெண் உள்ளது, எனவே அதிக ஸ்ருதி. ஒரு இசைக்கலைஞர் ஒரு சரத்தின் மீது விரலை அழுத்தும்போது, சரத்தின் நீளம் சுருக்கப்படுகிறது அதன் மூலம் ஸ்ருதி அதிகரிக்கும்.
- விட்டம் என்பது சரத்தின் தடிமன். பெரிய விட்டம் கொண்ட தடிமனான சரங்கள் மெதுவாக அதிர்வுறும் மற்றும் மெல்லியவற்றை விட குறைந்த அதிர்வெண்களைக் கொண்டுள்ளன. 10 மில்லிமீட்டர் விட்டம் கொண்ட ஒரு மெல்லிய சரம் ஒரு பெரிய, 20 மில்லிமீட்டர் விட்டம் கொண்ட ஒன்றை விட இரண்டு மடங்கு அதிகமாக இருக்கும். இதன் பொருள் மெல்லிய சரம் தடிமனான ஒன்றுக்கு மேலே ஒரு ஆக்டேவ் ஒலிக்கும்.
- இரண்டு புள்ளிகளுக்கு இடையில் நீட்டப்பட்ட ஒரு சரத்திற்கு இறுக்கம் இருக்கும். இறுக்கம் என்பது சரம் எவ்வளவு இறுக்கமாக நீட்டப்படுகிறது என்பதைக் குறிக்கிறது. சரத்தை இறுக்குவது அதிக அதிர்வெண்ணை அளிக்கிறது, அதே நேரத்தில் அதை தளர்த்துவது அதிர்வெண்ணைக் குறைக்கிறது. சரங்களை வாசிப்பவர்கள் தங்கள் சரங்களை இறுக்கிக் கொள்ளும்போது அல்லது தளர்த்தும்போது, அவர்கள் ஸ்ருதிகளை மாற்றியமைக்கின்றனர்.
- ஒரு சரத்தின் அடர்த்தி அதன் அதிர்வெண்ணையும் பாதிக்கும். அடர்த்தியான மூலக்கூறு மெதுவான வேகத்தில் அதிர்வுறும் என்பதை நினைவில் கொள்ளுங்கள். அடர்த்தியான சரம், மெதுவாக அதிர்வுறும், மற்றும் அதன் அதிர்வெண் குறைவாக இருக்கும். கருவிகளில் பெரும்பாலும் வெவ்வேறு பொருட்களால் செய்யப்பட்ட சரங்கள் உள்ளன. குறைந்த ஸ்ருதிகளுக்குப் பயன்படுத்தப்படும் சரங்கள் அதிக ஸ்ருதிகளுக்கு பயன்படுத்தப்படும் சரங்களை விட அடர்த்தியான பொருளால் உருவாக்கப்படும்.

சத்தம் (Loudness)

ஒலி அலையின் வீச்சு (amplitude) அதன் சத்தத்தை தீர்மானிக்கிறது. ஒரு ஒலியைக் கேட்க குறைந்தபட்ச வீச்சு தேவை. விலங்குகளின் இனத்துடன் வீச்சு மாறுபடும். மிகவும் சத்தமாக இருக்கும் ஒலிகள் காதைக் காயப்படுத்தி, செவிப்புலன் இழப்பை ஏற்படுத்தும்.

சத்தம் டெசிபல்களில் (decibels) அளவிடப்படுகிறது, இது உண்மையில் ஒலியின் ஆற்றலை அளவிடுகிறது. ஒவ்வொரு 10 டெசிபல்களும் ஆற்றலை 10 மடங்கு அதிகரிக்கிறது. வேறு வார்த்தைகளில் கூறுவதானால், 20 டெசிபல்கள் 10 டெசிபல்களின் 10 மடங்கு ஆற்றலைக் கொண்டுள்ளன, மேலும் 30 டெசிபல்கள் 10 டெசிபல்களை விட 100 மடங்கு உள்ளன. ஒரு மனிதன் 0.1 டெசிபல்களில் மிகவும் அமைதியான ஒலிகளிலிருந்து உண்மையில் வலியை ஏற்படுத்தும் 120 டெசிபல்களில் ஒலிகளைக் கேட்க முடியும். அளவின் உயர் மட்டத்தில், ஆற்றல் காதில் உள்ள உணர்திறன் சவ்வுகளுக்கு சேதம் விளைவிக்கும். விலங்குகளும் மனிதர்களும் மட்டுப்படுத்தப்பட்ட அளவு அல்லது வீச்சுகளில் ஒலிகளைக் கேட்கலாம். சில விலங்குகள் மனிதர்களால் கேட்க முடியாத ஒலிகளைக் கேட்கலாம்.

ஒலி கேட்கக்கூடியதாகவும் தெளிவாகவும் இருக்க, அதன் மூலம் பகிரப்படும் தகவல் அல்லது சொற்கள் அல்லது ஒலிகளுக்கு சரியான விளக்கம் பெறுவதற்கும் சரியான சத்தம் அல்லது ஒலி அளவு அவசியம்.

திசை மற்றும் தூரம்

ஒரு ஒலி வரும் திசையை நாம் கண்டறிய முடியும், சில சந்தர்ப்பங்களில், அதன் தூரத்தையும் கண்டறிய முடியும். ஒவ்வொரு காதுகளால் கேட்கப்படும் ஒலியை ஒப்பிடுவதன் மூலம் திசையைக் கண்டறிவது தீர்மானிக்கப்படுகிறது. தூரத்தைக் கண்டறிவது மிகவும் கடினம் மற்றும் பெரும்பாலும் கேட்கப்பட்ட ஒலியின் சத்தம் மற்றும் தரத்துடன் தொடர்புடையது.

மேலும், ஒரு குறிப்பிட்ட திசையில் ஒலி கேட்கப்பட வேண்டும் என்பதில் கவனம் செலுத்தினால், ஒலி பெருக்கிகள் அந்த திசையில் வைக்கப்பட வேண்டும். மேலும் ஒலி பெருக்கிகள் அதனுடன் இணைக்கப்பட்டுள்ள மைக்ரோஃபோனை நோக்கி இருப்பதை தவிர்க்க வேண்டும், விசில் சத்தங்கள் மற்றும் மற்ற சத்தத்தை நாம் பெறாமல் இருக்க.

17.1. சமநிலை விளக்கப்படம் (EQUALIZATION CHART):

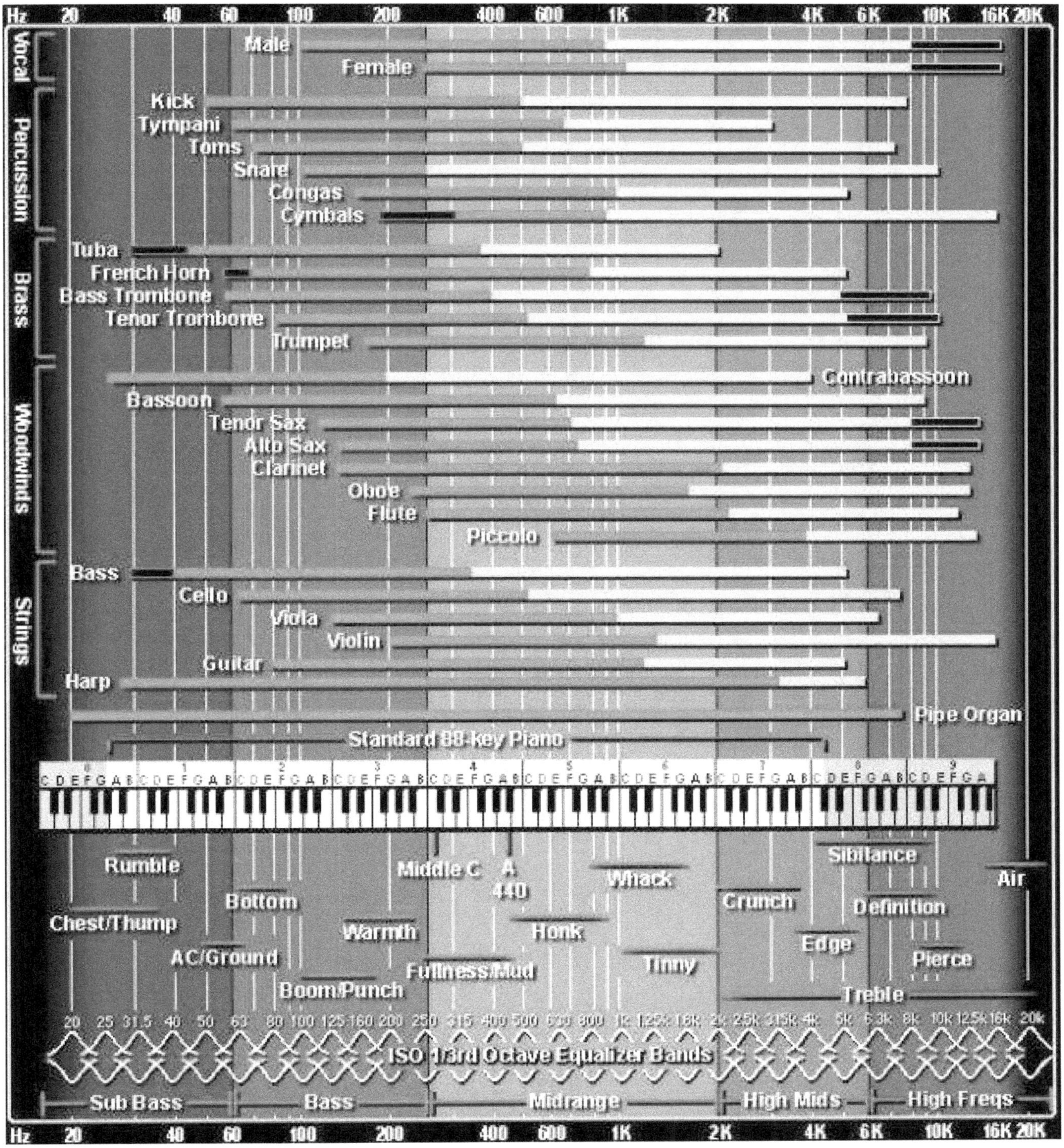

17.2. மந்திர ஸ்தாய் வரிசை:

1	ஸ்	நி	த	ப	|	ம	க	|	ரி	ஸ	||
	ஸ,	,	,	,	|	ஸ	,	|	,	,	||
	க	ரி	ஸ	நி.	|	ஸ	ரி	|	க	ம	||

ஸ ரி க ம | ப த | நி ஸ் ||

2 ஸ் நி த ப | ம க | ரி ஸ ||
ஸ , , , | ஸ , | , , ||
க ரி ஸ நி. | ஸ ஸ | நி. ஸ ||
ஸ நி. ஸ ரி | க ம | ப ம ||
க ரி ஸ நி. | ஸ ரி | க ம ||
ஸ ரி க ம | ப த | நி ஸ் ||

3 ஸ் நி த ப | ம க | ரி ஸ ||
ஸ , , , | ஸ , | , , ||
க ரி ஸ நி. | த. நி. | ஸ நி. ||
ஸ நி. ஸ ரி | க ம | ப ம ||
க ரி ஸ நி. | ஸ ஸ | நி. ஸ ||
ஸ நி. ஸ ரி | க ம | ப ம ||
க ரி ஸ நி. | ஸ ரி | க ம ||
ஸ ரி க ம | ப த | நி ஸ் ||

4 ஸ் நி த ப | ம க | ரி ஸ ||
ஸ , , , | ஸ , | , , ||
க ரி ஸ நி. | த. ப | த. நி. ||
ஸ நி. ஸ ரி | க ம | ப ம ||
க ரி ஸ நி. | த. நி. | ஸ நி. ||
ஸ நி. ஸ ரி | க ம | ப ம ||
க ரி ஸ நி. | ஸ ஸ | நி. ஸ ||
ஸ நி. ஸ ரி | க ம | ப ம ||
க ரி ஸ நி. | ஸ ரி | க ம ||
ஸ ரி க ம | ப த | நி ஸ் ||

5 ஸ் நி த ப | ம க | ரி ஸ ||
ஸ , , , | ஸ , | , , ||
க ரி ஸ நி. | த. ப | ம. ப ||
த. நி. ஸ ரி | க ம | ப ம ||
க ரி ஸ நி. | த. ப | த. நி. ||

ஸ நி. ஸ ரி | க ம | ப ம ||

க ரி ஸ நி. | த. நி. | ஸ நி. ||

ஸ நி. ஸ ரி | க ம | ப ம ||

க ரி ஸ நி. | ஸ ஸ | நி. ஸ ||

ஸ நி. ஸ ரி | க ம | ப ம ||

க ரி ஸ நி. | ஸ ரி | க ம ||

ஸ ரி க ம | ப த | நி ஸ் ||

18. மேற்கத்திய இசையில் மேம்பட்ட கார்டுகள்

வெவ்வேறு ஸ்கேல்களின் ஏழு குறிப்புகளை ஒரு ரோமானிய எண் மற்றும் ஒரு அளவு மூலம் அதன் நிலைப்படி பின்வருமாறு அழைக்கலாம்.

ரோமன் எண்	ஸ்கேல் அளவு
I	டோனிக் (Tonic)
II	சூப்பர்டோனிக் (Supertonic)
III	மீடியன்ட் (Mediant)
IV	சப்டாமினன்ட் (subdominant)
V	டாமினன்ட் (Dominant)
VI	சப்மீடியன்ட் (Submediant)
VII	சப்டோனிக் (Subtonic) / முன்னணி தொனி

டெர்ஷியன் கார்டுகள் (Tertian chords) (மேஜர் அல்லது மைனர்) மூன்றுகள் (தர்ட்ஸ் (thirds)) கொண்ட தொடராக உடைக்கப்படலாம். எடுத்துக்காட்டாக, C மேஜர் ட்ரையட் (C-E-G) இரண்டு இடைவெளிகளின் வரிசையால் வரையறுக்கப்படுகிறது, முதல் பகுதி (C-E) ஒரு மேஜர் மூன்றையும் இரண்டாவது பகுதி (E-G) ஒரு மைனர் மூன்றையும் குறிக்கிறது. மிகவும் பொதுவான கார்டுகள் டெர்ஷியன் ஆகும். மேஜர்கள் மற்றும் மைனர்கள் தவிர மற்ற மூன்று கார்டுகளில் ஆக்மென்டட் (augmented) டிமினிஷ்ட் (diminished), பிளாட்5 (Flat5), மேஜர்7 (Major7, மைனர்7 (Minor7), டாமினன்ட்7 (Dominant7), டிமினிஷ்ட்7 (diminished7), ஹாஃப் டிமினிஷ்ட்7 (half diminished7) கார்டுகளும் அடங்கும். உதாரணமாக:-

- டிமினிஷ்ட் கார்ட், இது பல மைனர் மூன்றுகள் பெற்றுள்ளது மற்றும் மேஜர் மூன்றுகள் ஒன்றும் இதில் இடம் பெறவில்லை, மற்றும் பல டிரைடோன்கள் உள்ளன ஆனால் முழுமையான ஐந்துகள் (பர்ஃபெக்ட் ஃபிப்த்ஸ் (Perfect fifths)) இதில் இடம் பெறவில்லை. ஒரு மைனர் மூன்றில் இருந்து, 5 வது ஸ்கேல் குறிப்பை ஒரு அரை படி குறைப்பதன் மூலம் டிமினிஷ்ட் உருவாகிறது. இதன் அர்த்தம் என்னவெனில் ஒரு மேஜர் டிரையட் இல் இருந்து, நாம் 3வது மற்றும் 5வது ஸ்கேல் குறிப்பை ஒரு அரை படி குறைக்க வேண்டும்.
- ஆக்மென்டட் கார்ட், இது பல மேஜர் மூன்றுகள் பெற்றுள்ளது மற்றும் மைனர் மூன்றுகள் அல்லது முழுமையான ஐந்துகள் இதில் இடம் பெறவில்லை. ஆக்மென்டட் கார்ட் என்பது 5 வது அளவில் ஒரு அரை படி உயர்த்தப்பட்ட ஒரு மேஜர் கார்ட் ஆகும். இதன் பொருள் ஒரு மைனர் டிரையட் இல் இருந்து, நாம் 3வது மற்றும் 5வது ஸ்கேல் குறிப்பை ஒரு அரை படி உயர்த்த வேண்டும்.

  மீண்டும், அவ்வாறு கட்டமைக்கப்படாத கார்டுகள் டெர்ஷியன் அல்லாத கார்டுகள் (non-tertian chords) எனப்படும்.
- ஏழாவது பிளாட் ஐந்து டாமினன்ட் கார்ட் (Dominant seventh flat five chord), இது பல மேஜர் மூன்றுகள் மற்றும் ட்ரைடோன்கள் பெற்றுள்ளது மற்றும் முழுமையான ஐந்துகள் இதில் இடம் பெறவில்லை (உதாரணமாக, C (C7♭5) மீது கட்டப்பட்ட ஏழாவது பிளாட் ஐந்து டாமினன்ட் கார்ட் C-E-G♭-B♭)

செகண்டல் கார்டுகள் (Secundal chords) (மேஜர் அல்லது மைனர்) இரண்டுகளாளான தொடராக உடைக்கப்படலாம். எடுத்துக்காட்டாக, C-D-E♭ கார்ட் என்பது ஒரு மேஜர் துண்டு (C-D) மற்றும் ஒரு மைனர் துண்டு (D-E♭) ஆகியவற்றைக் கொண்டிருக்கும் இரண்டுகளாளான தொடர் ஆகும்.

குவார்டல் கார்டுகள் (Quartal chords) நான்கு தொடராக உடைக்கப்படலாம். குவார்டல் இணக்கம் பொதுவாக முழுமையான மற்றும் ஆகுமென்டட் நான்கின் கலவையுடன் செயல்படுகிறது. டிமினிஷ்ட் நான்கு குறிப்புகளின் அடிப்படையில் மைனர் மூன்றிற்கு சமமானதாகும், எனவே அவை பொதுவானவையல்ல. எடுத்துக்காட்டாக, கார்ட் C-F-B என்பது நான்காவது தொடராகும், இதில் முழுமையான நான்கு (C-F) மற்றும் ஒரு ஆக்மென்டட் நான்கு/ட்ரைடோன் (F-B) உள்ளது.

க்வின்டால் கார்ட்ஸ் (Quintal chords) என்பது முழுமையான ஐந்து, ஆகுமென்டட் ஐந்து மற்றும் குறைக்கப்பட்ட ஐந்தாவது ஆகியவற்றை விரும்புகிறது. க்வின்டால் கார்ட்ஸ் (குறிப்பாக ஐந்தாக உள்ள இணக்க அடுக்குகள்) குறைவாகப் பயன்படுத்தப்படும் சொல், மேலும் ஐந்தாவது தலைகீழ் அல்லது நான்காவதின் நிரப்புதல் என்பதால், இது பொதுவாக குவார்டல் கார்டுகளிலிருந்து தெளிவில்லாத தாக கருதப்படுகிறது.

இடைவெளிகள் (INTERVALS)

ஒன்றுடன் ஒன்று அல்லது ஒன்றோடொன்று பிணைந்த இடைவெளிகளால் அனைத்து கார்டுகளும் ஆனவை. ஒரு இடைவெளியை இரண்டு குறிப்புகளுக்கு இடையே உள்ள தூரம் என வரையறுக்கலாம். கார்டுகளின் பெயர்கள் அவை கட்டமைக்கப்பட்ட இடைவெளிகளிலிருந்து பெறப்படுகின்றன. நடுவிலுள்ள C இருக்கும் ஒரு ஆக்டேவிற்குள் சிறியன முதல் பெரியன வரையிலான ஏறுவரிசை இடைவெளிகள் (மற்றும் செமிடோன்களில் தூரம்) பின்வருமாறு இருக்கும்:

இடைவெளி	குறிப்பு	செமிடோன்கள்
மைனர் 2வது (Minor 2nd)	D♭	1
மேஜர் 2வது (Major 2nd)	D	2
மைனர் 3வது (Minor 3rd)	E♭	3
மேஜர் 3வது (Major 3rd)	E	4
முழுமையான 4வது (Perfect 4th)	F	5
ஆகுமென்டட் 4வது (Augmented 4th) டிமினிஷ்ட் (Diminished 5th)	F# G♭	6[12]
முழுமையான 5வது (Perfect 5th)	G	7
ஆகுமென்டட் 5வது (Augmented 5th) மைனர் 6வது (Minor 6th)	G# A♭	8[1]
மேஜர் 6வது (Major 6th)	A	9
மைனர் 7வது (Minor 7th)	B♭	10
மேஜர் 7வது (Major 7th)	B	11
ஆக்டேவ் (8வது) (Octave (8th))	C	12
குறிப்பு: ஷேட் (*Shade*) செய்யப்பட்ட இடைவெளி ஜோடிகள் சீரானவை; இரண்டு பெயர்களுடனான ஒரு இடைவெளி.		

ட்ரையட்ஸ் (TRIADS)

ட்ரையட்ஸ் என்பது மூன்று ஸ்வரங்கள் உள்ள கார்டுகள் என்றும் அழைக்கப்படுகின்றன, இவை மூன்று குறிப்புகளைக் கொண்ட டெர்ஷியன் கார்டுகள். நான்கு அடிப்படை ட்ரையட்ஸ் கீழே விவரிக்கப்பட்டுள்ளன. ட்ரையட்ஸ் என்பது கார்டுகளின் வகுப்பாகும், குறிப்பாக சூத்திரத்தால் உருவாக்கப்பட்ட மூன்று-குறிப்பு கார்டுகள்: 1-3-5 அல்லது ரூட், மூன்றாவது, ஐந்தாவது.

ட்ரையட்	ரூட்	3வது	5வது
மேஜர் (Minor)	1	3	5
மைனர் (Minor)	1	♭3	5
ஆகுமென்டட் (Augmented)	1	3	#5
டிமினிஷ்ட் (Diminished)	1	♭3	♭5
♭=பிளாட்/ தாழ்ந்தது; #=ஷார்ட்/ உயர்த்தப்பட்டது			

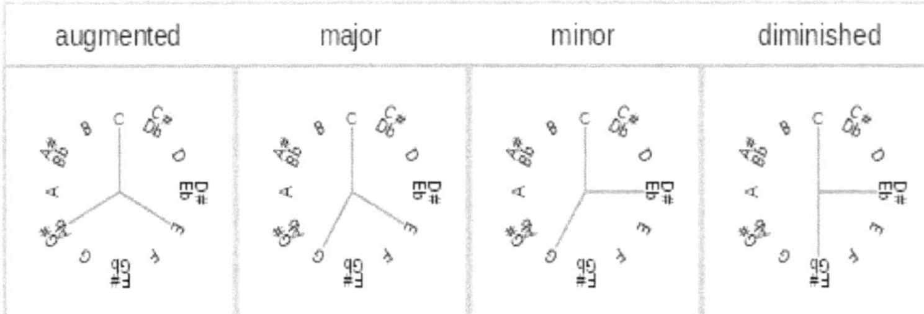

triadic chord examples (key of C)

ட்ரையட்	கூறு இடைவெளிகள்		கார்டு குறியீடு	குறிப்புகள்
	மூன்றாவது	ஐந்தாவது		
மேஜர் ட்ரையட்	மேஜர்	முழுமையான	C, CM, Cmaj, CΔ, Cma	C E G
மைனர் டிரையட்	மைனர்	முழுமையான	Cm, Cmin, C-, Cmi	C E♭ G
ஆகுமென்டட் டிரையட்	மேஜர்	ஆகுமென்டட்	Caug, C⁺, C+	C E G♯
டிமினிஷ்ட் டிரையட்	மைனர்	டிமினிஷ்ட்	Cdim, C°, Cm(♭5)	C E♭ G♭

தலைகீழ் மாற்றங்கள் (INVERSIONS)

ரூட் (C) குறிப்பு முதலில் இருந்தால், இந்த ஓசை மூல நிலை என்று அழைக்கப்படுகிறது. மூன்றாவது (E) குறிப்பு முதலில் இருந்தால், அது முதல் தலைகீழ் என்று அழைக்கப்படுகிறது. ஐந்தாவது (G) குறிப்பு முதலில் இருந்தால் இந்த டிரையடின் ஓசை இரண்டாவது தலைகீழ் என்று அழைக்கப்படுகிறது. ஒரு டிரையடின் மூன்று சாத்தியமான ஓசைகள் மட்டுமே இருப்பதால் அவற்றைக் கேட்பது ஒப்பீட்டளவில் எளிதானது, ஏனெனில் அவை மேற்கத்திய இசையில் கடந்த இரண்டு நூற்றாண்டுகளின் பாரம்பரிய இசை அமைப்புகளின் பொதுவான அம்சமாகும்.

ஏழாவது கார்டுகள்

ஏழாவது கார்டுகள் டெர்ஷியன் கார்டுகள் ஆகும், இது ஒரு டிரையட் இல் நான்காவது குறிப்பைச் சேர்ப்பதன் மூலம் கட்டப்படுகிறது, இந்த கார்ட் ஐந்தாவது குறிப்பிலிருந்து மூன்றாவது இடைவெளி. இது கார்டுகளின் மூலத்திற்கு மேலே ஏழாவது இடைவெளியை உருவாக்குகிறது, இது டெர்ஷியன் கார்டுகளை உருவாக்குவதற்கான அடுத்த இயற்கையான படியாகும். ஒரு ஸ்கேலின் ஐந்தாவது படியில் ஏழாவது கார்ட் (ஆதிக்கம் செலுத்தும் ஏழாவது (டாமினன்ட் செவென்த்/ dominant seventh)) கட்டப்படுகிறது, மேஜர் ஸ்கேலில் மட்டுமே இது உள்ளது: இது ஏழாவது டிமினிஷ்ட் டிரையடின் மூன்று குறிப்புகளையும் கொண்டுள்ளது மற்றும் அதற்கு வலுவான மாற்றாக அடிக்கடி பயன்படுத்தப்படுகிறது. கார்ட் மற்றும் ஏழாவது குறிப்பின் சேர்க்கை ஆகிய இரண்டின் தரத்தைப் பொறுத்து பல்வேறு வகையான ஏழாவது கார்டுகள் உள்ளன. கார்ட் குறிப்பில் கார்ட் வகை சில நேரங்களில் மேலெழுதப்படும் மற்றும் சில நேரங்களில் அவ்வாறு எழுதப்படுவது இல்லை (எ.கா. Dm7, Dm^{7} மற்றும் D^{m7} , ஆகிய அனைத்தும் ஒரே மாதிரியானவை).

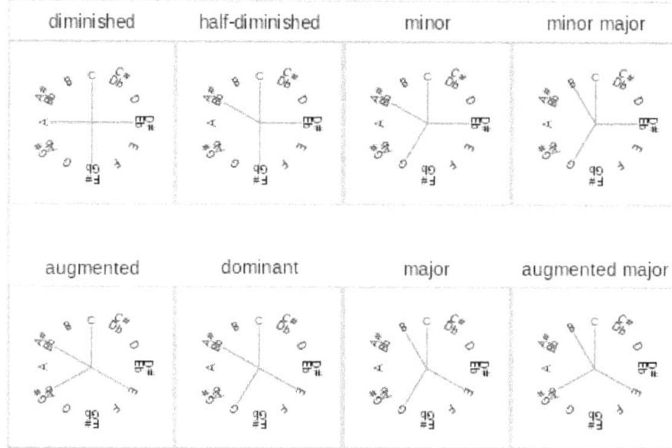

Seventh Chords (key of C)

ஏழாவது கார்ட்	கூறு இடைவெளிகள்			கார்ட் குறியீடு	குறிப்புகள்
	மூன்றாவது	ஐந்தாவது	ஏழாவது		
டெர்ஷியன் கார்டுகள்					
டிமினிஷ்ட் ஏழாவது	மைனர்	டிமினிஷ்ட்	டிமினிஷ்ட்	$C^{o}7$, Cdim^{7}	C E♭ G♭ B 𝄫
பாதி-டிமினிஷ்ட் ஏழாவது	மைனர்	டிமினிஷ்ட்	மேஜர்	$C^{o}7$, Cm7$^{\flat 5}$, C−7$^{(\flat 5)}$	C E♭ G♭ B♭
மைனர் ஏழாவது	மைனர்	முழுமையான	மைனர்	Cm7, Cmin7, C−7, C−^{7}	C E♭ G B♭
மைனர் மேஜர் ஏழாவது	மைனர்	முழுமையான	மேஜர்	Cm(M7), Cm maj7, C−$^{(j7)}$, C−$^{\Delta 7}$, C−M7	C E♭ G B
டாமினன்ட் ஏழாவது	மேஜர்	முழுமையான	மைனர்	C7, C^{7}, Cdom7	C E G B♭
மேஜர் ஏழாவது	மேஜர்	முழுமையான	மேஜர்	CM7, Cmaj7, CΔ7, CΔ^{7}, C$^{\Delta 7}$, C^{j7}	C E G B
ஆகுமென்டட் மேஜர் ஏழாவது	மேஜர்	ஆகுமென்டட்	மேஜர்	C+(M7), CM7+5, CM7♯5, C+^{j7}, C+$^{\Delta 7}$	C E G♯ B
டெர்ஷியன் அல்லாத கார்டுகள்					
ஆகுமென்டட் ஏழாவது	மேஜர்	ஆகுமென்டட்	மைனர்	C+7, Caug7, C7+, C7+5, C7♯5	C E G♯ B♭
டிமினிஷ்ட் மேஜர் ஏழாவது	மைனர்	டிமினிஷ்ட்	மேஜர்	C m(M7)$^{\flat 5}$, C−$^{\Delta 7(\flat 5)}$	C E♭ G♭ B

டாமினன்ட் ஏழாவது பிளாட் ஐந்தாவது	மேஜர்	டிமினிஷ்ட்	மைனர்	C7♭5	C E G♭ B♭

நீட்டிக்கப்பட்ட கார்டுகள் (EXTENDED CHORDS)

நீட்டிக்கப்பட்ட கார்டுகள் என்பது ஏழாவது, பதினொன்றாவது மற்றும் பதின்மூன்றாவது கார்டுகளுக்கு அப்பால் மேலும் மூன்றாம் குறிப்புகள் சேர்க்கப்படும் டிரையட்ஸ். பதின்மூன்றாவதுக்குப் பிறகு, மூன்றில் சேர்க்கப்படும் எந்தக் குறிப்புகளும் கார்ட்களில் வேறு இடங்களில் உள்ள நகல் குறிப்புகள்; ஸ்கேலின் அனைத்து ஏழு குறிப்புகளும் கார்ட்களில் உள்ளன, மேலும் அதிக குறிப்புகளைச் சேர்ப்பது புதிய ஸ்ருதி வகுப்புகளைச் சேர்க்காது. டயடோனிக் ஏழு-குறிப்பு ஸ்கேலுக்கு (diatonic seven-note scale) வெளியே இருக்கும் குறிப்புகளைப் பயன்படுத்தி மட்டுமே இத்தகைய கார்டுகளை உருவாக்க முடியும்.

நீட்டிக்கப்பட்ட கார்டுகள்	**கூறுகள்**				**கார்ட் குறியீடு**	**குறிப்புகள்**
	கார்ட்	**இடைவெளி(கள்)**				
டாமினன்ட் ஒன்பதாவது	டாமினன்ட் ஏழாவது	மேஜர் ஒன்பதாவது	-	-	C9	C E G B♭ D
டாமினன்ட் பதினொன்றாவது	டாமினன்ட் ஏழாவது (மூன்றாவது பொதுவாக நிராகரிக்கப்படும்)	மேஜர் ஒன்பதாவது	பதினொன்றாவது	-	C11	C E G B♭ D F
டாமினன்ட் பதின்மூன்றாவது	டாமினன்ட் ஏழாவது	மேஜர் ஒன்பதாவது	முழுமையான பதினொன்றாவது (பொதுவாக நிராகரிக்கப்படும்)	மேஜர் பதின்மூன்றாவது	C13	C E G B♭ D F A

மற்ற நீட்டிக்கப்பட்ட கார்டுகள் இதே போன்ற விதிகளைப் பின்பற்றுகின்றன, எனவே உதாரணமாக maj9, maj11 மற்றும் maj13 ஆகியவை டாமினன்ட் ஏழாவது கார்டுகளைக் கொண்டிருக்கும், அதே சமயம் min9, min11 மற்றும் min13 ஆகியவை மைனர் ஏழாவது கார்டுகளைக் கொண்டிருக்கும்.

மாற்றப்பட்ட கார்டுகள் (ALTERED CHORDS)

கார்ட்களின் மூன்றாவது மற்றும் ஏழாவது குறிப்பு எப்போதும் குறியீடுகளால் தீர்மானிக்கப்பட்டாலும், ஐந்தாவது, ஒன்பதாவது, பதினொன்றாவது மற்றும் பதின்மூன்றாவது குறிப்புகள் அனைத்தும் தற்செயலான காரணங்களால் உருமாற்றம் செய்யப்படலாம் (கார்ட் பெயரை மாற்றாமல் மூலத்தை மாற்ற முடியாது, கார்ட் தரத்தை மாற்றாமல் மூன்றாவது குறிப்பை மாற்ற முடியாது). மாற்றப்பட்ட உறுப்புடன் இவை குறிப்பிடப்பட்டுள்ளன. மாறிய குறிப்புகள்

(Accidentals) பெரும்பாலும் டாமினன்ட் ஏழாவது கார்ட்களுடன் பயன்படுத்தப்படுகின்றன. மாற்றப்பட்ட டாமினன்ட் ஏழாவது கார்டுகள் (C^{7alt}) பிளாட் ஒன்பதாவது, ஷார்ப் ஒன்பதாவது, டிமினிஷ்ட் ஐந்தாவது அல்லது ஆகுமென்டட் ஐந்தாவது ஆகியவற்றைக் கொண்டிருக்கலாம். சிலர் இதை C^{7+9} என்று எழுதுகிறார்கள், இது பிளாட் ஒன்பதாவது, டிமினிஷ்ட் ஐந்தாவது மற்றும் ஆகுமென்டட் ஐந்தாவது. ஆகுமென்டட் ஒன்பதாவது, பிளாட் மூன்றாவது அல்லது பத்தாவதுக்கு சமமானதாக இருக்கும். சூப்பர்ஸ்கிரிப்ட் செய்யப்பட்ட எண்களைப் பயன்படுத்தும்போது, வெவ்வேறு எண்கள் கிடைமட்டமாக (காட்டப்பட்டுள்ளபடி) அல்லது செங்குத்தாக பட்டியலிடப்படலாம்.

மாற்றப்பட்ட கார்டுகள்	கூறுகள்		கார்ட் குறியீடு	குறிப்புகள்
	கார்ட்	இடைவெளி(கள்)		
ஏழாவது ஆகுமென்டட் ஐந்தாவது	டாமினன்ட் ஏழாவது	ஆகுமென்டட் ஐந்தாவது	C^{7+5}, $C^{7\sharp5}$	C E G# B♭
ஏழாவது பிளாட் ஒன்பதாவது	டாமினன்ட் ஏழாவது	மைனர் ஒன்பதாவது	C^{7-9}, $C^{7\flat9}$	C E G♭ B♭ D♭
ஏழாவது ஷார்ப் ஒன்பதாவது	டாமினன்ட் ஏழாவது	ஆகுமென்டட் ஒன்பதாவது	C^{7+9}, $C^{7\sharp9}$	C E G# B♭D#
ஏழாவது ஆகுமென்டட் பதினொன்றாவது	டாமினன்ட் ஏழாவது	ஆகுமென்டட் பதினொன்றாவது	C^{7+11}, $C^{7\sharp11}$	C E G# B♭D#F#
ஏழாவது பிளாட் பதின்மூன்றாவது	டாமினன்ட் ஏழாவது	மைனர் பதின்மூன்றாவது	C^{7-13}, $C^{7\flat13}$	C E G♭ B♭ D♭ F♭ A♭
பாதி-டிமினிஷ்ட் ஏழாவது	மைனர் ஏழாவது	டிமினிஷ்ட் ஐந்தாவது	$C^{ø}$, $C^{m7\flat5}$	C E♭ G♭ B♭

சேர்க்கப்பட்ட தொனி கார்டுகள் (ADDED TONE CHORDS)

இடைநிறுத்தப்பட்ட கார்ட் (Suspended Chord) (sus2) மற்றும் சேர்க்கப்பட்ட டோன் கார்ட் (add9) ஆகிய இரண்டும் D (ஒன்பதாவது=இரண்டாவது), மூன்றாவது (E♭) இல்லாமை அல்லது இருப்பு மூலம் வேறுபடுகின்றன.

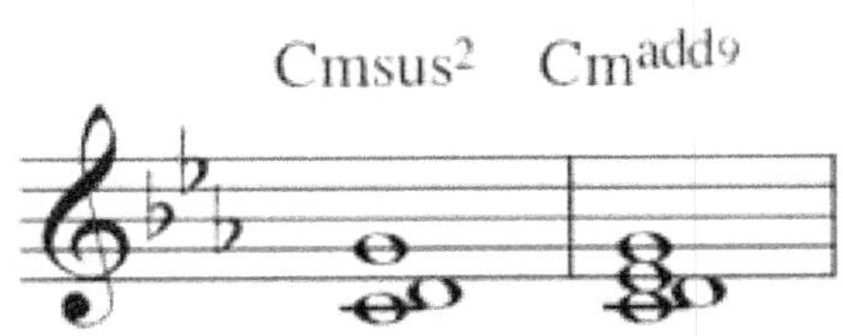

சேர்க்கப்பட்ட தொனி கார்ட் என்பது, பொதுவாக சேர்க்கப்படும் ஆறாவது மற்றும் சேர்க்கப்பட்ட இரண்டாவது (ஒன்பதாவது) அல்லது நான்காவது (பதினொன்றாவது) அல்லது மூன்றின் கலவையுடன் கூடிய கார்டுகள் போன்ற கூடுதல், டெர்ஷியன் அல்லாத குறிப்பைக் கொண்ட டிரையட் கார்ட் ஆகும். இந்த கார்டுகள் நீட்டிக்கப்பட்ட கார்ட் போல "இடையிடும்" மூன்றாவதில் சேர்க்கப்படுவதில்லை. சேர்க்கப்பட்ட கார்ட்கள் மாறுபாடுகளையும் கொண்டிருக்கலாம். இவ்வாறு madd9, m4 மற்றும் m6 ஆகியவை நீட்டிக்கப்பட்ட குறிப்புகளைக் கொண்ட மைனர் டிரையட்ஸ். ஆறாவது கார்டுகள் இரண்டு குழுக்களில் ஏதேனும் ஒன்றைச் சேர்ந்ததாக இருக்கலாம். ஒன்று முதல் தலைகீழ் கார்டுகள் மற்றும் ரூட்டிலிருந்து ஆறாவது குறிப்புகளைக் கொண்ட ஆறாவது கார்டுகளைச் சேர்த்தது.

ஆறாவது இடைவெளியானது ரூட் அல்லாத ஒரு பேஸ் நோட்டின் மேல் தோன்றும், இது மற்ற தலைகீழான கார்டுகளின் குழு ஆகும்.

மேஜர் ஆறாவது கார்ட் (ஆறாவது அல்லது ஆறாவது கார்ட் குறிப்பு 6 உடன் சேர்க்கப்பட்டது, எ.கா., "C6") ஆகிய முதல் குழுவின் ஆறாவது கார்ட் மிகவும் பொதுவான வகையாகும். இது பிரபலமான இசையில் பொதுவாக, ரூட்டிற்கு மேல் மேஜர் ஆறாவது சேர்க்கையுடன் ஒரு மேஜர் டிரையட்டை கொண்டுள்ளது. எடுத்துக்காட்டாக, கார்ட் C6 இல் C-E-G-A என்னும் குறிப்புகள் உள்ளன. மைனர் ஆறாவது கார்ட் (min6 அல்லது m6, எ.கா., "Cm6") அதே சேர்க்கப்பட்ட குறிப்புடன் ஒரு மைனர் டிரையட் ஆகும். எடுத்துக்காட்டாக, Cmin6 கார்ட் C-E♭-G-A குறிப்புகளைக் கொண்டுள்ளது. கார்ட் குறிப்பில், எந்த கார்ட்களிலும் ஆறாவது என்பது ஒரு மைனர் ஆறாவது என்பதை விட மேஜர் ஆறாவது என்று கருதப்படுகிறது, இருப்பினும் ஒரு மைனர் ஆறாவது இடைவெளி குறியீட்டில் குறிப்பிடப்படலாம், எடுத்துக்காட்டாக, "Cm (m6)", அல்லது $Cm^{m6.}$

ஆக்மென்ட் செய்யப்பட்ட ஆறாவது கார்ட் பொதுவாக கார்ட் குறியீட்டில் அதன் சீரான சமமான ஏழாவது கார்ட் எனத் தோன்றும். இந்த கார்ட் இரண்டு குறிப்புகளைக் கொண்டுள்ளது, ஆக்மெண்டட் ஆறாவது இடைவெளியால் பிரிக்கப்பட்டது (அல்லது, தலைகீழ் மூலம், டிமினிஷ்ட் மூன்றாவது, இருப்பினும் இந்த தலைகீழ் அரிதானது). ஆக்மெண்டட் ஆறாவது பொதுவாக, வேர் நிலையில் ஒரு மேலாதிக்க கார்ட் நோக்கி இயக்கத்தில் பொதுவாகப் பயன்படுத்தப்படும் ஒரு விலகல் இடைவெளியாகப் பயன்படுத்தப்படுகிறது (ஆக்டேவை உருவாக்க ரூட் இரட்டிப்பாக்கப்பட்டது, ஆக்மெண்டட் ஆறாவது கார்ட் தீர்க்கிறது) அல்லது இரண்டாவது தலைகீழ் (ஒரு டானிக் டிரையட்) ஐந்தாவது அதே நோக்கத்திற்காக இரட்டிப்பாக்கப்பட்டது). இந்த நிலையில், ஒரு கீயின் டோனிக் குறிப்பானது, சில சமயங்களில் விருப்பமான நான்காவது குறிப்புடன் சேர்த்து, பின்வருவனவற்றில் ஒன்றை உருவாக்குவதற்கு (இங்கு C மைனரின் கீயில் விளக்கப்பட்டுள்ளது)

- இத்தாலிய ஆக்மென்ட் ஆறாவது: A♭, C, F♯
- பிரெஞ்சு ஆக்மென்ட் ஆறாவது: A♭, C, D, F♯
- ஜெர்மன் ஆக்மென்ட் ஆறாவது: A♭, C, E♭, F♯

ஆகுமென்டட் கார்ட்களின் ஆறாவது குடும்பம் சில தனித்தன்மைகளை வெளிப்படுத்துகிறது. ஏழாவது கார்டுகள் மற்றும் பிற ஆறாவது கார்டுகள் போன்ற டிரையட்ஸை அடிப்படையாகக் கொண்டவை அல்ல என்பதால், அவை பொதுவாக முதல் குறிப்புகளைக் கொண்டவையாகக் கருதப்படுவதில்லை (எனவே, தலைகீழாக இல்லை), இருப்பினும் குறிப்புகளுக்கு மீண்டும் குரல் கொடுப்பது பொதுவானது (பெயருக்காக இடைவெளியுடன் தலைகீழாக உள்ளது டிமினிஷ்ட் மூன்றை உருவாக்கும்).

ஆறாவது கார்டுகளின் இரண்டாவது குழு தலைகீழான மேஜர் மற்றும் மைனர் கார்டுகளை உள்ளடக்கியது, ஆறு-மூன்று (6/3) மற்றும் ஆறு-நான்கு (6/4) கார்டுகள் பேஸ் நோட்டுடன் ஆறாவது இடைவெளியைக் கொண்டிருக்கும், பேஸ் ஸ்வரம் ரூட்டாக இல்லை என்றாலும். இப்போதெல்லாம் இது பெரும்பாலும் கல்விப் படிப்பு அல்லது பகுப்பாய்விற்காக உள்ளது ஆனால் நியோபோலிடன் ஆறாவது கார்ட் ஒரு முக்கிய உதாரணம்; ஒரு பிளாட்

சூப்பர்டோனிக் ஸ்கேல் அளவு கொண்ட ஒரு மைனர் டிரையட் அதன் ரூட், "ஆறாவது" என்று அழைக்கப்படுகிறது, ஏனெனில் இது எப்போதும் முதல் தலைகீழில் காணப்படுகிறது. தொழில்நுட்ப ரீதியாக துல்லியமான ரோமானிய எண் பகுப்பாய்வு ♭II ஆக இருந்தாலும், இது பொதுவாக N6 என பெயரிடப்படுகிறது. C# மைனரில், கார்ட் குறிக்கப்படுகிறது (ரூட் நிலையில் இருந்து) D♭, F, A♭. ஏனெனில் இது மாற்றப்பட்ட டோன்களைப் பயன்படுத்துகிறது மற்றும் கார்ட் பெரும்பாலும் கடன் வாங்கிய கார்ட்களுடன் தொகுக்கப்படுகிறது, ஆனால் கார்ட் தொடர்புடைய மேஜர் அல்லது மைனரில் இருந்து கடன் பெறுவதில்லை, மேலும் இது மேஜர் மற்றும் மைனர் குறிப்புகளில் தோன்றக்கூடும்.

சேர்க்கப்பட்ட தொனி கார்டுகள்	கூறுகள்			கார்ட் குறியீடு	குறிப்புகள்
	கார்ட்	இடைவெளி(கள்)			
சேர்க்கப்பட்ட ஒன்பதாவது	மேஜர் டிரையட்	மேஜர் ஒன்பதாவது	-	C2, C^{Add9}	C E G D
சேர்க்கப்பட்ட நான்காவது	மேஜர் டிரையட்	முழுமையான நான்காவது	-	C4, C^{Add11}	C E G F
சேர்க்கப்பட்ட ஆறாவது	மேஜர் டிரையட்	மேஜர் ஆறாவது	-	C6	C E G A
ஆறாவது - ஒன்பதாவது	மேஜர் டிரையட்	மேஜர் ஆறாவது	மேஜர் ஒன்பதாவது	C6/9	C E G A D
கலந்த-மூன்றாவது	மைனர் டிரையட்	மேஜர் மூன்றாவது	-	-	C E♭ E G

இடைநிறுத்தப்பட்ட கார்டுகள் (SUSPENDED CHORDS)

இடைநிறுத்தப்பட்ட கார்ட், அல்லது "சஸ் (sus) கார்ட்" (சில நேரங்களில் நீடித்த கார்ட் என தவறாக எடுத்துக்கொள்ளப்படுகிறது), இதில் மூன்றாவது இரண்டாவது அல்லது நான்காவது மூலம் மாற்றப்படும். இது இரண்டு முக்கிய கார்ட் வகைகளை உருவாக்குகிறது: இடைநிறுத்தப்பட்ட இரண்டாவது (sus2) மற்றும் இடைநிறுத்தப்பட்ட நான்காவது (sus4). எடுத்துக்காட்டாக, C^{sus2} மற்றும் C^{sus4} ஆகிய கார்டுகள் முறையே C D G மற்றும் C F G ஆகிய குறிப்புகளைக் கொண்டிருக்கின்றன. மூன்றாவது வகை இடைநிறுத்தப்பட்ட கார்ட் உள்ளது, இதில் இரண்டாவது மற்றும் நான்காவது இரண்டும் உள்ளன, உதாரணமாக C D F G குறிப்புகளுடன் கூடிய கார்ட்.

இடைநிறுத்தப்பட்டது என்ற பெயர், பொதுவான நடைமுறைக் காலத்தின் போது உருவாக்கப்பட்ட ஆரம்பகால பாலிஃபோனிக் நுட்பத்திலிருந்து பெறப்பட்டது, இதில் எந்தவொரு குறிப்பிட்ட பகுதியிலும் இணக்கமான நிலையான குறிப்புக்கான படிப்படியான மெல்லிசை முன்னேற்றம், முந்தைய குறிப்பின் காலத்தை நீட்டிப்பதன் மூலம் ஒரு கணம் தாமதமானதாகவோ அல்லது இடைநிறுத்தப்பட்டதாகவோ இருக்கிறது. இதன் விளைவாக ஏற்படும் எதிர்பாராத முரண்பாடுகள், இடம்பெயர்ந்த குறிப்பின் இறுதியில் தோன்றுவதன் மூலம் மிகவும் திருப்திகரமாக தீர்க்கப்படும். பாரம்பரிய இசைக் கோட்பாட்டில் மூன்றாவதாகச் சேர்ப்பது இடைநிறுத்தத்தை நிராகரிக்கும், எனவே அத்தகைய கார்டுகள் ஒன்பதாவது சேர்க்கப்பட்டது என்றும் அதற்குப் பதிலாக பதினொன்றாவது கார்ட்களைச் சேர்த்தது என்றும் அழைக்கப்படும்.

	இடைநிறுத்தப்பட்ட கார்ட்	இடைவெளி(கள்)			கார்ட் குறியீடு	குறிப்புகள்
Sus2	திறந்த ஐந்தாவது	மேஜர் இரண்டாவது	-	-	Csus2	C D G
Sus4	திறந்த ஐந்தாவது	முழுமையான நான்காவது	-	-	Csus4	C F G
Jazz sus	திறந்த ஐந்தாவது	முழுமையான நான்காவது	மைனர் ஏழாவது	மேஜர் ஒன்பதாவது	C9sus4	C F G B♭ D

ஏழாவது இடைநிறுத்தப்பட்ட நான்காவது என்பதை போன்ற விரிவாக்கப்பட்ட கார்டு வகைகளும் சாத்தியமாகும், இதில் ரூட் C உடன், C F G B♭ குறிப்புகள் உள்ளன, மேலும் C^{7sus4} என குறிப்பிடப்படுகிறது. sus4 என்பது sus2 ஐ விட அதிகமாக இருப்பதால் சில நேரங்களில் C^{sus4} என்பது C^{sus} என்று எழுதப்படுகிறது.

கடன் வாங்கிய கார்டுகள் (Borrowed Chords)

கடன் வாங்கிய கார்ட் என்பது முகப்பு குறிப்பை விட வேறுபட்ட குறிப்பில இருந்து ஒன்று, அது பயன்படுத்தப்படும் துண்டின் முதன்மை குறிப்பு (key). கடன் வாங்கிய கார்ட் மிகவும் பொதுவான நிகழ்வு, இதில் இணையான மேஜர் அல்லது மைனர் குறிப்பிலிருந்து ஒரு கார்ட் பயன்படுத்தப்படுகிறது. உதாரணமாக, C மேஜர் குறிப்பில், ஒரு மைனர் ♭III கார்ட் கடன் வாங்கப்படும், இது C மைனர் குறிப்பில் மட்டுமே தோன்றும். கடன் வாங்கப்பட்ட கார்டுகள் கோட்பாட்டளவில் முகப்பு குறிப்பைத் தவிர வேறு எந்த குறிப்பிலிருந்தும் எடுக்கப்பட்ட கார்டுகளை உள்ளடக்கியிருந்தாலும், முறையான இசைப் பகுப்பாய்வில் ஒரு கார்ட் விவரிக்கப்படும்போது இந்த வார்த்தை பயன்படுத்தப்படுவதில்லை. ஒரு கார்ட் மற்றொரு குறிப்பிலிருந்து "கடன் வாங்கப்பட்டது" என பகுப்பாய்வு செய்யப்படும் போது அது அந்த குறிப்புடன் தொடர்புடைய ரோமானிய எண்ணால் காட்டப்படலாம், எடுத்துக்காட்டாக, V/V என்பது முகப்பு குறிப்பின் டாமினன்ட் குறிப்பினுடைய டாமினன்ட் கார்ட் என்பதைக் குறிக்கிறது. Cமேஜர் இன் டாமினன்ட் குறிப்பு G மேஜர் ஆகும், இரண்டாம் நிலை டாமினன்ட் என்பது Gமேஜர் ஸ்கேலின் ஐந்தாவது அளவின் கார்ட் ஆகும், இது Dமேஜர் ஆகும். பயன்படுத்தினால், இந்த `கார்ட் ஒரு பண்பேற்றத்தை ஏற்படுத்துகிறது.

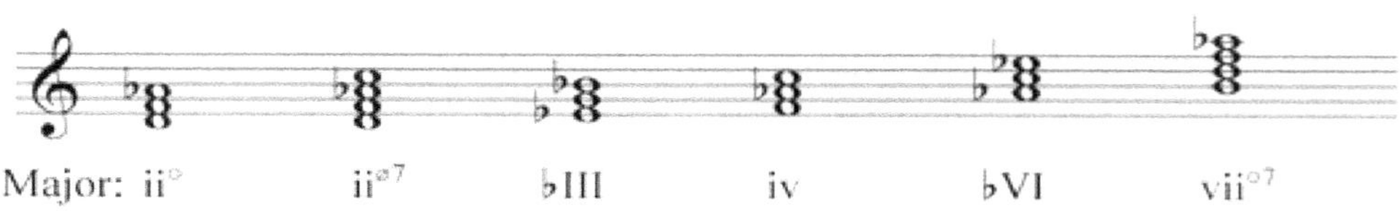

டிமினிஷ்ட் சூப்பர்டோனிக் டிரையட் (iio) D– F –A♭

பாதி-டிமினிஷ்ட் சூப்பர்டோனிக் ஏழாவது (iiø7) D– F –A♭– C

"பிளாட் மூன்றாவது" (♭III) E♭– G– B♭

மைனர் சப்டாமினன்ட் (iv) F –A♭– C

"பிளாட் ஆறாவது" (♭VI) A♭–C– E♭

முழு டிமினிஷ்ட் முன்னணி தொனி ஏழாவது (viio7) B–D–F–A♭

கார்ட்களைப் பயன்படுத்துதல் (Applying Chords)

ஒரு ட்ரையட் அல்லது எந்த ஒரு கார்ட்டையும் பயன்படுத்துவதற்கான எளிதான வழி, ஒரு பாலிஃபோனிக் கருவியில் (பியானோ போன்றவை) கார்ட் தேந்தெடுப்பது மற்றும் அதன் மூன்று அல்லது அதற்கு மேற்பட்ட குறிப்புகளை ஒரே நேரத்தில் வாசிப்பதாகும். உண்மையான இசையில் கார்டுகள் இப்படித்தான் நிகழ்கின்றன, இது ஒரு கருவியில் உள்ள கார்டுகளின் அனைத்து குறிப்புகளையும் ஒரே நேரத்தில் இயக்குவதை ஊகிக்கிறது. இருப்பினும், மோனோபோனிக் கருவிகளுக்கு வேறு வாய்ப்புகள் உள்ளன. எளிமையானது, கார்டுகளை ஆர்ப்பிஜியேட் (*arpeggiate*) செய்வது, அதாவது, அதன் குறிப்புகளை எந்த வரிசையிலும், குறிப்பாக ஏறுவரிசை அல்லது இறங்கு வரிசையில் இயக்குவது. கார்டுகளில் உள்ள குறிப்புகள் மற்றும் கார்ட் டோன்களுக்கு இடையில் உள்ள டயடோனிக் (diatonic) மற்றும் க்ரோமடிக் (chromatic) கடக்கும் குறிப்புகளைப் பயன்படுத்தி பெரும்பாலும் மெல்லிசை கார்ட்களைச் சுற்றி எழுதலாம்.

19. கேட்பதனால் ரிதத்தை கண்டறிதல்

ஒரு கவர்ச்சியான தாளம் அல்லது பாடலைக் கேட்கும்போது, நமது கால் விரலைத் தட்டுவது அல்லது தாளத்தில் தலையை ஆட்டுவது போன்ற உணர்வு நமக்கு ஏற்படலாம். நிலையான கால துடிப்பு பாடலின் ரிதம் ஆகும். ஒரு பாடலில் உள்ள குறிப்புகள் இடம் பெற்றிருக்கும் வடிவம் எனப்படும் ரிதம் அல்லது நேர குறியீட்டின் துடிப்பு முறையைக் ஒரு நபர் கண்டறிந்ததும், இசையின் டிரம் ஸ்டிரம்மிங் அல்லது பீட்களைக் கண்டரியலாம்.

நேர குறியீடு மற்றும் வேகத்தை (டெம்போ) உணர்ந்தறிதல்

ஒரு பாடலைக் கேட்கும்போது, நேர குறியீடு மற்றும் வேகத்தை நாம் கண்டறியலாம், கீழ் இசைக்கருவிகளில் நாம் பெரும்பாலும் துடிப்பைக் உணரலாம். உதாரணமாக, டிரம்மர் இரண்டு பீட்கள், மூன்று பீட்கள் அல்லது நான்கு பீட்கள் என்ற சீரான இடைவெளியில் பேஸ் டிரம்மை அடிக்கக்கூடும், மேலும், பியானோ கலைஞர் 2/4, 3/4 அல்லது 4/4 முறை மற்றும் பல நேர வடிவங்களில் கார்டுகளை இசைக்க முடியும், அல்லது ஒரு நிலையான நகரும் பேஸ் லைன் இருக்கக்கூடும், அது துடிப்பை எளிதில் அடையாளம் காண உதவுகிறது.

BPM என்பது நிமிடத்தில் ஏற்படும் பீட்ஸ், இது பாடலின் டெம்போ அல்லது வேகத்தைக் கண்டறிய உதவியாக இருக்கும். 60 BPM என்பது ஒவ்வொரு நிமிடத்திலும் 60 துடிப்புகள் அல்லது வினாடிக்கு 1 துடிப்பு. 120 BPM இரண்டு மடங்கு வேகமாக இருக்கும்: ஒவ்வொரு நிமிடத்திலும் 120 துடிப்புகள் அல்லது வினாடிக்கு 2 துடிப்புகள்.

கேட்பதற்கான பயிற்சிகள்

ஒரு பாடலைக் கேட்பது பாடலின் வடிவத்தை உணரவும், பாடலின் நிலையான துடிப்பைப் பெறவும் உதவுகிறது. உணரப்பட்ட பாடலின் துடிப்புக்கு கால் விரலைத் தட்டுவது அல்லது ஒவ்வொரு துடிப்பிற்கும் லேசாக கைதட்டுவதும் உதவியாக இருக்கும். தாளங்களின் தன்மை எளிதாகிய பிறகு, ஒவ்வொரு அளவின் முதல் துடிப்பு எங்கு இருக்கிறது என்பதைக் கண்டுபிடித்து, கேட்கும் போதே துடிப்பைத் தீர்மானிக்க முயற்சிக்கலாம்.

பாடல் அல்லது இசையைப் பற்றி மற்றவர்கள் உணரும் தாள வடிவத்தைப் பற்றி அவர்களுடன் விவாதிப்பது உதவியாக இருக்கும்.

மெட்ரோனோம் என்பது ஒரு தட்டுதல் கருவியாகும், அதை கணினி அல்லது தொலைபேசியில் பயன்பாடாக பெறலாம் அல்லது பதிவிறக்கம் செய்யலாம். பயிற்சியாக, மெட்ரோனோமில் டெம்போவை 60 BPM ஆக அமைக்கலாம். இது ஒரு வினாடிக்கு ஒரு துடிப்புக்குச் சமம் மற்றும் பலரின் இதயத் துடிப்பு சுமார் 60 BPM அளவில் இருப்பதால் தொடங்குவதற்கு நல்ல டெம்போ ஆகும். துடிப்புடன் இணைந்து செல்ல, டிரம் ஸ்டிக்குகள் அல்லது கை விரல்களால் மெட்ரோனோமுடன் ஒரே அடியைத் தட்டலாம். மெதுவான துடிப்பில் சரியாக பயிற்சி செய்த பிறகு , டெம்போவை வேறு BPMக்கு அமைத்து பயிற்சி செய்யலாம். சிங்கிள் பீட்களை வாசிப்பது வசதியாக இருக்கும் வரை, மெதுவான பீட்களுக்கான உட்பிரிவுகள் பயிற்சி செய்யப்படலாம். துடிப்புகளை இரண்டு (2/4), மூன்று (3/4), நான்கு (4/4) மற்றும் பல குழுக்களாகப் பிரிக்கலாம், அவை வலுவான அடிப்படை ஒலியால் வேறுபடும்.

ஒரு பாடலைக் கேட்கும்போது, துடிப்பைப் பெறவும், தலையை ஆட்டுவதன் மூலமோ கால்விரலால் தட்டுவதன் மூலமோ அல்லது கையைத் தட்டுவதன் மூலமோ தாளத்தை உள்வாங்க சில நிமிடங்கள் உடலைப் பயன்படுத்திக்கொள்ளலாம்.

19.1. அலங்காரம்

1	ஸ	ரி	க	ம	|	க	ரி	|	ஸ	ரி	க	ரி	|	ஸ	ரி	க	ம	||
	ரி	க	ம	ப	|	ம	க	|	ரி	க	ம	க	|	ரி	க	ம	ப	||

க ம ப த | ப ம | க ம ப ம | க ம ப த ||

ம ப த நி | த ப | ம ப த ப | ம ப த நி ||

ப த நி ஸ் | நி த | ப த நி த | ப த நி ஸ் ||

ஸ் நி த ப | த நி | ஸ் நி த நி | ஸ் நி த ப ||

நி த ப ம | ப த | நி த ப த | நி த ப ம ||

த ப ம க | ம ப | த ப ம ப | த ப ம க ||

ப ம க ரி | க ம | ப ம க ம | ப ம க ரி ||

ம க ரி ஸ | ரி க | ம க ரி க | ம க ரி ஸ ||

2 ஸ ரி க ரி | ஸ ரி | ஸ ரி க ம ||

ரி க ம க | ரி க | ரி க ம ப ||

க ம ப ம | க ம | க ம ப த ||

ம ப த ப | ம ப | ம ப த நி ||

ப த நி த | ப த | ப த நி ஸ் ||

ஸ் நி த நி | ஸ் நி | ஸ் நி த ப ||

நி த ப த | நி த | நி த ப ம ||

த ப ம ப | த ப | த ப ம க ||

ப ம க ம | ப ம | ப ம க ரி ||

ம க ரி க | ம க | ம க ரி ஸ ||

3 ஸ ரி | ஸ ரி க ம ||

ரி க | ரி க ம ப ||

க ம | க ம ப த ||

ம ப | ம ப த நி ||

ப த | ப த நி ஸ் ||

ஸ் நி | ஸ் நி த ப ||

நி த | நி த ப ம ||

த ப | த ப ம க ||

ப ம | ப ம க ரி ||

ம க | ம க ரி ஸ ||

4 ஸ ரி க ஸ ரி ஸ ரி | க | ம , ||

ரி க ம ரி க ரி க | ம | ப , ||

க ம ப க ம க ம | ப | த , ||

ம ப த ம ப ம ப | த | நி , ||

ப த நி ப த ப த | நி | ஸ் , ||

ஸ் நி த ஸ் நி ஸ் நி | த | ப , ||

நி த ப நி த நி த | ப | ம , ||

த ப ம த ப த ப | ம | க , ||

ப ம க ப ம ப ம | க | ரி , ||

ம க ரி ம க ம க | ரி | ஸ , ||

5 ஸ ரி க | ஸ ரி | க ம ||

ரி க ம | ரி க | ம ப ||

க ம ப | க ம | ப த ||

ம ப த | ம ப | த நி ||

ப த நி | ப த | நி ஸ் ||

ஸ் நி த | ஸ் நி | த ப ||

நி த ப | நி த | ப ம ||

த ப ம | த ப | ம க ||

ப ம க | ப ம | க ரி ||

ம க ரி | ம க | ரி ஸ ||

6 ஸ ரி , க , | ஸ , ரி க , | ம , | ம , ||

ரி க , ம , | ரி , க ம , | ப , | ப , ||

க ம , ப , | க , ம ப , | த , | த , ||

ம ப , த , | ம , ப த , | நி , | நி , ||

ப த , நி , | ப , த நி , | ஸ் , | ஸ் , ||

ஸ் நி , த , | ஸ் , நி த , | ப , | ப , ||

நி த , ப , | நி , த ப , | ம , | ம , ||

த ப , ம , | த , ப ம , | க , | க , ||

ப ம , க , | ப , ம க , | ரி , | ரி , ||

ம க , ரி , | ம , க ரி , | ஸ , | ஸ , ||

7 ஸ ரி க ம ||

ரி க ம ப ||

க ம ப த ||

ம	ப	த	நி	||
ப	த	நி	ஸ	||
ஸ	நி	த	ப	||
நி	த	ப	ம	||
த	ப	ம	க	||
ப	ம	க	ரி	||
ம	க	ரி	ஸ	||

8	ஸ	,	ரி	,	க	,	ம	ப	த	||
	ரி	,	க	,	ம	,	ப	த	நி	||
	க	,	ம	,	ப	,	த	நி	ஸ்	||
	ஸ்	,	நி	,	த	,	ப	ம	க	||
	நி	,	த	,	ப	,	ம	க	ரி	||
	த	,	ப	,	ம	,	க	ரி	ஸ	||

9	ஸ	ரி	,	க	ம	,	ப	த	நி	||
	ரி	க	,	ம	ப	,	த	நி	ஸ்	||
	ஸ்	நி	,	த	ப	,	ம	க	ரி	||
	நி	த	,	ப	ம	,	க	ரி	ஸ	||

20. கேட்பதனால் ராகம் அல்லது ஸ்கேலைக் கண்டறிதல்

இசையில் ஆர்வம் உள்ளவர்களும், பயிற்சி செய்பவர்களும்/கேட்பவர்களும் பொதுவாக பாடலின் மனநிலையில் உள்ள நுட்பமான வேறுபாடுகளை குறிப்புகளால் அடையாளம் கண்டுகொள்வார்கள், இது மிகவும் போற்றத்தக்கது. விவரங்களை அறியாமல் இசையைக் கேட்பது கூடுதல் நன்மையாக இருக்கும். நல்ல பயிற்சி அல்லது இசையில் பயிற்சி பெற்றவர்களிடமிருந்து உருவாகும் பல்வேறு இசையமைப்புகள் மற்றும் குறிப்புகளை முழுமையாகக் கேட்பது ஒரு நபருக்கு ராகம் அல்லது ஸ்கேலை அடையாளம் காண உதவும்.

இசைக்கருவிகள் வார்த்தைகளை உச்சரிப்பதில்லை, எனவே ராகத்தின் குறிப்புகளை திரும்பத் திரும்ப கேட்டு/வாசித்த பிறகு கேட்பவர் மிகத் துல்லியமாக ராகத்தையோ அல்லது ஸ்கேலையோ ஒருமுகப்படுத்திப் புரிந்து கொள்ள முடியும்.

ஒவ்வொரு ராகமும் அல்லது ஸ்கேலும் ஸ்வரங்கள் (ஸ ரி க ம ப த நி) அல்லது குறிப்புகள் (C D E F G A B) எனப்படும் முக்கிய காரியங்களின் தொகுப்பை அடிப்படையாகக் கொண்டது. "ஆரோஹணம்" (ஏறுவரிசை குறிப்புகள்) மற்றும் "அவரோஹணம்" (இறங்கு வரிசை குறிப்புகள்) என அழைக்கப்படும் இந்த ஸ்வரங்களின் தொகுப்பு, பாடலின் குறிப்புகளை ராகம் அல்லது ஸ்கேலின் குறிப்புகளுடன் தொடர்புபடுத்த முடிந்தால், ராகம் அல்லது ஸ்கேலை இசைப்பதன் மூலம் அதை காணலாம், அல்லது இசைக்கருவியில் உள்ள குறிப்புகள் அல்லது அடையாளம் காணப்பட்ட குறிப்புகளின் உதவியுடன் ராகம் அல்லது ஸ்கேல்களின் பட்டியலை சரிபார்க்கலாம். இதற்கு நேரம், முயற்சி, அனுபவம் (கேட்டல் அல்லது வாசித்தல்) மற்றும் ராகம் அல்லது ஸ்கேல் பற்றிய ஆழமான அறிவு தேவை. ஒரே ராகத்தின் அடிப்படையில் ஒத்த பாடல்களை அடையாளம் கண்டு, குறிப்புகளின் ஏற்பாடுகளை ஒப்பிட உங்களால் முடியும்.

ஒரு குறிப்பிட்ட ராகம் அல்லது ஸ்கேலில் நிறைய இசையமைப்பைப் பயிற்சி செய்தல் அல்லது கேட்பதன் மூலம் ஏற்கனவே கற்றுக்கொண்ட ராகம் அல்லது ஸ்கேலைக் கண்டறிவது எளிதாக இருக்கும்.

21. ஒரு பாடலில் உள்ள கார்டுகளைக் கண்டறிதல்

கீழே உள்ள சில படிகள் ஒரு பாடலில் உள்ள கார்டுகளைக் கண்டறிய அல்லது அடையாளம் காண உதவியாக இருக்கும்.

படி 1: பாடலை முழுமையாகக் கேளுங்கள்

பாடல் உங்கள் மனதில் ஒலிக்கும் வரையிலும் உங்களால் அதை ஹம் செய்ய முடியும் வரையிலும் பல முறை கேளுங்கள். குரல், முன்னணி வரிகள் மற்றும் பாடல் அமைப்பு ஆகியவற்றை நினைவில் வைக்க முயற்சி செய்யுங்கள். அறிமுகம், வசனங்கள், பல்லவி, முடிவுகள் ஆகியவற்றையும், மற்றும் எத்தனை முறை வசனங்களும் பல்லவியும் மீண்டும் மீண்டும் பயன்படுத்தப்படுகின்றன என்பதைக் கவனியுங்கள்.

படி 2: முதல் கார்டை நகலெடுங்கள்

பாடலில் பயன்படுத்தப்படும் இசைக்கருவியில் பயன்படுத்தப்படும் முதல் கார்டை மீண்டும் நடலெடுக்க முயற்சி செய்யுங்கள். இது பெரும்பாலும் சாதாரண மைனர் அல்லது மேஜர் கார்ட் மற்றும் பாடல் எந்த குறிப்பில் உள்ளது என்பதை உங்களுக்குத் தெரிவிக்கும். எடுத்துக்காட்டாக, முதல் கார்ட் G மேஜராக இருந்தால், பாடல் பெரும்பாலும் G மேஜரின் குறிப்பில் இருக்கும்.

படி 3: ஸ்கேலைக் கண்டறியுங்கள்

பாடலைக் கேட்டவுடன் அதன் குறிப்புகளைக் கருவியில் வாசிப்பதன் மூலம் ஸ்கேலைக் கண்டுபிடிக்க முடியும். ஒவ்வொரு பாடலும் பெரும்பாலும் 7 குறிப்புகளின் தொகுப்பை திட்டவட்டமான முன்னேற்றம் அல்லது வரிசையில் அமைக்கப்பட்டுள்ளது, அதன் மூலம் ஒரு ஸ்கேல் அல்லது ராகத்தில் உள்ளது. பாடல் மேஜர் ஸ்கேலில் இருந்தால் (உற்சாகம், மகிழ்ச்சி, காதல் போன்றவை); இது முதல், நான்காவது, ஐந்தாவது குறிப்பின் மேஜர் கார்ட் கொண்ட சாதாரண மேஜர் ஸ்கேலிலான கார்ட் முன்னேற்றத்தைப் பயன்படுத்தும். சில நேரங்களில் இரண்டாவது, மூன்றாவது மற்றும் ஆறாவது குறிப்பின் மைனர் கார்டுகள் பயன்படுத்தப்படுகின்றன. மேலும், add9 கார்டுகள், add7 கார்டுகள், sus2, sus4 மற்றும் பிற பொதுவான கார்டுகள் போன்ற கார்ட் நிலைகள் சில நேரங்களில் சிறப்பாகப் பொருந்தும். பாடல் மைனர் ஸ்கேலில் (சோகம், மனச்சோர்வு, சோகமான காதல்) இருந்தால், அது முதல், நான்காவது, ஐந்தாவது குறிப்பின் மைனர் கார்ட் கொண்ட எளிய மைனர் ஸ்கெலிலான கார்ட் முன்னேற்றத்தைப் பயன்படுத்தும். சில நேரங்களில் மூன்றாவது, ஆறாவது மற்றும் ஏழாவது குறிப்பின் முக்கிய கார்டுகள் பயன்படுத்தப்படுகின்றன. சஸ்பென்டட், டாமினன்ட் மற்றும் இந்த கார்டுகளின் பிற வகைகளும் சில நேரங்களில் பயன்படுத்தப்படலாம்.

படி 4: குரல்கள்/தலைகீழ் மாற்றங்களைச் சரிபார்க்கவும்

மேஜர் மற்றும் மைனர் நிகழ்வுகளில், கார்டுகள் பொருந்தவில்லை என்றால், வெவ்வேறு குரல்கள்/கார்டுகளின் தலைகீழ் மாற்றங்களை முயற்சிக்கவும். குரல்கள்/தலைகீழ் ஒலிகள் அசல் பாடலைப் போலவே சிறப்பாகவும் ஒலிக்கும். இது அதே கார்டுகள் ஆனால் வெவ்வேறு வரிசை குறிப்புகளுடன் உள்ளது.

படி 5: பாடலின் தொனியில் மாற்றம் உள்ளதா என சரிபார்க்கவும்

திடீரென்று தொனியில் மாற்றம் ஏற்பட்டாலோ அல்லது பாடலின் அறிமுகம் முதல் வசனம் வரை பாடலின் கட்டத்தில் மாற்றம் ஏற்பட்டாலும், பாடலுக்கான அனைத்து வெவ்வேறு கட்டங்களிலும் துல்லியமான ஸ்வரங்களை கவனமாக தேர்வு செய்ய வேண்டும்.

படி 6: ரிதம்

அடுத்த முக்கியமான படி பாடலில் உள்ள தாளம். சரியான தாளத்தைக் கண்டுபிடிக்க முயற்சி செய்யுங்கள். டிரம்பீட்டை அடிப்பதைக் கேட்டோ, பாடலோடு காலால் தட்டியோ அதை செய்யலாம்.

படி 7: சேர்ந்து வாசியுங்கள்

இறுதியாக பாடலுடன் இணைந்து வாசிக்க முயற்சிக்கவும், ஏதேனும் தவறுகள் அல்லது சிக்கல்கள் உள்ளதா என சரிபார்க்கவும். எந்த நேரத்திலும் ஒரு கார்ட் ஒலித்தால் அல்லது ஒத்திசைவு இல்லாமல் இருந்தால், உங்கள் ரிதம், கார்ட் மற்றும் டியூனிங்கைச் (tuning) சரிபார்க்கவும்.

22. ஒரு பாடலுக்கான கார்ட் முன்னேற்றத்தைக் கண்டறிதல்

எந்தவொரு பாடலும் குறிப்புகளின் ஒரு குறிப்பிட்ட முறை அல்லது நிரலைப் பின்பற்றும், இது பாடலில் பின்பற்றப்படும் கார்டுகளை அடையாளம் காண மிகவும் உதவியாக இருக்கும். கீழே உள்ள படிகள் ஒரு பாடலில் உள்ள கார்டுகளின் முன்னேற்றத்தைக் கண்டறிய வழிகாட்டி உதவக்கூடும்.

1. முன்னேற்றத்திற்கான சாத்தியங்களாக இருக்கும் கார்டுகளைக் கண்டறிய ஏதாவதொரு குறிப்பில் ஒரு மேஜர் அல்லது மைனர் ஸ்கேலைப் பயன்படுத்துங்கள். எடுத்துக்காட்டாக, C-மேஜர் ஸ்கேல் பின்வரும் குறிப்புகளை வரிசையில் கொண்டுள்ளது: C, D, E, F, G, A, B, C. C குறிப்பில் கார்ட் முன்னேற்றத்தை உருவாக்க இவற்றை பயன்படுத்தப்படலாம்.
2. உங்கள் மேஜர் அல்லது மைனர் ஸ்கேலிலுள்ள கார்டுகளை எண்களிட ரோமானிய எண்களைப் பயன்படுத்துங்கள், இது எளிதான முன்னேற்றங்களைச் செய்ய உங்களை அனுமதிக்கிறது. எந்தவொரு குறிப்பிலும் ஒரு வடிவத்தை "பொதுவாக" குறிப்பிடலாம். எடுத்துக்காட்டாக-ஒரு பொதுவான கார்ட் முன்னேற்றம் I-IV-V ஆகும். இதன் பொருள் என்னவென்றால், உங்கள் குறிப்பைப் பொருட்படுத்தாமல், நீங்கள் மேஜர் அல்லது மைனர் ஸ்கேலிலுள்ள 1 வது குறிப்பு/கார்ட், பின்னர் 4 வது குறிப்பு/கார்ட், அதற்கு பின்னர் 5 வது குறிப்பு/கார்ட். எடுத்துக்காட்டாக: C-மேஜர் இல் I- C, IV- F, மற்றும் V- G.
3. உங்கள் பாடலை ரூட் அல்லது முதல் சில குறிப்புக்ளுடன் பொருந்தக்கூடிய கார்ட் மூலம் தொடங்குங்கள். I கார்ட் என்பது ரூட் அல்லது டானிக் கார்ட் என்று அழைக்கப்படுகிறது. இது ஒரு முன்னேற்றத்தில் உள்ள மற்ற தொடர்புடைய கார்டுகளுக்கான தளத்தை உருவாக்குகிறது. அடிப்படை கார்ட் முன்னேற்றங்கள் எப்போதும் இந்த "டானிக்" உடன் தொடங்குகின்றன.
4. பாடல்களின் ஓட்டத்துடன் பயன்படுத்துவதற்கு பொதுவான கார்ட் முன்னேற்றங்களைப் பயன்படுத்துங்கள். முதல், நான்காவது, மற்றும் ஐந்தாவது (I - IV - V) கார்டுகள் இசையின் பெரும்பாலான வகைகளுக்கு ஒரு முன்னேற்றத்தில் ஒன்றாக நன்றாக ஒலிக்கின்றன. ஆனால் அது கண்மூடித்தனமாக பின்பற்றப்படக்கூடாது மற்றும் வெவ்வேறு பாடல்களுக்கான முன்னேற்றங்கள் மாற வேண்டும்.
5. பாடலின் உணர்வை மாற்ற கார்ட் வகையை (மைனர், ப்ளூஸ், மைனர் ஏழாவது கார்டுகள் போன்றவை) மாற்றுங்கள். சோகமான பாடல்கள் பெரும்பாலும் சிறிய வளையங்களைப் பயன்படுத்துகின்றன. எந்தவொரு வகையிலும் ஒரு சிறந்த பாடலை உருவாக்குவதற்கான மாற்றங்களுடன் ரூட் குறிப்பின் கார்ட் பின்பற்றப்படும் போது கார்ட் வகையை சரிசெய்ய முடியும், அதே நேரத்தில் முன்னேற்றத்தை எளிமையாக வைத்திருக்கும்.

மேலும் மேலும் பாடல்கள் கற்றுக் கொள்ளப்படுவதால், மீண்டும் நிகழும் வடிவங்களுக்கு கவனம் செலுத்துங்கள். அவை மற்றொரு பாடலிலும் மீண்டும் நிகழும். எல்லா பாடல்களும் அடையாளம் காணக்கூடிய வடிவங்களைப் பின்பற்றுகின்றன.

குறிப்புகள் கொண்ட பாடலுக்கான கார்ட் முன்னேற்றத்தின் விளக்கம்:

கவனித்தறிதல்கள் மற்றும் கண்டறிதல்கள்:

• வரிகளின் எண்ணிக்கை-3

• அளவுகளின் எண்ணிக்கை- 12

• முக்கிய குறியீடு- பிளாட்/ஷார்ப் ஒன்றும் இல்லை

• நேர குறியீடு- பொதுவானது (4/4)

• கடைசி குறிப்பு- C

• டெம்போ- கொடுக்கப்படவில்லை (60 அல்லது 80 அல்லது 100 அல்லது 120 பிபிஎம் என எடுத்துக்கொள்ளலாம்)

• சாத்தியமான ஸ்கேல்- C மேஜர் (முக்கிய குறியீடு மற்றும் கடைசி குறிப்பின் அடிப்படையில்)

வரையறைகள்:

C மேஜர் ஸ்கேலில் இசைக்கக்கூடிய கார்டுகள் (மேலே உள்ள பாடலுக்கு):

மேஜர் கார்டுகள் (1—4—5): C- C E G ; F- F A C ; G- G B D

மைனர் கார்டுகள் (2—3—6): Dm- D F A ; Em- E G B ; Am- A C E

குறிப்பு: மேலும் அழகுபடுத்த மற்ற வகை கார்டுகள் பயன்படுத்தப்படும்.

கார்டுகள் முன்னேற்றத்தைக் கண்டறிதல் (வரிகள் அல்லது அளவுகள் போன்றவற்றில்):

வரிகள் அல்லது அளவுகள் அல்லது அரை அளவுகளில் உள்ள குறிப்புகளை கருத்தில் கொள்ளலாம். ஒரு வரி அல்லது அளவீட்டில் ஆதிக்கம் செலுத்தும் குறிப்புகள், நாம் மேலே குறிப்பிட்டுள்ள கார்டுகளில் உள்ளதை போலவே அமைந்திருக்கும் இடத்தில் குறிப்பிட்ட கார்ட் அல்லது கார்டுகள் பயன்படுத்தப்படும்.

உதாரணமாக, முதல் வரியில், 1வது அளவீட்டில், I C C G G I உள்ளது, மேலும் இந்த அளவீட்டில் இரண்டாம் யோசனை இல்லாமல் C மேஜர் கார்ட் பயன்படுத்தப்படும்.

அதேபோல், முதல் வரியில், 2வது அளவீட்டில், I A A G , I உள்ளது, இந்த அளவீட்டில் நாம் மேஜர் அல்லது மைனர் கார்டுகளில் ஏதேனும் ஒன்றை பயன்படுத்தலாம், ஆனால் F மேஜர் கார்ட் தொடரின் அடுத்த மேஜர் கார்ட் என்பதால் அதை தேர்ந்தெடுப்பது சிறந்தது. மேலும், அளவீடு இரண்டாகப் பிரிக்கப்பட்டு, முதல் இரண்டு குறிப்புகளுக்கு ‘A A’ க்கு F மேஜர் கார்ட் இசைக்கப்படலாம், மற்றும் இரண்டாவது இரண்டு குறிப்புகளுக்கு 'ஜி,' க்கு G மேஜர் கார்டு இசைக்கப்படலாம்.

கார்டுகளின் முன்னேற்றம் அதே வழியில் மற்ற அளவுகளுக்குத் தேர்ந்தெடுக்கப்பட்டு நிர்ணயிக்கப்படும்.

குறிப்பு: கார்டுகளின் முன்னேற்றம் குறிப்பிட்ட குறிப்புகளின் தொகுப்பிற்கு ஒரே மாதிரியாக இருக்க வேண்டியதில்லை. இது அனுபவம், ஆர்வங்கள் மற்றும் பொருத்தமான நிலையில் வெவ்வேறு கார்டுகளின் பயன்பாடு ஆகியவற்றின் அடிப்படையில் சார்ந்துள்ளது.

ஒரு பாடலின் கார்ட் முன்னேற்றத்தைக் குறிப்பிடுதல்:

கார்ட் முன்னேற்றத்தை ரோமானிய எண்கள் அல்லது கார்டுகளின் பெயரால், மியூசிக் ஸ்கோரின் வரிகளுக்கு மேலே உள்ள வரியில் குறிப்பிடலாம்.

கீழே கொடுக்கப்பட்டுள்ளதில் நாம் கார்டுகளை அவற்றின் பெயரால் குறித்துள்ளோம்.

23. பாடல்களைக் குறிப்பிடுவதற்கான வழிகள்

இசையை குறிப்பிடுவதற்கு பல வழிகள் உள்ளன, ஏனெனில் மக்கள் தொடர்ந்து பயன்படுத்தும் இசை அமைப்பு உலகம் முழுவதும் வேறுபட்டது. நாம் பார்த்தபடி இந்தியாவில் பயன்படுத்தப்படும் மிகவும் பொதுவான அமைப்புகளாவன

1. கர்நாடக அமைப்பு
2. இந்துஸ்தானி அமைப்பு மற்றும்
3. மேற்கத்திய அமைப்பு

- கர்நாடக இசையின் அமைப்பில், குறிப்புகள் ஸ, ரி, க, ம, ப, த, நி என குறிப்பிடப்படுகிறது, மற்றும் ஒரு ஸ்வரத்தின் (குறிப்பு) வேறுபாடு எண்களால் குறிக்கப்படுகிறது. நேர குறியீடு மேலே குறிக்கப்படுகிறது மற்றும் குறிப்புகள் நேர குறியீட்டிற்கு ஏற்ப சமமான அளவுகளில் அமைக்கப்படுகின்றன. பாடலின் ஸ்ருதியானது எண் அல்லது மேற்கத்திய குறிப்பால் குறிக்கப்படுகிறது மற்றும் குறிப்புகள் அதன் ராகத்தால் குறிப்பிடப்படுகின்றன.
- இந்துஸ்தானி இசை அமைப்பில், குறிப்புகள் Sa, Ri, Ga, Ma, Pa, Da, Ni என குறிப்பிடப்படுகின்றன, மேலும் ஸ்வரத்தின் (குறிப்பு) மாறுபாடுகள் பெரிய மற்றும் சிறிய எழுத்துக்களால் குறிக்கப்படுகின்றன. கர்நாடக அமைப்பை போல, நேர குறியீடு மேலே குறிக்கப்படுகிறது மற்றும் குறிப்புகள் நேர குறியீட்டிற்கு ஏற்ப சமமான அளவுகளில் அமைக்கப்படுகின்றன. பாடலின் ஸ்ருதியானது எண் அல்லது மேற்கத்திய குறிப்பால் குறிக்கப்படுகிறது மற்றும் குறிப்புகள் அதன் ராகத்தால் குறிப்பிடப்படுகின்றன.
- மேற்கத்திய இசை அமைப்பில், ஐந்து கோடுகள், நான்கு இடைவெளிகள் மற்றும் லெட்ஜர் கோடுகளைக் கொண்ட இசைத் தாளில் உள்ள சின்னங்களைப் பயன்படுத்தி குறிப்புகள் குறிப்பிடப்படுகின்றன. நேர குறியீடு ஆரம்பத்தில் குறிப்பிடப்படுகிறது மற்றும் குறிப்புகள் சம இடைவெளியில் பார்களாக அமைக்கப்படுகின்றன. குறிப்புகளின் மாறுபாடுகள் குறிப்பு குறியீட்டின் தொடக்கத்தில் குறிப்பிடப்படுகின்றன, அதனுடன் இசை குறியீட்டின் கடைசி குறிப்பைப் பார்ப்பதன் மூலம் ஸ்கேலை அடையாளம் காண முடியும்.

குறிப்பிடுவதற்கான இந்த வழிகளைத் தவிர எண்களை அடிப்ப்டையாக கொண்ட இசை குறியீடு, டாப்லேசர்களை (Tablatures) பயன்படுத்திய குறியீடு போன்றவையும் இருக்கலாம்.

24. ஒரு பாடலுக்கான குறிப்புகளை உருவாக்குதல்

நாம் கடந்து வரும் அனைத்து பாடல்களுக்கும் குறிப்புகள் கிடைப்பது சாத்தியமில்லை, எனவே ஒரு பாடல் அல்லதுஇசையின் குறிப்புகளை எவ்வாறு கண்டறிவது என்பதைத் தெரிந்து கொள்வது அவசியம். ஒருபாடலுக்கான குறிப்புகளை உருவாக்க பின்வரும் படிகள் உதவியாக இருக்கும்.பாடலின் வகையை உறுதி செய்யுங்கள்வகை என்பதுபாடலின் நடை அல்லது முறை. சில வகைகளைக் கற்றுக்கொள்வது மிகவும் கடினம். ஒரு பியானோகலைஞர் முதலில் பாப் மற்றும் கிளாசிக்கல்(Pop and Classical) பாடல்களைக் கற்றுக்கொள்ளலாம்.இசைக்குழுவில் இருக்கக்கூடிய ஒருவர், ராக் (Rock), மெட்டல் (Metal), கன்ட்ரி (Country) அல்லது போல்க் (Folk) கற்றுக்கொள்வதைக் கருத்தில் கொள்ளலாம். ஒரு டிஸ்க் ஜாக்கி (DJ) ஆக விரும்பும்ஒருவர் ஹிப் ஹாப் (Hip Hop) , அர்பன் (Urban), ராகமும் தாளமும் (Rhythm and Blues) மற்றும் எலக்ட்ரானிகா(Electronica) ஆகியவற்றைக் கற்கலாம்.

ஒரு பாடலைக் (கடினமானது அல்லது எளிதானது) கற்றுக்கொள்வது மிகவும் அழுத்தமானது மற்றும் உங்களைச் சுற்றியுள்ள மற்றவர்களின் கவனத்தைத் திசைதிருப்பலாம் அல்லது தொந்தரவு செய்யலாம், ஏனெனில் கேட்பது அல்லது பயிற்சி செய்வது மீண்டும் மீண்டும் செய்யப்படுகிறது. ஹெட்ஃபோன்களைப் பயன்படுத்துவது அல்லது தனியாகச் பயிற்சி செய்வது உதவியாக இருக்கும். வகைகள் ஒரு தொழில்நுட்ப வகையாக இருந்தால், தொழில்நுட்பங்களின் ஏதேனும் விளைவுகள் அல்லது பயன்பாடுகளைக் குறிப்பிடவும்.

பாடலை நன்றாக தெரிந்துக்கொள்ளுங்கள்

பாடலைத் திரும்பத் திரும்பக் கேட்பது, பாடலை நன்றாகத் தெரிந்துகொள்ளவும், வெவ்வேறு பகுதிகளை அடையாளம் கண்டு மீண்டும் மீண்டும் முயற்சிக்கவும் உதவுகிறது. இது பாடல் அமைப்பை உருவாக்குகிறது. ஒரு பாடல் தொடக்கம், சரணம், பல்லவி, வசனம் எனச் சென்று பல்லவியில் முடிந்தால், அடிப்படையில் கற்றுக்கொள்ள மூன்று வெவ்வேறு பகுதிகள் உள்ளன. பாடல் அமைப்பு முக்கியமானது, ஏனெனில் சில பாடல்கள் உண்மையில் ஒரு பிரிவு அல்லது கார்ட் முன்னேற்றம் பெற்று முழுவதும் இசைக்க ஏதுவாக இருக்கும். மற்ற பாடல்கள் பல்லவி அல்லாத அமைப்பு கொண்டவை. பாடலை ஒன்றாக இணைத்து, கற்றுக்கொள்வது எளிதாக இருக்கும், குறிப்பிட்ட புள்ளியில் அதை நிறுத்திவிட்டு தொடங்குவதும் உதவியாக இருக்கும். மறக்கமுடியாத சிந்தனையில் மெல்லிசைகள் மற்றும் பேஸ் வரிகளுடன் குறிப்புகளைப் புரிந்துகொள்வது பயனுள்ளதாக இருக்கும்.

முடிந்தால், பாடல் வரிகளை நிராகரித்து, பாடலில் உள்ள கருவிகளின் ஒலியை கேட்பதைக் கவனியுங்கள். குறிப்பிட்ட கருவிகளைக் கேட்பது மிகவும் எளிதாக இருக்கும் மற்றும் எப்போதும் கேட்கப்படும் ஒலிகள், வடிவங்கள், இடைநிறுத்தங்கள் அல்லது முறிவுகளைக் குறித்துக்கொள்ளுங்கள். டெம்போ மற்றும் நேர குறியீட்டைக் குறித்துக் கொள்ளவும். டெம்போ மற்றும் நேர குறியீட்டில் ஏதேனும் மாற்றங்கள் இருந்தால் அதைக் கேளுங்கள். சில இசையில் இது அடிக்கடி நிகழும், எனவே எப்போதும் அதை ஆழமாகப் பாருங்கள்.

தாளத்தை கண்டறிதல்

பாடலின் தாளத்தைப் கண்டறிவதற்கு, குறிப்புகள் அல்லது கார்டுகளில் கவனம் செலுத்த வேண்டிய அவசியமில்லை. தாளத்தைப் கண்டறிய உங்கள் பாதத்தைத் தட்டுவதன் மூலமோ அல்லது ஏதாவது விரல்களைத் தட்டுவதன் மூலமோ தாளத்தைக் கண்டறிய முடியும்.

குறிப்புகளைப் கண்டறிதல்

குறிப்புகளைப் கண்டறிய, ட்யூன் (tune) அல்லது மெல்லிசை (melody) முழுவதுமாக சிந்தனையில் இருக்கும் வரை மீண்டும் மீண்டும் அதைக் கேளுங்கள். எதிர்முழக்கம் (reverb), சமநிலைப்படுத்தி (equalizer) மற்றும் தாமதம் (delay) போன்ற ஏதேனும் இருந்தால் மெல்லிசையில் பயன்படுத்தப்படும் விளைவுகளைக் குறிப்பிடவும். நடன இசையில், இது அடிக்கடி நிகழ்கிறது, மேலும் முன்னணி இடைவெளிகள் மற்றும் தனிப்பாடல்களைக் கற்றுக்கொள்வது முக்கியம்.

மேலும், பாடலில் தனி பாகங்கள் இல்லை என்றால், சில எளிய ஸ்கேல்களைப் பயன்படுத்தி சேர்க்கலாம். தனிப் பகுதியை பென்டாடோனிக் (pentatonic) ஸ்கேல்களைப் பயன்படுத்தி வாசிக்கலாம், முதலில் சிந்தனையில் இருக்கும் தொடர்புடைய குறிப்புகளைத் தொடுவதன் மூலம். தனிப் பகுதி பாடலின் முக்கிய மெல்லிசையை அடிப்படையாகக் கொண்டது. சறுக்கு (slide), வளைவு (bend) மற்றும் அதிர்வு (vibration) நுட்பங்களுடன் இன்னும் சில மேம்பாடுகளைச் சேர்க்கலாம்.

அனைத்தையும் ஒன்றாக இணைத்து, அதை ஸ்கோரில் குறிப்பிடவும் அல்லது குறியிடவும்

அனைத்து விஷயங்களையும் சரியான முறையில் குறிப்பிட்டு, பாடலின் குறிப்புகளை ஒன்றாக இணைக்க, குறியிடும் நுட்பங்களுடன் கூடிய ஸ்கோர் தாளைப் பயன்படுத்தலாம். கர்நாடக அல்லது ஹிந்துஸ்தானி இசையயின் குறிப்புகள் வசதியாக இருந்தால், அதை பயன்படுத்தி எழுதலாம்.

25. இசையும் தொழில்நுட்பத்துடன் அதன் தொடர்பும்

மின்னணு கருவிகள் அல்லது டிஜிட்டல் கருவிகள், கணினிகள், மின்னணு விளைவு சாதனங்கள், மென்பொருள் அல்லது டிஜிட்டல் ஆடியோ கருவிகள் ஒரு இசைக்கலைஞர், இசையமைப்பாளர், ஒலிப் பொறியாளர், டிஸ்க் ஜாக்கி அல்லது பதிவு தயாரிப்பாளரால் இன்று இசையை உருவாக்க, நிகழ்த்த அல்லது பதிவு செய்ய பரவலாகப் பயன்படுத்தப்படுகின்றன. இசை தொழில்நுட்பக் கலை மற்றும் தொழில்நுட்ப படைப்பாற்றல் இரண்டையும் இணைக்கிறது. இசைக்கலைஞர்கள் மற்றும் இசை தொழில்நுட்ப வல்லுநர்கள் இசையின் மூலம் புதிய வெளிப்பாட்டின் வடிவங்களை உருவாக்க தொடர்ந்து முயற்சி செய்கிறார்கள், மேலும் புதிய சாதனங்களும் மென்பொருள்களும் உருவாக்கப்படுகின்றன.

1980 களில், டிஜிட்டல் மாதிரி தொழில்நுட்பம் அறிமுகப்படுத்தப்பட்டது மற்றும் 2000 களில் இசை தயாரிப்புக்கு அவசியமானது. மாதிரியைப் பயன்படுத்தும் சாதனங்கள், ஒலியை டிஜிட்டல் முறையில் பதிவு செய்யும் (பெரும்பாலும் பியானோ அல்லது புல்லாங்குழல் போன்ற ஒரு இசைக்கருவி வாசிக்கப்படுகிறது), மேலும் கட்டுப்படுத்தி சாதனத்தில் ஒரு விசை அல்லது தளம் அழுத்தப்படும்போது அல்லது தூண்டப்படும்போது (எ.கா. எலக்ட்ரானிக் கீபோர்டு (electronic keyboard), எலக்ட்ரானிக் டிரம் பேட் (electronic drum pad), முதலியன). பல்வேறு ஆடியோ விளைவுகள் மற்றும் ஆடியோ செயலாக்கத்தைப் பயன்படுத்தி மாதிரிகள் ஒலியை மாற்றலாம். 1980 களில், தொழில்நுட்பம் இன்னும் ஆரம்ப நிலையில் இருந்தபோது, டிஜிட்டல் மாதிரிகள் விலை உயர்ந்தவை மற்றும் அவை சிறந்த ரெக்கார்டிங் ஸ்டுடியோக்கள் மற்றும் இசைக்கலைஞர்களால் மட்டுமே பயன்படுத்தப்பட்டன. 1981 இல் வெளியிடப்பட்ட முதல் மாதிரியானது 8-பிட் எமுலேட்டர் I (8-bit Emulator I) ஆகும்.

MIDI (மிடி) (இசை கருவி டிஜிட்டல் இடைமுகம் (Musical Instrument Digital Interface)) 1983 இல் லாஸ் ஏஞ்சல்ஸில் அறிமுகப்படுத்தப்பட்டது. மாநாட்டில் ஒரு மாதிரியாக இரண்டு முன்பொருந்தாத தொடர்முறை ஒருங்கிணைப்புகள் (analog synthesizers) ஒன்றுடன் ஒன்று தொடர்புகொள்வதைக் காட்டியது, இரண்டிடமிருந்தும் வெளியீட்டைப் பெறும்போது வாசிப்பவர் ஒருவர் ஒரு கீபோர்டை இயக்க உதவுகிறது. 1980 களில் இது ஒரு பெரிய திருப்புமுனையாக இருந்தது, ஏனெனில் இது நேரடி நிகழ்ச்சிகள் மற்றும் ஸ்டுடியோ பதிவுகளில் ஒருங்கிணைப்புகளை துல்லியமாக அடுக்க அனுமதித்தது. மிடி ஆனது வெவ்வேறு மின்னணு கருவிகள் மற்றும் மின்னணு இசை சாதனங்களை ஒன்றோடு ஒன்று மற்றும் கணினிகளுடன் தொடர்பு கொள்ளச் செய்ய உதவுகிறது. மிடியின் வருகையானது மின்னணு கருவிகள் மற்றும் இசை மென்பொருளின் விற்பனை மற்றும் உற்பத்தியின் விரைவான விரிவாக்கத்தை தூண்டியது. 1985 ஆம் ஆண்டில், பல முன்னணி கீபோர்ட் உற்பத்தியாளர்கள் மிடி உற்பத்தியாளர்கள் சங்கத்தை (MMA) உருவாக்கினர்.

1980 களில் இருந்து, தனிப்பட்ட கணினிகள் உருவாக்கப்பட்டு மிடியின் பரந்த திறனைப் பயன்படுத்துவதற்கான சிறந்த அமைப்பாக மாறியது. இது மிடி பொருத்தப்பட்ட மின்னணு கீபோர்டுகள், மிடி வரிசைப்படுத்திகள் (sequencers) மற்றும் டிஜிட்டல் ஆடியோ பணிநிலையங்கள் போன்ற மென்பொருளுக்கான பெரிய நுகர்வோர் சந்தையை உருவாக்கியுள்ளது. உலகளாவிய மிடி நெறிமுறைகளுடன், மின்னணு கீபோர்டுகள், வரிசைப்படுத்திகள் மற்றும் டிரம் இயந்திரங்கள் அனைத்தையும் ஒன்றாக இணைக்க முடியும். இசை அறிவுறுத்தல் மென்பொருள், மிடி வரிசைப்படுத்தி மென்பொருள், இசைக் குறியீட்டு மென்பொருள், ஹார்ட் டிஸ்க் ரெக்கார்டிங்/எடிட்டிங் மென்பொருள், இணைப்பு திருத்தி (patch editor) /ஒலி நூலக மென்பொருள், கணினி-உதவி கலவை மென்பொருள் மற்றும் மெய்நிகர் கருவிகள் ஆகியவை உலகளவில் ஏற்றுக்கொள்ளப்பட்ட மிடி மென்பொருள் பயன்பாடுகளில் சில. கணினி வன்பொருள் மற்றும் சிறப்பு மென்பொருளின் தற்போதைய வளர்ச்சிகள் மிடி பயன்பாடுகளை விரிவுபடுத்துகின்றன.

கணினி மற்றும் வரிசைப்படுத்திகளின் தொழில்நுட்பம் ஒன்றாக இணைவது இசையை உருவாக்கும் முறையை மாற்றியது மற்றும் இன்று இசைத் தொழில்நுட்பத்தில் வேகமாக மாறிவரும் அம்சங்களில் ஒன்றாகும். தொழில்ரீதியாக வணிக ரீதியாக கிடைக்கக்கூடிய கணினி இசைக்கருவிகளின் முதல் தலைமுறை, அல்லது சில நிறுவனங்கள் பின்னர் அழைக்கப்பட்ட பணிநிலையங்கள், மிகவும் விலையுயர்ந்த மிகவும் சிக்கலான விரிவான அமைப்புகளாகும். தனிநபர் கணினிகளின் விலை குறைக்கப்பட்டதால், அதிக விலை கொண்ட பணிநிலையங்களின் பயன்பாட்டில் இருந்து வெகுஜனங்கள் விலக்கினர். தொழில்நுட்பத்தின் முன்னேற்றங்கள் வன்பொருள் செயலாக்கத்தின் வேகத்தையும் நினைவக அலகுகளின் திறனையும் அதிகரித்துள்ளன. மென்பொருள் உருவாக்குநர்கள் இசையை வரிசைப்படுத்துதல், பதிவு செய்தல், குறிப்பீடு செய்தல் மற்றும் மேம்பாடு செய்வதற்கு புதிய மற்றும் அதிக சக்திவாய்ந்த நிரல்களை எழுதுகின்றனர்.

மியூசிக் வரிசைப்படுத்தி மென்பொருளானது, மைக்ரோஃபோன் மூலம் ஒலிப்புலன் சார்ந்த ஒலிகளைப் பதிவுசெய்து, டிராக்குகளின் பதிவுகள் அல்லது மிடி இசை வரிசைகளைக் ஒருங்கிணைக்க அனுமதிக்கிறது, பின்னர் அவை ஒரு காலவரிசையில் ஒழுங்கமைக்கப்பட்டு கணினி அல்லது டிஜிட்டல் ஆடியோ பணிநிலையத்தின் தட்டை-திரையின் காட்சியில் திருத்தப்படலாம். பல இசைக்கலைஞர்கள் மற்றும் கலைஞர்கள் பிடி (Pd), பைடுயூல் (Bidule), மேக்ஸ்/எம்எஸ்பி (Max/MSP), ஆடியோமல்க் (Audiomulch) மற்றும் டிஜிட்டல் ஆடியோ பணிநிலையங்கள் அல்லது வரிசைப்படுத்திகள் போன்ற 'பேட்சர் (patcher)' வகை நிரல்களைப் பயன்படுத்துகின்றனர், மேலும் சிசவுன்ட் (CSound) அல்லது இசையமைப்பாளர்களின் மேசை கணினி திட்டம் போன்ற "பாரம்பரிய" மென்பொருள் அணுகுமுறைகளை இன்னும் கணிசமான எண்ணிக்கையிலான மக்கள் பயன்படுத்துகின்றனர்.

இசைத் தொழில்நுட்பம் பல வகையான இசை மறுஉருவாக்கத்தை உள்ளடக்கியது. இசை மற்றும் ஒலி தொழில்நுட்பம் என்பது வணிகம், சோதனை அல்லது துறை சார்பற்றவரின் பொழுதுபோக்கு முறையில் ஒலி பொறியியலைப் பயன்படுத்துவதைக் குறிக்கிறது. இசைத் தொழில்நுட்பம் மற்றும் ஒலி தொழில்நுட்பம் சில சமயங்களில் ஒரே விஷயமாக வகைப்படுத்தப்படலாம், ஆனால் அவை உண்மையில் வெவ்வேறு வேலைத் துறைகளைக் குறிக்கின்றன. ஒலிப் பொறியியல் என்பது ஒலிப்பதிவு அல்லது இசை நிகழ்ச்சிகள் மற்றும் நேரடி நிகழ்ச்சிகளில் பயன்படுத்தப்படும் ஒலி வலுவூட்டல் அமைப்புகளில் ஒலி தொழில்நுட்பத்தைப் பயன்படுத்துவதை முதன்மையாகக் குறிக்கிறது.

25.1. இசை அமைப்பு மென்பொருள்கள்:

நாம் மென்பொருளைப் பயன்படுத்தி குறிப்புகளை இழுத்து விட்டு விடலாம், விரைவான மாற்றங்கள் மற்றும் திருத்தங்கள் செய்யலாம், இது கணினிகளைப் பயன்படுத்தி எளிதான அணுகல் மற்றும் விரைவான சேமிப்புகளை வழங்குகிறது. தற்கால இசையமைப்பாளர்களிடையே கணினியில் இசையமைப்பது மிகவும் பிரபலமாக உள்ளது, இசையை எழுதுவதில் நேரத்தையும் முயற்சியையும் மிச்சப்படுத்துகிறது.

- முயூஸ்கோர் (MuseScore) ஒரு பிரபலமான மென்பொருள், பயன்படுத்த எளிதானது மற்றும் ஃப்ரீஸ்டைல் (freestyle) அமைப்பு அல்லது மிடி உள்ளீடுகளுடன் இணக்கமானது. நாம் நேரடியாக ஸ்டாஃப்களில் (staves) பதிவு செய்யலாம் அல்லது பகுதியை குறிப்பால் உருவாக்குவதன் மூலம் வேலை செய்யலாம். பெரும்பாலான தொகுப்பு மென்பொருளில் மிடி பின்னணி உள்ளது, எனவே நீங்கள் டிஜிட்டல் பதிப்பில் எழுதியதை நாம் கேட்க முடியும்.
- கேரேஜ்பேண்ட் (GarageBand) பெரும்பாலான புதிய மேக் கணினிகளில் (Macs) நிலையானதாக வருகிறது, மேலும் "பாடல் எழுதுதல்" திட்டத்தைத் தேர்ந்தெடுப்பதன் மூலம் தாள் இசையை எழுதப் பயன்படுத்தலாம். நாம் நேரடி ஒலிகளைப் பதிவுசெய்யலாம் அல்லது இசைக் குறியீட்டில் எழுத்துப்பெயர்ப்பு செய்ய நேரடியாக ஒரு கருவியை உள்ளிடலாம், பின்னர் குறிப்புகளைப் பார்க்க கீழே இடது மூலையில் உள்ள கத்தரிக்கோல் போன்ற பொத்தானை கிளிக் செய்யலாம்.

- நீங்கள் கணக்கை உருவாக்கிய பிறகு முதல் பத்து இசைத்தாள்கள் இலவசம் என்பதால் மென்பொருளில் அதிக பணம் செலவழிக்க விரும்பாதவர்கள் பயன்படுத்த நோட் ஃபிலைட் (Noteflight) ஒரு நல்ல ஆன்லைன் தளமாகும்.

யூஎஸ்பி (USB) கேபிள் மூலம் கணினியில் மிடி கீபோர்டை உள்ளீடு செய்தால், நம்மால் நேரடியாக கீபோர்டில் மெலடியை இயக்க முடியும், மேலும் மென்பொருள் உங்கள் இசையை ஸ்டாஃப்பில் பட்டியலிடும். இது மிகவும் எளிதாக பெறப்படும். பகுதிகளை அடுக்கி வைத்து வெவ்வேறு கருவிகளுக்கு அவற்றை ஒதுக்கி, இசைக் குழுவின் நுட்பமாக கையாளப்பட்ட அமைப்பை (symphony) தொடங்கலாம்.

புதுமையான இசை எப்போதும் தொழில்நுட்பத்துடன் பிரிக்கமுடியாத வகையில் இணைக்கப்பட்டுள்ளது. இன்று நாம் கிட்டத்தட்ட வரம்பற்ற கணினி சக்தி மற்றும் இணைப்பு உலகில் வாழ்கிறோம், மேலும் இந்த தொழில்நுட்ப நிலப்பரப்பின் வெளிச்சத்தில், இசை படைப்பாற்றலின் மிகவும் துடிப்பான துறை மின்னணு இசை உலகில் உள்ளது என்பதில் ஆச்சரியமில்லை. இந்த இசைப் புரட்சியை உருவாக்கிய இரண்டு முக்கியமான வளர்ச்சிகள் உள்ளன. முதலாவதாக, கணினிகள் மிகவும் சக்திவாய்ந்ததாகிவிட்டன, டிஜிட்டல் முறையில் இசையை ஆக்கப்பூர்வமாக உருவாக்குவதற்கு எந்த வரம்பும் இல்லை, மேலும் எலக்ட்ரானிக் தயாரிப்பாளர்களுக்கு ஒரு எல்லையற்ற ஒலி தொகுப்பு உள்ளது, மேலும் இந்த ஆற்றல் மிகவும் எளிமையான நவீன இயந்திரத்துடன் உலகில் அனைவருக்கும் கிடைக்கிறது. இரண்டாவதாக, சமூக வலைப்பின்னல்களின் முழுமையான ஒருங்கிணைப்பு உலக அளவில் இசைப் பகிர்வை வளர்த்தெடுத்துள்ளது. சாராம்சத்தில், கணினியானது உலகில் உண்மையான அல்லது கற்பனையான எந்த ஒலியையும் முழுமையாகப் பின்பற்றும் அல்லது உருவாக்கும் திறன் கொண்டது. ஒரு தலைமுறைக்கு முன்பு, இதை மாயாஜாலமாக மட்டுமே விவரிக்க முடியும்.

இன்று ஒரு கணினி ஒருங்கிணைக்கக்கூடிய தடங்களின் எண்ணிக்கைக்கு வரம்பு இல்லை. 200 க்கும் மேற்பட்ட டிராக்குகள் மற்றும் அவை ஒவ்வொன்றும் பல விளைவுகளை கொண்ட மெய்நிகர் கருவிகளின் பாடல்கள் இயற்றப்பட்டுள்ளன. மின்னணு இசை தயாரிப்பாளர்கள் புதுமை மற்றும் படைப்பாற்றலின் ஆற்றலை தூண்டியுள்ளனர்.

பின் இணைப்பு 1: இசை குறியீடு

இசை குறியீடு 1:

இசை குறியீடு 2:

பல்லவி:

ஸ	,	ரி	,	க	,	ம	,	க	,	,	,	க	,	ம	,
ப	,	த	,	ப	,	ம	க	ரி	,	,	,	,	,	,	,
ப	,	ப	,	ம	,	ம	,	க	,	க	,	ரி	க	ம	,
க	,	க	ரி	ஸ	,	நி.	,	ஸ	,	,	,	,	,	,	,

சரணம்:

ஸ்	,	,	நி	த	,	,	த	நி	,	,	த	ப	,	,	,
த	,	,	ப	ம	,	க	ம	ப	,	ம	,	ப	,	,	,
ப	,	ப	,	த	,	நி	,	ஸ்	,	ஸ்	,	க	,	க	,
ம	,	,	க	ரி	,	,	ரி	க	,	,	ரி	ஸ	,	,	,

இசை குறியீடு 3:

,	ஸ	ரி	க	மம	மம	,	ம	,	க	ஸ	ரி	கக	கக	,	க
,	,	க	ம	ப	,	ப	ப	த	ப	ம	க	ரி	,	,	,
,	ப	ப	ம	க	,	,	,	ஸ	ஸ	ரி	க	ம	,	,	,
,	,	ம	ம	க	,	க	க	ரி	ம	க	ரி	ஸ	,	,	,

இசை குறியீடு 4:

ப.	ஸ , க ,	ஸ , , க	ம , க ,	ரி , , ,
	ஸ ஸ ஸ ரி	க , , ம	ப ப ம க	ரி , , ,
	ஸ ஸ ஸ ரி	க , , ஸ	ரி ரி ஸ த	ப , , ,
	ஸ ஸ ஸ ரி	க க ப ம	க க ரி ரி	ஸ , , ,

இசை குறியீடு 5:

ஸ ப. ஸ	க ரி ஸ	நி. நி. ஸ	ரி , ,
ரி நி. ரி	ம க ரி	ஸ ஸ ரி	க , ,
க ஸ க	ப ம க	ரி ரி க	ம , ,
த. , ,	நி. , ஸ	ரி , ,	ஸ , ,

இசை குறியீடு 6:

க ரி ஸ | ப , , | ப , , | ம ப த | ப , , | , , , |

ப க ப | ஸ் , , | நி , நி | த ப ம | ப , , | , , , |

க ரி ஸ | ப , , | ப , ப | ம ப த | ப , , | , , , |

ஸ ரி க | ம , , | ரி , , | ஸ ரி நி. | ஸ , , | , , , |

ப க ப | ஸ் , , | ப , , | த த த | ப , , | , , , |

ப க ப | த , , | ஸ் , , | நி நி த | நி , , | , , , |

நி ஸ் ரி’ | ஸ் , , | ப , , | த த த | ப , , | , , , |

ஸ ரி க | ம , , | ரி , , | ஸ ரி நி. | ஸ , , | , , , |

இசை குறியீடு 7:

ப	,	ம	க	,	க	ரி	க	ரி	ஸ	,	,
ப	,	ம	க	,	க	ரி	க	ரி	ஸ	,	,
ரி	,	ரி	ம	,	ம	ப	,	ப	நி	த	ப
ம	ப	ம	க	,	ரி	ஸ	,	,	,	,	,

ரி	,	,	ம	,	,	க	,	க	க	,	ஸ	க	,	ஸ	க	,	,
க	,	க	க	,	ஸ	க	,	ஸ	க	,	,						
க	,	க	ம	,	ப	த	ப	ம	ம	,	ப						
க	ம	க	ரி	,	ஸ	ஸ	,	,	,	,	,						

இசை குறியீடு 8:

நி. ஸ	ரி ,	, ,	, ,	க ரி	ஸ ,	, ,
ஸ ரி	க க	க க	ம க	ரி ஸ	ரி ,	, ,
ஸ ரி	க ,	க ,	ஸ ,	ரி க	ம ,	ம ,
ம ,	க ,	, ஸ	க ,	ரி, ,ரி	ஸ ,	, ,

இசை குறியீடு 9:

இசை குறியீடு 10:

இசை குறியீடு 11:

இசை குறியீடு 12:

இசை குறியீடு 13:

இசை குறியீடு 14:

இசை குறியீடு 15:

இசை குறியீடு 16:

இசை குறியீடு 17:

இசை குறியீடு 18:

இசை குறியீடு 19:

இசை குறியீடு 20:

இசை குறியீடு 21:

இசை குறியீடு 22:

இசை குறியீடு 23:

இசை குறியீடு 24:

இசை குறியீடு 25:

இசை குறியீடு 26:

இசை குறியீடு 27:

இசை குறியீடு 28:

இசை குறியீடு 29:

இசை குறியீடு 30:

இசை குறியீடு 31:

இசை குறியீடு 32:

இசை குறியீடு 33:

இசை குறியீடு 34:

இசை குறியீடு 35:

இசை குறியீடு 36:

இசை குறியீடு 37:

இசை குறியீடு 38:

இசை குறியீடு 39:

இசை குறியீடு 40:

2. A day or two ago, I thought I'd take a ride,
And soon Miss Fanny Bright was seated by my side.
The horse was lean and lank, misfortune seemed its lot.
It got into a drifted bank, and then we got upsot! *Refrain*

இசை குறியீடு 41:

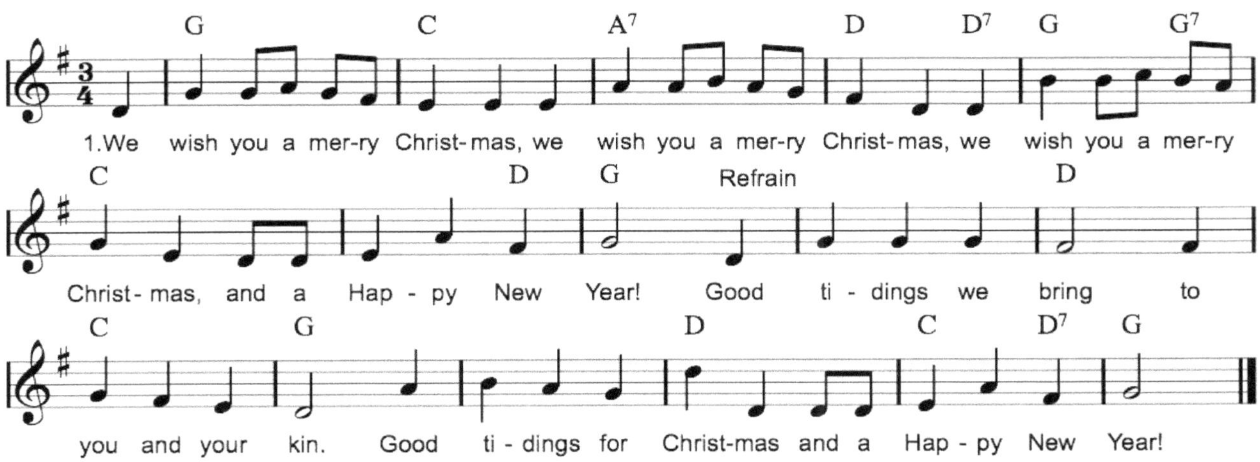

2. Now bring us some figgy pudding *(repeat 3 times)*
And bring some out here.

3. We won't go until we get some, *(repeat 3 times)*
so bring it right here.

இசை குறியீடு 42:

Born a King on Bethlehem's plain
Gold I bring to crown Him again,
King forever, ceasing never,
Over us all to reign. *Refrain*

Glorious now behold Him arise;
King and God and sacrifice;
Alleluia, Alleluia,
Sounds through the earth and skies. *Refrain*

இசை குறியீடு 43:

2. Shepherds, why this jubilee?
Why your joyous strains prolong?
What the gladsome tidings be
Which inspire your heavenly song? *Refrain*

3. Come to Bethlehem and see
Him Whose birth the angels sing;
Come, adore on bended knee,
Christ the Lord, the newborn King. *Refrain*

இசை குறியீடு 44:

8....eighth day... maids a-milking...
9....ninth day... ladies dancing...
10....tenth day... lords a-leaping...
11....eleventh day... pipers piping...
12....twelfth day... drummers drumming...

இசை குறியீடு 45:

இசை குறியீடு 46:

இசை குறியீடு 47:

இசை குறியீடு 48:

இசை குறியீடு 49:

இசை குறியீடு 50:

இசை குறியீடு 51:

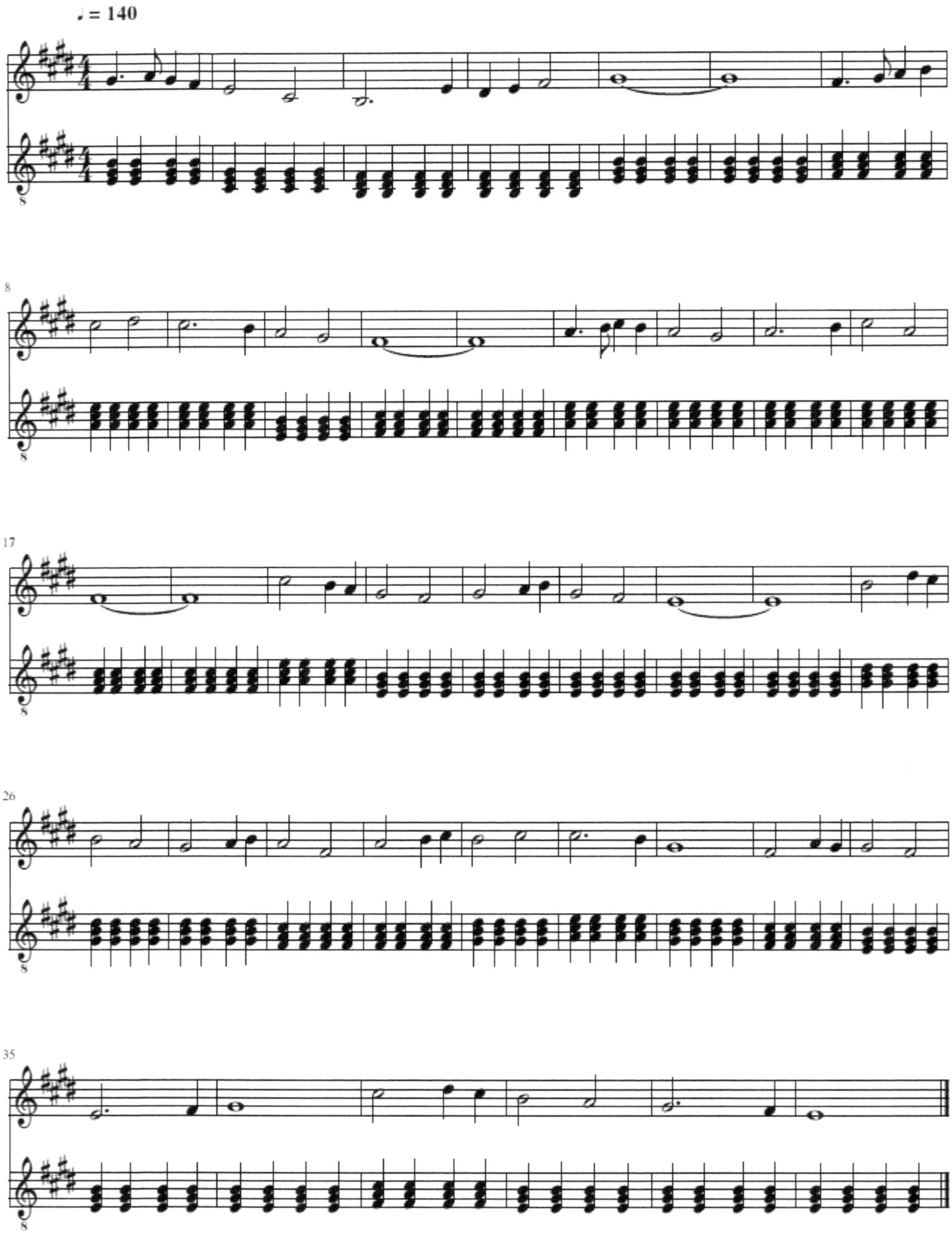

இசை குறியீடு 52:

இசை குறியீடு 53:

இசை குறியீடு 54:

இசை குறியீடு 55:

இசை குறியீடு 56:

Ludwig van Beethoven (1770-1827)
arr. E Muirhead

பின் இணைப்பு 2: ராகங்களின் பட்டியல்

ராகம் பெயர்	ஏறும் அளவு (ஆரோஹணம்)	இறங்கு அளவுகோல் (அவரோஹணம்)
1 கனகாங்கி (ஜனக ராகம்)	$S R_1 G_1 M_1 P D_1 N_1 \dot{S}$	$\dot{S} N_1 D_1 P M_1 G_1 R_1 S$
கனகாம்பரி	$S R_1 M_1 P D_1 \dot{S}$	$\dot{S} N_1 D_1 P M_1 G_1 R_1 S$
கனகதொடி	$S R_1 G_1 M_1 P D_1 \dot{S}$	$\dot{S} N_1 D_1 P M_1 R_1 S$
மாதவப்ரியா	$S R_1 G_1 P D_1 N_1 \dot{S}$	$\dot{S} N_1 D_1 P G_1 R_1 S$
கர்நாடக சுத்த சவேரி	$S R_1 M_1 P D_1 \dot{S}$	$\dot{S} D_1 P M_1 R_1 S$
லதாந்தப்ரியா	$S R_1 G_1 M_1 P D_1 \dot{S}$	$\dot{S} D_1 P M_1 R_1 S$
லாவங்கி (எம். பாலமுரளிகிருஷ்ணா உருவாக்கிய ராகம்)	$S R_1 M_1 D_1 \dot{S}$	$\dot{S} D_1 M_1 R_1 S$
மேகா	$S R_1 M_1 P D_1 N_1 D_1 P \dot{S}$	$\dot{S} N_1 D_1 P M_1 R_1 S$
ரிஷபவிலாசம்	$S R_1 M_1 P D_1 \dot{S}$	$\dot{S} D_1 P M_1 R_1 M_1 R_1 S$
ஸர்வஸ்ரீ	$S M_1 P \dot{S}$	$\dot{S} P M_1 S$
சுதா முகாரி	$S R_1 M_1 P D_1 \dot{S}$	$\dot{S} N_1 D_1 P M_1 G_1 R_1 S$
தட்டிலதிகா	$S R_1 M_1 P D_1 \dot{S}$	$\dot{S} D_1 P M_1 R_1 S$
வாகீஸ்வரி	$S R_1 G_1 M_1 P D_1 \dot{S}$	$\dot{S} D_1 M_1 P G_1 R_1 S$
2 ரத்னாங்கி	$S R_1 G_1 M_1 P D_1 N_2 \dot{S}$	$\dot{S} N_2 D_1 P M_1 G_1 R_1 S$
பேனாத்யுதி	$S R_1 M_1 P D_1 P N_2 \dot{S}$	$\dot{S} N_2 D_1 P M_1 G_1 R_1 S$
கணமுகாரி	$S R_1 M_1 D_1 \dot{S}$	$\dot{S} N_2 D_1 M_1 R_1 S$
ரத்னவராலி	$S R_1 M_1 P N_2 D_1 \dot{S}$	$\dot{S} N_2 P M_1 R_1 G_1 R_1 S$
ரேவதி	$S R_1 M_1 P N_2 \dot{S}$	$\dot{S} N_2 P M_1 R_1 S$
ஸ்ரீமணி	$S R_1 G_1 P D_1 \dot{S}$	$\dot{S} N_2 D_1 P G_1 R_1 S$
ஸ்ரீமதி	$S R_1 G_1 P D_1 \dot{S}$	$\dot{S} N_2 D_1 P G_1 R_1 S$
ஸ்வாத்யா	$S R_1 M_1 P N_2 \dot{S}$	$\dot{S} N_2 D_1 P M_1 R_1 S$
3 ஞானமூர்த்தி	$S R_1 G_1 M_1 P D_1 N_3 \dot{S}$	$\dot{S} N_3 D_1 P M_1 G_1 R_1 S$
ஞானசமவராளி	$S R_1 M_1 P D_1 N_3 \dot{S}$	$\dot{S} N_3 D_1 P M_1 G_1 R_1 S$
பின்னபஞ்சமம்	$S R_1 G_1 M_1 P D_1 N_3 \dot{S}$	$\dot{S} N_3 D_1 P M_1 G_1 R_1 S$

நாதரஞ்சனி	$S\ R_1\ M_1\ D_1\ N_3\ \dot{S}$	$\dot{S}\ N_3\ D_1\ M_1\ G_1\ R_1\ S$
பூர்வவாராளி	$S\ R_1\ M_1\ P\ D_1\ \dot{S}$	$\dot{S}\ N_3\ D_1\ P\ M_1\ G_1\ R_1\ S$
சமவராளி	$S\ R_1\ M_1\ P\ D_1\ N_3\ \dot{S}$	$\dot{S}\ N_3\ D_1\ P\ M_1\ G_1\ R_1\ G_1\ S$
4 வனஸ்பதி	$S\ R_1\ G_1\ M_1\ P\ D_2\ N_2\ \dot{S}$	$\dot{S}\ N_2\ D_2\ P\ M_1\ G_1\ R_1\ S$
பானுமதி	$N_2\ S\ M_1\ P\ N_2\ \dot{S}$	$\dot{S}\ N_2\ D_2\ P\ M_1\ G_2\ R_2\ S$
ரசாலி	$S\ R_1\ M_1\ P\ D_2\ N_2\ \dot{S}$	$\dot{S}\ D_2\ P\ M_1\ R_1\ S$
வானாவலி	$S\ R_1\ M_1\ P\ D_2\ N_2\ \dot{S}$	$\dot{S}\ D_2\ P\ M_1\ R_1\ S$
விட்டலப்ரியா	$S\ R_1\ M_1\ P\ D_2\ \dot{S}$	$\dot{S}\ D_2\ P\ M_1\ R_1\ S$
5 மானவதி	$S\ R_1\ G_1\ M_1\ P\ D_2\ N_3\ \dot{S}$	$\dot{S}\ N_3\ D_2\ P\ M_1\ G_1\ R_1\ S$
மனோரஞ்சனி	$S\ R_1\ M_1\ P\ D_2\ N_3\ \dot{S}$	$\dot{S}\ N_3\ D_2\ P\ M_1\ G_1\ R_1\ S$
ஞானஷ்யாமாலா	$S\ G_1\ M_1\ P\ D_2\ \dot{S}$	$\dot{S}\ D_2\ N_3\ P\ M_1\ G_1\ R_1\ S$
குஞ்சரி	$S\ R_1\ M_1\ P\ D_2\ P\ \dot{S}$	$\dot{S}\ N_3\ D_2\ P\ M_1\ G_1\ R_1\ S$
6 தனரூபி	$S\ R_1\ G_1\ M_1\ P\ D_3\ N_3\ \dot{S}$	$\dot{S}\ N_3\ D_3\ P\ M_1\ G_1\ R_1\ S$
தனுகீர்த்தி	$S\ R_1\ M_1\ P\ N_3\ \dot{S}$	$\dot{S}\ N_3\ D_3\ N_3\ P\ M_1\ G_1\ M_1\ R_1\ S$
7 சேனாவதி	$S\ R_1\ G_2\ M_1\ P\ D_1\ N_1\ \dot{S}$	$\dot{S}\ N_1\ D_1\ P\ M_1\ G_2\ R_1\ S$
சேனாக்ராணி	$S\ R_1\ G_2\ R_1\ M_1\ G_2\ M_1\ P\ N_1\ D_1\ \dot{S}$	$\dot{S}\ N_1\ D_1\ P\ M_1\ G_2\ M_1\ G_2\ R_1\ S$
போகி	$S\ G_2\ M_1\ P\ D_1\ N_1\ D_1\ \dot{S}$	$\dot{S}\ N_1\ D_1\ P\ M_1\ G_2\ S$
சித்தகர்ஷனி	$S\ R_1\ G_2\ M_1\ D_1\ \dot{S}$	$\dot{S}\ D_1\ M_1\ G_2\ R_1\ S$
நவரச மாலா	$S\ R_1\ G_2\ M_1\ P\ D_1\ \dot{S}$	$\dot{S}\ N_1\ D_1\ P\ M_1\ R_1\ S$
சிந்து கவுரி	$S\ R_1\ G_2\ M_1\ P\ D_1\ N_1\ \dot{S}$	$\dot{S}\ N_1\ D_1\ M_1\ G_2\ M_1\ R_1\ S$
8 ஹனுமதோடி	$S\ R_1\ G_2\ M_1\ P\ D_1\ N_2\ \dot{S}$	$\dot{S}\ N_2\ D_1\ P\ M_1\ G_2\ R_1\ S$
ஜனதோடி	$S\ R_1\ G_2\ M_1\ P\ D_1\ N_2\ \dot{S}$	$\dot{S}\ N_2\ D_1\ P\ M_1\ G_2\ R_1\ S$
அஹிரி	$S\ R_1\ S\ G_3\ M_1\ P\ D_1\ N_2\ \dot{S}$	$\dot{S}\ N_2\ D_1\ P\ M_1\ G_3\ R_1\ S$ (அந்நிய ஸ்வரம்* : $R_2\ \ G_2 / G_3\ D_2\ N_3$)
அமிர்தா தன்யாசி	$S\ R_1\ G_2\ M_1\ P\ N_2\ \dot{S}$	$\dot{S}\ N_2\ P\ M_1\ G_2\ R_1\ S$

ஆசாவேரி	$S\ R_1\ M_1\ P\ D_1\ \dot{S}$	$\dot{S}\ N_2\ S\ P\ D_1\ M_1\ P\ R_1\ G_2\ R_1$ S (அந்நிய ஸ்வரம்* : R_2)
பானுசந்திரிகா	$S\ M_1\ D_1\ N_2\ \dot{S}$	$\dot{S}\ N_2\ D_1\ M_1\ G_1\ S$
பத்ரதோடி	$S\ R_1\ G_2\ M_1\ D_1\ \dot{S}$	$\dot{S}\ N_2\ D_1\ P\ G_2\ S$
பூபாலம்	$S\ R_1\ G_2\ P\ D_1\ \dot{S}$	$\dot{S}\ D_1\ P\ G_2\ R_1\ S$
சந்திரிகாதோடி	$S\ G_2\ M_1\ P\ D_1\ \dot{S}$	$\dot{S}\ D_1\ P\ M_1\ G_2\ S$
தேசிகடோடி	$S\ G_2\ M_1\ P\ D_1\ N_2\ \dot{S}$	$\dot{S}\ N_2\ D_1\ P\ M_1\ G_2\ R_1\ S$
தன்யாசி	$S\ G_2\ M_1\ P\ N_2\ \dot{S}$	$\dot{S}\ N_2\ D_1\ P\ M_1\ G_2\ R_1\ S$
திவ்யமாலதி	$S\ G_2\ M_1\ P\ D_1\ N_2\ \dot{S}$	$\dot{S}\ N_2\ D_1\ P\ M_1\ G_2\ S$
காந்தா	$S\ G_2\ R_2\ M_1\ P\ N_2\ \dot{S}$	$\dot{S}\ N_2\ D_1\ P\ M_1\ G_2\ R_1$ S (அந்நிய ஸ்வரம்* : R_2 D_2)
கலசாவேரி	$S\ R_1\ G_2\ P\ N_2\ \dot{S}$	$\dot{S}\ N_2\ P\ G_2\ R_1\ S$
கனகசாவேரி	$S\ R_1\ M_1\ P\ D_1\ \dot{S}$	$\dot{S}\ N_2\ D_1\ P\ M_1\ G_2\ R_1\ S$
நாகவராளி	$S\ R_1\ G_2\ M_1\ P\ M_1\ D_1\ N_2\ \dot{S}$	$\dot{S}\ N_2\ D_1\ P\ M_1\ G_2\ R_1\ S$
பிரபுப்ரியா	$S\ G_2\ M_1\ P\ D_1\ \dot{S}$	$\dot{S}\ D_1\ P\ M_1\ G_2\ S$
புன்னாகதொடி	$N_1\ S\ R_1\ G_2\ M_1\ P$	$P\ M_1\ G_2\ R_1\ S\ N_2\ D_1$
புன்னாகவரலி	$N_2\ S\ R_1\ G_2\ M_1\ P\ D_1\ N_2$	$N_2\ D_1\ P\ M_1\ G_2\ R_1\ S$ N_2 (அந்நிய ஸ்வரம்* : R_2)
ஷ்ரவணமல்லிகா	$S\ G_2\ M_1\ P\ D_1\ N_2\ \dot{S}$	$\dot{S}\ N_2\ D_1\ P\ M_1\ G_2\ R_1\ S$
சௌஜன்யா	$S\ R_1\ M_1\ D_1\ \dot{S}$	$\dot{S}\ D_1\ M_1\ R_1\ S$
சுத்த சீமந்தினி	$S\ R_1\ G_2\ M_1\ P\ D_1\ \dot{S}$	$\dot{S}\ D_1\ P\ M_1\ G_2\ R_1\ S$
சுத்த தோடி	$S\ R_1\ G_2\ M_1\ D_1\ N_2\ \dot{S}$	$\dot{S}\ N_2\ D_1\ M_1\ G_2\ R_1\ S$
சிந்துபைரவி	$S\ R_2\ G_2\ M_1\ G_2\ P\ D_1\ N_2\ S$	$N_2\ D_1\ P\ M_1\ G_2\ R_1\ S\ N_2\ S$ (அந்நிய ஸ்வரம்* : $R_2\ G_3$ $M_2\ D_2\ N_3$)
ஸ்வர்ணமல்லி	$S\ G_2\ M_1\ P\ D_1\ N_1\ \dot{S}$	$\dot{S}\ N_2\ D_1\ P\ M_1\ G_2\ R_1\ S$
9 தேனுகா	$S\ R_1\ G_2\ M_1\ P\ D_1\ N_3\ \dot{S}$	$\dot{S}\ N_3\ D_1\ P\ M_1\ G_2\ R_1\ S$
துநிபிந்நஷட்ஜம்	$S\ R_1\ G_2\ R_1\ P\ M_1\ P\ N_3\ \dot{S}$	$\dot{S}\ D_1\ P\ M_1\ G_2\ R_1\ S$
பின்னஷட்ஜம்	$S\ R_1\ G_2\ R_1\ P\ M_1\ P\ N_3\ \dot{S}$	$\dot{S}\ D_1\ P\ M_1\ G_2\ R_1\ S$
மோகனநாத	$S\ G_2\ M_1\ P\ D_1\ P\ M_1\ P\ N_3\ \dot{S}$	$\dot{S}\ N_3\ P\ D_1\ P\ M_1\ G_2\ S$

உதயரவிசந்திரிகா	$S\ G_2\ M_1\ P\ N_2\ \dot{S}$	$\dot{S}\ N_2\ P\ M_1\ G_2\ S$
வசந்ததோடி	$S\ R_1\ G_2\ M_1\ D_1\ N_3\ \dot{S}$	$\dot{S}\ N_3\ D_1\ M_1\ R_1\ S$
10 நாடகப்ரியா	$S\ R_1\ G_2\ M_1\ P\ D_2\ N_2\ \dot{S}$	$\dot{S}\ N_2\ D_2\ P\ M_1\ G_2\ R_1\ S$
நாதாபரணம்	$S\ R_1\ G_2\ M_1\ P\ D_2\ N_2\ \dot{S}$	$\dot{S}\ N_2\ D_2\ P\ M_1\ G_2\ R_1\ S$
அலங்காரப்ரியா	$S\ R_1\ G_2\ M_1\ D_2\ N_2\ \dot{S}$	$\dot{S}\ N_2\ D_2\ M_1\ G_2\ R_1\ S$
பாக்யசபரி	$S\ R_1\ G_2\ M_1\ D_2\ N_2\ \dot{S}$	$\dot{S}\ N_2\ D_2\ M_1\ G_2\ R_1\ S$
தீபாரமு	$S\ R_1\ G_2\ M_1\ P\ D_2\ N_2\ \dot{S}$	$\dot{S}\ N_2\ D_2\ N_2\ P\ M_1\ G_2\ R_1\ S$
குணவதி	S R1 M1 P D2 S	S D2 P M1 R1 S
ஹிந்தோலதேசிக்கம்	$S\ M_1\ R_1\ G_2\ M_1\ P\ D_2\ N_2\ \dot{S}$	$\dot{S}\ P\ N_2\ D_2\ M_1\ G_2\ R_1\ S$
கனகாத்ரி	$S\ R_1\ G_2\ P\ D_2\ \dot{S}$	$\dot{S}\ N_2\ D_2\ P\ M_1\ G_2\ R_1\ S$
மாதங்ககாமினி	$S\ G_2\ M_1\ P\ D_1\ N_2\ \dot{S}$	$\dot{S}\ N_2\ D_1\ P\ M_1\ G_2\ S$
நாட்டியதாரணா	$S\ R_1\ M_1\ P\ D_2\ \dot{S}$	$\dot{S}\ N_2\ D_2\ P\ M_1\ R_1\ S$
நிரஞ்சனா	$S\ R_1\ G_2\ M_1\ P\ D_2\ \dot{S}$	$\dot{S}\ N_2\ D_2\ P\ M_1\ G_2\ R_1\ S$
சாந்தபாஷினி	$S\ R_1\ G_2\ M_1\ P\ D_2\ \dot{S}$	$\dot{S}\ N_2\ D_2\ P\ M_1\ S$
சிவசக்தி	$S\ G_2\ M_1\ D_2\ \dot{S}$	$\dot{S}\ N_2\ D_2\ M_1\ G_2\ S$
11 கோகிலப்ரியா	$S\ R_1\ G_2\ M_1\ P\ D_2\ N_3\ \dot{S}$	$\dot{S}\ N_3\ D_2\ P\ M_1\ G_2\ R_1\ S$
கோகிலாரவம்	$S\ R_1\ M_1\ P\ D_2\ N_3\ \dot{S}$	$\dot{S}\ N_3\ D_2\ P\ M_1\ G_2\ R_2\ S$
பீம்சென் (மகேஷ் மகாதேவ் உருவாக்கிய ராகம்)	$S\ G_2\ M_1\ P\ N_3\ \dot{S}$	$\dot{S}\ N_3\ D_2\ P\ M_1\ G_2\ R_1\ S$
சித்ராமணி	$S\ R_1\ M_1\ P\ D_2\ N_3\ \dot{S}$	$\dot{S}\ N_3\ D_2\ P\ M_1\ G_2\ R_1\ S$
ஞானசிந்தாமணி	$S\ R_1\ M_1\ D_2\ N_3\ \dot{S}$	$\dot{S}\ N_3\ D_2\ P\ M_1\ R_1\ S$
கௌமாரி	$S\ R_1\ G_2\ M_1\ P\ D_2\ \dot{S}$	$\dot{S}\ N_3\ D_2\ P\ M_1\ G_2\ R_1\ S$
சுத்த லலிதா	$S\ P\ M_1\ D_2\ N_3\ \dot{S}$	$\dot{S}\ N_3\ S\ D_2\ P\ M_1\ G_2\ R_1\ S$
வர்தானி	$S\ G_2\ M_1\ P\ M_1\ P\ D_2\ N_3\ \dot{S}$	$\dot{S}\ N_3\ D_2\ P\ M_1\ G_2\ R_1\ S$
வசந்தமல்லி	$S\ G_2\ M_1\ P\ N_3\ \dot{S}$	$\dot{S}\ D_2\ P\ M_1\ G_2\ S$
வசந்தநாராயணி	$S\ R_1\ G_2\ M_1\ P\ \dot{S}$	$\dot{S}\ N_3\ D_2\ P\ M_1\ G_2\ R_1\ S$
12 ரூபாவதி	$S\ R_1\ G_2\ M_1\ P\ D_3\ N_3\ \dot{S}$	$\dot{S}\ N_3\ D_3\ P\ M_1\ G_2\ R_1\ S$
ரௌபியானகா	$S\ M_1\ P\ D_3\ N_3\ \dot{S}$	$\dot{S}\ N_3\ P\ M_1\ G_2\ R_1\ S$
ஷ்யாமகல்யாணி	$S\ M_1\ G_2\ M_1\ P\ D_3\ N_3\ \dot{S}$	$\dot{S}\ N_3\ P\ D_3\ N_3\ P\ M_1\ G_2\ R_1\ S$
13 காயகப்ரியா	$S\ R_1\ G_3\ M_1\ P\ D_1\ N_1\ \dot{S}$	$\dot{S}\ N_1\ D_1\ P\ M_1\ G_3\ R_1\ S$

கெயா ஹெஜ்ஜாஜி	$S R_1 M_1 G_3 M_1 P D_1 \dot{S}$	$\dot{S} N_3 D_1 P M_1 G_3 R_1 S$
ஹெஜ்ஜாஜ்ஜி	$S R_1 G_3 M_1 P D_1 \dot{S}$	$\dot{S} N_1 D_1 P M_1 G_3 R_1 S$
கலாகாந்தி	$S R_1 G_3 M_1 D_1 N_1 \dot{S}$	$\dot{S} N_1 D_1 P G_3 R_1 S$
கல்கடா	$S R_1 G_3 P D_1 N_1 S$ $S R_1 G_3 P D_1 \dot{S}$	$\dot{S} N_1 D_1 P G_3 R_1 S$
கல்பநாதாரிணி	$S G_3 M_1 P D_1 \dot{S}$	$\dot{S} N_1 D_1 P M_1 G_3 R_1 S$
14 வகுதாபரணம்	$S R_1 G_3 M_1 P D_1 N_2 \dot{S}$	$\dot{S} N_2 D_1 P M_1 G_3 R_1 S$
அஹிரி	$S R_1 S G_3 M_1 P D_1 N_2 \dot{S}$	$\dot{S} N_2 D_1 P M_1 G_3 R_1 S$ (அந்நிய ஸ்வரம்* : R_2 G_2 / G_3 D_2 N_3)
வாடீ வசந்தபைரவி	$S R_1 G_3 M_1 D_1 N_2 \dot{S}$	$\dot{S} N_2 D_1 M_1 G_3 R_1 S$
அமுதசுரபி	$S M_1 G_3 M_1 P D_1 \dot{S}$	$\dot{S} N_2 D_1 P M_1 R_1 S$
தேவிப்ரியா	$S G_3 P N_2 \dot{S}$	$\dot{S} N_2 D_1 P M_1 G_3 R_1 S$
கலிந்தஜா	$S R_1 G_3 M_1 P N_2 \dot{S}$	$\dot{S} N_2 P M_1 G_3 R_1 S$
குவலயாபரணம்	$S R_1 G_3 M_1 D_1 N_1 \dot{S}$	$\dot{S} N_1 D_1 M_1 G_3 R_1 S$
முக்திபிரதாயினி (மகேஷ் மகாதேவ் உருவாக்கிய ராகம்) [4]	$S R_1 G_3 P N_2 \dot{S}$	$\dot{S} N_2 P D_1 P G_3 R_1 S$
சல்லப்பா	$S G_3 M_1 D_1 N_2 \dot{S}$	$\dot{S} N_2 D_1 M_1 G_3 S$
சோமா	$S R_1 P M_1 D_1 N_2 \dot{S}$	$\dot{S} N_2 D_1 M_1 P M_1 G_3 R_1 S$
சூர்யா	$S G_3 M_1 D_1 N_2 \dot{S}$	$\dot{S} N_2 D_1 M_1 G_3 S$
சுத்த காம்போஜி	$S G_3 R_1 M_1 P N_2 \dot{S}$	$\dot{S} N_2 P M_1 G_3 R_1 S$
வசந்தபைரவி	$S R_1 G_3 M_1 D_1 N_2 \dot{S}$	$\dot{S} N_2 D_1 M_1 P M_1 G_3 R_1 S$
வசந்த முகாரி	$S M_1 G_3 M_1 P D_1 N_2 \dot{S}$	$\dot{S} N_2 D_1 P M_1 G_3 R_1 S$
விஜயோல்லாசினி	$S R_1 G_3 M_1 P M_1 D_1 N_2 \dot{S}$	$\dot{S} N_2 D_1 P M_1 G_3 R_1 S$
15 மாயாமாளவகௌளை	$S R_1 G_3 M_1 P D_1 N_3 \dot{S}$	$\dot{S} N_3 D_1 P M_1 G_3 R_1 S$
அர்த்ரதேசி	$S R_1 G_3 M_1 P D_1 N_3 \dot{S}$	$\dot{S} D_1 P M_1 G_3 R_1 S$
பாவினி	$S G_3 M_1 P D_1 N_3 \dot{S}$	$\dot{S} N_3 D_1 P M_1 G_3 S$
பிபாஸ் {இந்துஸ்தானி}	$S R_1 G_3 P D_1 \dot{S}$	$\dot{S} D_1 P M_1 R_1 S$
பவுலி	$S R_1 G_3 P D_1 \dot{S}$	$\dot{S} N_3 D_1 P G_3 R_1 S$
பவுலி ராமக்ரியா	$S R_1 G_3 P D_1 \dot{S}$	$\dot{S} N_3 P D_1 P M_1 G_3 R_1 S$

சாருவர்தானி	$S\ R_1\ M_1\ P\ D_1\ N_3\ \dot{S}$	$\dot{S}\ D_1\ P\ M_1\ G_3\ R_1\ S$
சாயகோவ்லா	$S\ R_1\ M_1\ G_3\ M_1\ P\ N_3\ \dot{S}$	$\dot{S}\ N_3\ D_1\ P\ M_1\ G_3\ R_1\ S$
சந்திரசூடா	$S\ M_1\ G_3\ M_1\ P\ D_1\ \dot{S}$	$\dot{S}\ N_3\ D_1\ P\ M_1\ G_3\ S$
தேஷ்யகோவ்லா	$S\ R_1\ P\ D_1\ N_3\ \dot{S}$	$\dot{S}\ N_3\ D_1\ P\ R_1\ S$
தேவராஞ்சி	$S\ M_1\ P\ D_1\ P\ N_3\ \dot{S}$	$\dot{S}\ N_3\ D_1\ P\ M_1\ S$
ஏகாக்ஷரி	$S\ R_1\ G_3\ M_1\ P\ D_1\ N_3\ \dot{S}$	$\dot{S}\ N_1\ P\ M_1\ R_1\ G_3\ M_1\ R_1\ S$
ஞானசிந்து	$S\ M_1\ G_3\ M_1\ P\ D_1\ N_3\ D_1\ \dot{S}$	$\dot{S}\ N_3\ D_1\ P\ M_1\ G_3\ R_1\ S$
கோவ்லா	$S\ R_1\ M_1\ P\ N_3\ \dot{S}$	$\dot{S}\ N_3\ P\ M_1\ R_1\ G_3\ M_1\ R_1\ S$
கோவிலிபந்து	$S\ R_1\ M_1\ P\ N_3\ \dot{S}$	$\dot{S}\ N_3\ D_1\ P\ M_1\ D_1\ M_1\ G_3\ R_1\ S$
கௌரி	$S\ R_1\ M_1\ P\ N_3\ \dot{S}$	$\dot{S}\ N_3\ D_1\ P\ M_1\ G_3\ R_1\ S$
கும்மகாம்போஜி	$S\ R_1\ G_3\ P\ D_1\ N_3\ \dot{S}$	$\dot{S}\ N_3\ D_1\ P\ M_1\ G_3\ R_1\ S$
குண்டக்ரியா	$S\ R_1\ M_1\ P\ N_3\ \dot{S}$	$\dot{S}\ N_3\ P\ D_1\ P\ M_1\ G_3\ R_1\ S$
குர்ஜாரி	$S\ R_1\ G_3\ M_1\ P\ D_1\ N_3\ \dot{S}$	$\dot{S}\ D_1\ N_3\ P\ M_1\ G_3\ R_1\ S$
ஜகன்மோகினி	$S\ G_3\ M_1\ P\ N_3\ \dot{S}$	$\dot{S}\ N_3\ P\ M_1\ G_3\ R_1\ S$
கல்யாணகேசரி	$S\ R_1\ G_3\ P\ D_1\ \dot{S}$	$\dot{S}\ D_1\ P\ G_3\ R_1\ S$
கன்னடபங்களா	$S\ R_1\ M_1\ G_3\ M_1\ D_1\ P\ D_1\ \dot{S}$	$\dot{S}\ D_1\ P\ M_1\ G_3\ R_1\ S$
கர்நாடக சாரங்கா	$S\ R_1\ G_3\ M_1\ P\ D_1\ N_3\ \dot{S}$	$\dot{S}\ N_3\ D_1\ P\ M_1\ R_1\ S$
லலிதா	$S\ R_1\ G_3\ M_1\ D_1\ N_3\ \dot{S}$	$\dot{S}\ N_3\ D_1\ M_1\ G_3\ R_1\ S$
லலிதாபஞ்சமம்	$S\ R_1\ G_3\ M_1\ D_1\ N_3\ \dot{S}$	$\dot{S}\ N_3\ D_1\ M_1\ P\ M_1\ G_3\ R_1\ S$
மாளவக்குறிஞ்சி	$S\ G_3\ P\ D_1\ N_3\ \dot{S}$	$\dot{S}\ N_3\ D_1\ M_1\ R_1\ S$
மாளவபஞ்சமம்	$S\ R_1\ G_3\ M_1\ P\ N_3\ \dot{S}$	$\dot{S}\ N_3\ D_1\ P\ M_1\ G_3\ R_1\ S$
மார்கதேசி	$S\ R_1\ G_3\ R_1\ G_3\ D_1\ M_1\ P\ D_1\ \dot{S}$	$\dot{S}\ D_1\ P\ M_1\ G_3\ R_1\ S$
மலஹரி	$S\ R_1\ M_1\ P\ D_1\ \dot{S}$	$\dot{S}\ D_1\ P\ M_1\ G_3\ R_1\ S$
மல்லிகாவசந்தம்	$S\ G_3\ M_1\ P\ N_3\ \dot{S}$	$\dot{S}\ N_3\ D_1\ P\ M_1\ G_3\ R_1\ S$
மங்களகைஷிகி	$S\ R_1\ M_1\ G_3\ D_1\ P\ \dot{S}$	$\dot{S}\ N_3\ D_1\ P\ M_1\ G_3\ R_1\ S$
மனோலயம்	$S\ R_1\ M_1\ P\ D_1\ \dot{S}$	$\dot{S}\ N_3\ D_1\ P\ M_1\ R_1\ S$
மருவா	$S\ G_3\ M_1\ D_1\ N_3\ \dot{S}$	$\dot{S}\ N_3\ D_1\ P\ G_3\ M_1\ G_3\ R_1\ S\ R_1\ G_3\ R_1\ S$
மெச்சபௌளி	$S\ R_1\ G_3\ P\ D_1\ \dot{S}$	$\dot{S}\ N_3\ D_1\ P\ M_1\ G_3\ R_1\ S$
மேகரஞ்சனி	$S\ R_1\ G_3\ M_1\ N_3\ \dot{S}$	$\dot{S}\ N_3\ M_1\ G_3\ R_1\ S$

நாதனமக்ரியா	$S\ R_1\ G_3\ M_1\ P\ D_1\ N_3$	$N_3\ D_1\ P\ M_1\ G_3\ R_1\ S\ N_3$
பாடி	$S\ R_1\ M_1\ P\ N_3\ \dot{S}$	$\dot{S}\ N_3\ P\ D_1\ P\ M_1\ R_1\ S$
ஃபராஜு (பராஸ்) {இந்துஸ்தானி}	$S\ G_3\ M_1\ P\ D_1\ N_3\ \dot{S}$	$\dot{S}\ N_3\ D_1\ P\ M_1\ G_3\ R_1\ S$
பூர்ணலலிதா	$S\ R_1\ G_3\ M_1\ P\ D_1\ \dot{S}$	$\dot{S}\ D_1\ P\ M_1\ G_3\ R_1\ S$
பூர்வி	$S\ R_1\ G_3\ M_1\ D_1\ N_3\ \dot{S}$	$\dot{S}\ N_3\ D_1\ P\ M_1\ G_3\ R_1\ S$
பூர்விகவசந்தா	$S\ M_1\ G_3\ M_1\ D\ N_3\ \dot{S}$	$\dot{S}\ N_3\ D_1\ M_1\ P\ M_1\ G_3\ R_1\ S$
பிரதாபதன்யாசி	$S\ G_3\ M_1\ P\ N_3\ \dot{S}$	$\dot{S}\ N_3\ D_1\ P\ M_1\ G_3\ R_1\ S$
பிரதாபரஞ்சனி	$S\ R_1\ M_1\ P\ D_1\ N_3\ \dot{S}$	$\dot{S}\ N_3\ D_1\ P\ M_1\ G_3\ R_1\ S$
பூரநிர்மை	$S\ R_1\ G_3\ P\ D_1\ \dot{S}$	$\dot{S}\ N_3\ D_1\ P\ G_3\ R_1\ S$
ராமகாளி	$S\ R_1\ G_3\ P\ D_1\ \dot{S}$	$\dot{S}\ N_3\ D_1\ P\ M_1\ G_3\ R_1\ S$
ராமக்ரியா	$S\ G_3\ M_1\ P\ D_1\ N_3\ \dot{S}$	$\dot{S}\ N_3\ P\ D_1\ P\ M_1\ G_3\ R_1\ S$
ரேவகுப்தி	$S\ R_1\ G_3\ P\ D_1\ \dot{S}$	$\dot{S}\ D_1\ P\ G_3\ R_1\ S$
ருக்மாம்பரி	$S\ R_1\ G_3\ P\ N_3\ \dot{S}$	$\dot{S}\ N_3\ P\ G_3\ R_1\ S$
சமந்ததீபரா	$S\ R_1\ G_3\ M_1\ P\ N_3\ \dot{S}$	$\dot{S}\ N_3\ P\ M_1\ G_3\ R_1\ S$
சாரங்க நாடா	$S\ R_1\ M_1\ P\ D_1\ \dot{S}$	$\dot{S}\ N_3\ S\ D_1\ P\ M_1\ G_3\ R_1\ S$
சவேரி	$S\ R_1\ M_1\ P\ D_1\ \dot{S}$	$\dot{S}\ N_3\ D_1\ P\ M_1\ G_3\ R_1\ S$
சலங்கநாத	$S\ R_1\ M_1\ P\ D_1\ \dot{S}$	$\dot{S}\ D_1\ P\ G_3\ R_1\ S$
சத்யாவதி	$S\ G_3\ R_1\ G_3\ P\ D_1\ \dot{S}$	$\dot{S}\ N_3\ D_1\ N_3\ P\ D_1\ P\ G_3\ R_1\ S$
சிந்து ராமக்ரியா	$S\ G_3\ M_1\ P\ D_1\ N_3\ \dot{S}$	$\dot{S}\ N_3\ P\ M_1\ G_3\ R_1\ G_3\ S$
சுரசிந்து	$S\ M_1\ G_3\ M_1\ P\ D_1\ N_3\ D_1\ \dot{S}$	$\dot{S}\ N_3\ D_1\ P\ M_1\ R_1\ G_3\ R_1\ S$
தாரககௌளா	$S\ G_3\ M_1\ D_1\ N_3\ \dot{S}$	$\dot{S}\ N_3\ D_1\ M_1\ G_3\ S$
டக்கா	$S\ R_1\ S\ G_3\ M_1\ G_3\ P\ M_1\ D_1\ N_3\ \dot{S}$	$\dot{S}\ N_3\ D_1\ P\ M_1\ G_3\ R_1\ S$
உஷாவலி	$S\ R_1\ M_1\ P\ D_1\ \dot{S}$	$\dot{S}\ N_3\ D_1\ M_1\ P\ M_1\ R_1\ S$
விஷாரதா	$S\ R_1\ M_1\ P\ N_3\ \dot{S}$	$\dot{S}\ N_3\ P\ M_1\ R_1\ S$
16 சக்கரவாக்கம்	$S\ R_1\ G_3\ M_1\ P\ D_2\ N_2\ \dot{S}$	$\dot{S}\ N_2\ D_2\ P\ M_1\ G_3\ R_1\ S$
தோயவேகவாஹினி	$S\ R_1\ G_3\ M_1\ P\ D_2\ N_2\ \dot{S}$	$\dot{S}\ N_2\ D_2\ P\ M_1\ G_3\ R_1\ S$
ஆஹிர் பைரவி	$S\ R_1\ G_3\ M_1\ P\ N_2\ D_2\ M_1\ P\ D_2\ \dot{S}$	$\dot{S}\ N_2\ D_2\ P\ M_1\ P\ G_3\ R_1\ S$
பக்தப்ரியா	$S\ G_3\ M_1\ P\ D_2\ N_2\ \dot{S}$	$\dot{S}\ N_2\ D_2\ P\ M_1\ R_1\ M_1\ G_3\ S$

புஜங்கினி	$S\ R_1\ G_3\ M_1\ D_2\ N_2\ \dot{S}$	$\dot{S}\ N_2\ D_2\ M_1\ G_3\ R_1\ S$
பிந்துமாலினி	$S\ G_3\ R_1\ G_3\ M_1\ P\ N_2\ \dot{S}$	$\dot{S}\ N_2\ S\ D_2\ P\ G_3\ M_1\ P\ G_3\ R_1\ S$
சக்ரநாராயணி	$S\ R_1\ M_1\ P\ D_2\ N_2\ \dot{S}$	$\dot{S}\ N_2\ D_2\ P\ M_1\ R_1\ S$
கோஷினி	$S\ M_1\ G_3\ M_1\ P\ D_2\ N_2\ D_2\ \dot{S}$	$\dot{S}\ N_2\ D_2\ P\ M_1\ G_3\ R_1\ S$
குஹப்ரியா	$S\ R_1\ G_3\ M_1\ P\ P\ M_1\ D_2\ N_2\ \dot{S}$	$\dot{S}\ N_2\ D_2\ P\ M_1\ G_3\ S\ R_1\ S$
கலாவதி	$S\ R_1\ M_1\ P\ D_2\ \dot{S}$	$\dot{S}\ D_2\ P\ M_1\ G_3\ S\ R_1\ S$
கோகிலா	$S\ R_1\ G_3\ M_1\ D_2\ N_2\ \dot{S}$	$\dot{S}\ N_2\ D_2\ M_1\ G_3\ R_1\ S$
மலையமாருதம்	$S\ R_1\ G_3\ P\ D_2\ N_2\ \dot{S}$	$\dot{S}\ N_2\ D_2\ P\ G_3\ R_1\ S$
முக்தாங்கி	$S\ R_1\ G_3\ M_1\ P\ D_2\ N_2\ \dot{S}$	$\dot{S}\ D_2\ N_2\ P\ M_1\ G_3\ R_1\ S$
முகுந்தமாலினி	$S\ R_1\ G_2\ P\ D_2\ \dot{S}$	$\dot{S}\ D_2\ P\ G_2\ R_1\ S$
பூர்ணபஞ்சமம்	$P\ M_1\ S\ R_1\ S\ M_1\ P\ D_2$	$D_2\ P\ M_1\ G_3\ R_1\ S\ N_2$
பிரவ்ரித்தி	$S\ G_3\ M_1\ P\ D_2\ N_2\ \dot{S}$	$\dot{S}\ N_2\ D_2\ P\ M_1\ G_3\ S$
ராகமஞ்சரி	$S\ R_1\ M_1\ P\ D_2\ \dot{S}$	$\dot{S}\ N_2\ D_2\ M_1\ R_1\ S$
ரசிகரஞ்சனி	$S\ R_1\ G_3\ P\ \dot{S}$	$\dot{S}\ D_2\ P\ G_3\ R_1\ S$
ருத்ர பஞ்சமி	$S\ G_3\ M_1\ D_2\ N_2\ \dot{S}$	$\dot{S}\ N_3\ D_2\ M_1\ G_3\ R_1\ S$
ஸ்ரீ நபோமார்கினி	$S\ G_3\ M_1\ P\ D_2\ N_2\ \dot{S}$	$\dot{S}\ D_2\ P\ M_1\ G_3\ R_1\ S$
ஷ்யாமலி	$S\ G_3\ P\ D_2\ N_2\ \dot{S}$	$\dot{S}\ N_2\ D_2\ P\ G_3\ R_1\ S$
சுபாஷினி	$S\ D_2\ N_2\ D\ R_1\ G_3\ M_1\ P$	$M_1\ G_3\ R_1\ S\ N_2\ D_2\ N_2\ S$
வாலாஜி	$S\ G_3\ P\ D_2\ N_2\ \dot{S}$	$\dot{S}\ N_2\ D_2\ P\ G_3\ S$
வீனாதாரி	$S\ R_1\ G_3\ P\ D_2\ N_2\ \dot{S}$	$\dot{S}\ N_2\ D_2\ P\ M_1\ G_3\ R_1\ S$
வேகவாஹினி	$S\ R_1\ G_3\ M_1\ D_2\ N_2\ D_2\ \dot{S}$	$\dot{S}\ N_2\ D_2\ P\ M_1\ G_3\ R_1\ S$
17 சூர்யகாந்தம்	$S\ R_1\ G_3\ M_1\ P\ D_2\ N_3\ \dot{S}$	$\dot{S}\ N_3\ D_2\ P\ M_1\ G_3\ R_1\ S$
சாயாவதி	$S\ R_1\ G_3\ M_1\ D_2\ N_3\ \dot{S}$	$\dot{S}\ N_3\ D_2\ P\ M_1\ G_3\ R_1\ S$
பைரவம்	$S\ R_1\ G_3\ M_1\ P\ D_2\ N_3\ \dot{S}$	$\dot{S}\ D_2\ P\ M_1\ G_3\ R_1\ S$
ஹரிதர்பா	$S\ R_1\ G_3\ M_1\ P\ D_2\ N_3\ \dot{S}$	$\dot{S}\ D_2\ P\ M_1\ R_1\ S$
ஜெயசம்வர்தனி	$S\ G_3\ M_1\ P\ D_2\ N_3\ \dot{S}$	$\dot{S}\ N_3\ P\ M_1\ G_3\ R_1\ S$
ஜீவந்திகா	$S\ R_1\ M_1\ P\ D_2\ N_3\ \dot{S}$	$\dot{S}\ N_3\ D_2\ P\ M_1\ R_1\ S$
குசுமாமாருதா	$S\ M_1\ P\ D_2\ N_3\ \dot{S}$	$\dot{S}\ N_3\ D_2\ P\ M_1\ G_3\ R_1\ G_3\ M_1\ S$
நாககூடாமணி	$S\ R_1\ G_3\ M_1\ P\ D_2\ \dot{S}$	$\dot{S}\ D_2\ N_2\ D_2\ P\ M_1\ G_3\ M_1\ R_2\ S$

ரோகினி	$S R_1 G_3 M_1 M_2 D_2 N_3 \dot{S}$	$\dot{S} N_3 D_2 M_2 M_1 G_3 R_1 S$
சமகன்னடம்	$S R_2 M_1 G_2 M_1 P D_2 N_3 \dot{S}$	$\dot{S} N_3 D_2 P M_1 R_1 S$
சௌராஷ்டிரம்	$S R_1 G_3 M_1 P M_1 D_2 N_3 \dot{S}$	$\dot{S} N_3 D_2 N_2 D_2 P M_1 G_3 R_1 S$
சுத்தா கோவ்லா	$S R_1 M_1 P N_3 \dot{S}$	$\dot{S} N_3 P M_1 R_1 S$
சுப்ரதீபம்	$S R_1 M_1 P D_2 N_3 \dot{S}$	$\dot{S} N_3 D_2 P M_1 G_3 M_1 R_1 S$
வசந்தா	$S M_1 G_3 M_1 D_2 N_3 \dot{S}$	$\dot{S} N_3 D_2 M_1 G_3 R_1 S$
18 ஹாடகாம்பரி	$S R_1 G_3 M_1 P D_3 N_3 \dot{S}$	$\dot{S} N_3 D_3 P M_1 G_3 R_1 S$
ஜெயசுத்தமாலவி	$S R_1 G_3 M_1 P N_3 \dot{S}$	$\dot{S} N_3 D_3 P M_1 G_3 R_1 S$
ஹம்ஸநந்தினி	$S G_3 M_1 P \dot{S}$	$\dot{S} P M_1 G_3 R_1 S$
கல்லோல	$S P D_3 N_3 \dot{S}$	$\dot{S} N_3 D_3 P M_1 G_3 R_1 S$
சிம்ஹாலா	$S R_1 G_3 M_1 P D_3 N_3 \dot{S}$	$\dot{S} N_3 D_3 N_3 P M_1 G_3 R_1 S$
19 ஜங்கராத்வனி	$S R_2 G_2 M_1 P D_1 N_1 \dot{S}$	$\dot{S} N_1 D_1 P M_1 G_2 R_2 S$
		$S N_1 D_1 P M_1 G_2 R_2 S$
ஜங்கராபிராமரி	$S R_2 G_2 M_1 P D_1 N_1 D_1$ $P D_1 S$ $S R_2$ $G_2 M_1 {}_1 N_1 D_1 S$ $S R_2$ $G_2 M_1$ பி டி$_1$ என்$_1$ டி$_1$ S	$S N_1 D_1 P M_1 G_2 R_2 S$ $S D_1 P M_1$ $G_2 R_2 S$ $S N_1 D_1 P M_1 G_2 R_2 S S$ $N_1 D_1 P M_1$
பாரதி	$S R_2 G_2 M_1 P \dot{S}$	$\dot{S} P M_1 G_2 R_2 S$
சித்தரஞ்சனி	$S R_2 G_2 M_1 P D_1 N_1$	$N_1 D_1 P M_1 G_2 R_2 S$
ஜல்மிகா	$S R_2 G_1 M_1 P D_1 N_1 \dot{S}$	$\dot{S} N_1 D_1 P M_1 G_1 S R_2 S$
லலிதாபைரவி	$S G_2 M_1 P D_1 \dot{S}$	$\dot{S} N_1 D_1 P M_1 G_2 R_2 S$
பூர்ணலலிதா	$S G_2 R_2$ $M_1 P S$ $S G_2$ $R_2 G_2 R_2 M_1 P S$ $S R_2 G_2 R$	$S N_1 D_1 P$ $M_1 G_2 R_2 S$ $S N_1$ D_1 $P M_1 G_2 R_2$
20 நாதபைரவி	$S R_2 G_2 M_1 P D_1 N_2 \dot{S}$	$\dot{S} N_2 D_1 P M_1 G_2 R_2 S$
நரேடிகோவ்லா	$S G_2 R_2 G_2 M_1 N_2 D_1 M_1 N_2 N_2 \dot{S}$	$\dot{S} N_2 D_1 M_1 G_2 M_1 P M_1 G_2 R_2 S$

அபேரி (தீக்ஷிதர் பள்ளி)	$S\ M_1\ G_2\ M_1\ P\ P\ \dot{S}$	$\dot{S}\ N_2\ D_2\ P\ M_1\ G_2\ R_2\ S$
ஆனந்தபைரவி	$S\ G_2\ R_2\ G_2\ M_1\ P\ D_2\ P\ \dot{S}$	$\dot{S}\ N_2\ D_2\ P\ M_1\ G_2\ R_2\ S$ (அந்நிய ஸ்வரம்* : $G_3\ D_1\ N_3$)
அமிர்தவாஹினி	$S\ R_2\ M_1\ P\ D_1\ N_2\ \dot{S}$	$\dot{S}\ N_2\ D_1\ M_1\ G_2\ R_2\ S$
பைரவி	$S\ G_2\ R_2\ G_2\ M_1\ P\ D_2\ N_2\ \dot{S}$	$\dot{S}\ N_2\ D_1\ P\ M_1\ G_2\ R_2\ S$ (அந்நிய ஸ்வரம்* : D_2)
புவனகாந்தாரி	$S\ R_2\ M_1\ P\ N_2\ \dot{S}$	$\dot{S}\ N_2\ D_1\ P\ M_1\ G_2\ S$
சாபகந்தர்வா	$S\ G_2\ M_1\ P\ N_2$	$D_1\ M_1\ G_2\ R_2\ S\ N_2$
தர்பாரி கானடா	$N_2\ S\ R_2\ G_2\ R_2\ S\ M_1\ P\ D_1\ N_2\ \dot{S}$	$\dot{S}\ D_1\ N_2\ P\ M_1\ P\ G_2\ M_1\ R_2\ S$
தேவக்ரியா	$S\ R_2\ M_1\ P\ N_2\ \dot{S}$	$\dot{S}\ N_2\ D_1\ N_2\ P\ M_1\ G_2\ R_2\ S$
தனஸ்ரீ	$N_2\ S\ G_2\ M_1\ P\ N_2\ \dot{S}$	$\dot{S}\ N_2\ D_1\ P\ M_1\ G_2\ R_1\ S$
தர்மபிரகாஷினி	$S\ R_2\ M_1\ P\ N_2\ \dot{S}$	$\dot{S}\ N_2\ D_1\ M_1\ G_2\ R_2\ S$
திலிபிகா வசந்தா	$S\ G_2\ M_1\ P\ D_1\ P\ N_2\ \dot{S}$	$\dot{S}\ D_1\ P\ M_1\ R_2\ S$
திவ்யகாந்தாரி	$S\ G_2\ M_1\ P\ D_1\ N_2\ \dot{S}$	$\dot{S}\ N_2\ P\ M_1\ G_2\ S$
கோபிகாவசந்தம்	$S\ R_2\ G_2\ M_1\ P\ D_1\ P\ N_2$	$S\ N_2\ D_1\ P\ M_1\ G_2\ R_2\ S$
ஹிந்தோலம்	$S\ G_2\ M_1\ D_1\ N_2\ \dot{S}$	$\dot{S}\ N_2\ D_1\ M_1\ G_2\ S$
ஹிந்தோலவசந்தா	$S\ G_2\ M_1\ P\ D_1\ N_2\ D_1\ \dot{S}$	$\dot{S}\ N_2\ D_1\ P\ M_1\ D_2\ M_1\ G_2\ S$
இந்துகாந்தரவா	S ஜி$_2$ எம்$_1$ பி டி$_1$ பி	$N_2\ D_1\ P\ M_1\ G_2\ R_2\ S\ N_2$
ஜெயந்தஸ்ரீ	$S\ G_2\ M_1\ D_1\ N_2\ \dot{S}$	$\dot{S}\ N_2\ D_1\ M_1\ P\ M_1\ G_2\ S$
ஜிங்காஹா	$S\ R_2\ G_2\ M_1\ P\ D_1\ N_2\ D_1\ P\ \dot{S}$	$\dot{S}\ N_2\ D_1\ P\ M_1\ G_2\ R_2\ S$
ஜான்புரி {இந்துஸ்தானி}	$S\ R_2\ M_1\ P\ D_1\ N_2\ \dot{S}$	$\dot{S}\ N_2\ D_1\ P\ M_1\ G_2\ R_2\ S$
காத்யாயனி	$S\ R_2\ G_2\ P\ D_1\ \dot{S}$	$\dot{S}\ D_1\ P\ G_2\ R_2\ S$
கனகவசந்தம்	$S\ G_2\ M_1\ P\ N_2\ D_1\ \dot{S}$	$\dot{S}\ N_2\ D_1\ P\ M_1\ G_2\ R_2\ S$
க்ஷனிகா	$S\ G_2\ M_1\ P\ D_1\ \dot{S}$	$\dot{S}\ D_1\ P\ M_1\ G_2\ S$
மஞ்சி	$S\ R_2\ G_2\ M_1\ P\ D_2\ N_2\ \dot{S}$	$\dot{S}\ N_2\ D_1\ P\ M_1\ P\ M_1\ P\ G_2\ R_2\ S$
மஹதி cf. மேளா 28&43 (மஹதி)	$S\ G_2\ P\ D_1\ N_2\ \dot{S}$	$\dot{S}\ N_2\ P\ G_2\ R_2\ S$
மல்கோஷ் / மல்கவுன்ஸ்	$S\ G_2\ M_1\ D_1\ N_2\ \dot{S}$	$\dot{S}\ N_2\ D_1\ M_1\ G_2\ S$
நாககாந்தாரி	$S\ R_2\ M_1\ G_2\ M_1\ P\ D_1\ N_2\ \dot{S}$	$\dot{S}\ N_2\ D_1\ P\ M_1\ G_2\ R_2\ S$

நவரத்ன விலாசம்	S R_2 G_2 M_1 P D_1 P Ṡ	Ṡ D_1 P M_1 G_2 M_1 R_2 S
நீலமதி	S G_2 M_1 P D_1 N_2 Ṡ	Ṡ N_2 D_1 M_1 G_2 S
நீலவேணி	S R_2 G_2 M_1 P D_1 N_2 D_1 Ṡ	Ṡ D_1 P M_1 G_2 R_2 S
பூர்ணஷாஜம்	S R_2 G_2 M_1 N_2 N_2 S S R_2 G_2 M_1 N_2 Ṡ	Ṡ N_2 P M_1 G_2 R_2 S S N_2 P M_1 G_2 R_2 S
ராஜராஜேஸ்வரி	S R_2 M_1 P D_1 Ṡ	Ṡ N_2 D_1 P M_1 G_2 R_2 S
சரமதி	S R_2 G_2 M_1 P D_1 N_2 Ṡ	Ṡ N_2 D_1 M_1 G_2 S
சாரங்க காபி	S R_1 P M_1 R_1 P R_1 M_1 P N_2 Ṡ	Ṡ N_2 D_1 P M_1 G_2 R_1 S
சாரதாப்ரியா	S R_2 G_2 P N_2 Ṡ	Ṡ N_2 P G_2 R_2 S
ஸ்ரீ நவரசசந்திரிகா	S R_2 G_2 M_1 P D_1 Ṡ	Ṡ D_1 P M_1 G_2 R_2 S
சிந்து தன்யாசி	S G_2 M_1 P N_2 Ṡ	Ṡ N_2 D_1 M_1 P M_1 G_2 R_2 S
சுத்த தேசி	S R_2 G_2 R_2 M_1 P D_1 N_2 Ṡ	Ṡ N_2 D_1 P M_1 G_2 R_2 S
சுத்த சாலவி	S G_2 M_1 P N_2 Ṡ	Ṡ N_2 P M_1 R_2 S
சுகுமாரி	S G_2 M_1 P N_2 D_1 N_2 Ṡ	Ṡ N_2 P M_1 G_2 M_1 R_2 S
சுஷாமா (எம். பாலமுரளிகிருஷ்ணா உருவாக்கிய ராகம்)	S R_2 M_1 P D_1 Ṡ	Ṡ D_1 P M_1 R_2 S
சூத்ரதாரி	(மேலும் 27) S R_2 M_1 P D_1 S	S D1 P M1 R2 S
தர்க்ஷிகா	S R_2 M_1 P N_2 Ṡ	Ṡ N_2 D_1 P M_1 R_2 G_2 R_2 S
உதயராக	S G_2 M_1 P N_2 Ṡ	Ṡ N_2 P M_1 G_2 S
வசந்தவராளி	S R_2 M_1 P D_1 Ṡ	Ṡ N_2 D_1 P G_2 R_2 S
21 கீரவாணி	S R_2 G_2 M_1 P D_1 N_3 Ṡ	Ṡ N_3 D_1 P M_1 G_2 R_2 S
கீரநாவலி	S R_2 G_2 M_1 P D_1 N_3 Ṡ	Ṡ P M_1 G_2 R_2 S
அய்முகன்	S G_2 M_1 P D_1 N_3 Ṡ	Ṡ N_3 D_1 P M_1 G_2 S
பானுப்ரியா	S R_2 G_2 D_1 N_3 Ṡ	Ṡ N_3 D_1 G_2 R_2 S
சந்திரிகா	S R_2 G_2 P D_1 N_3 Ṡ	Ṡ N_3 D_1 P G_2 R_2 S
சுகனபூபாலம்	S M_1 G_2 M_1 P D_1 N_3	S N_3 D_1 M_1 G_2 R_2 S
ஹம்ஸபஞ்சமா	S G_2 M_1 P N_3 D_1 N_3 P Ṡ	Ṡ N_3 D_1 M_1 G_2 R_2 S
ஹம்சவாஹினி	S R_2 M_1 P D_1 N_3 Ṡ	Ṡ N_3 D_1 P M_1 R_2 S
ஜெயஸ்ரீ	S R_2 G_2 M_1 P D_1 N_3 D_1 Ṡ	Ṡ N_3 D_1 P M_1 G_2 R_2 S

கடாரம் (சந்திரகோஷ், சந்திரகவுன்ஸ் , சந்திரகௌஷ்)	$S\ G_2\ M_1\ D_1\ N_3\ \dot{S}$	$\dot{S}\ N_3\ D_1\ M_1\ G_2\ S$
கல்யாண வசந்தம்	$S\ G_2\ M_1\ D_1\ N_3\ \dot{S}$	$\dot{S}\ N_3\ D_1\ P\ M_1\ G_2\ R_2\ S$
குசுமாவலி	$S\ G_2\ M_1\ P\ D_1\ \dot{S}$	$\dot{S}\ N_3\ D_1\ P\ M_1\ G_2\ M_1\ R_1\ S$
மாதவி	$S\ M_1\ G_2\ M_1\ P\ D_1\ N_3\ \dot{S}$	$\dot{S}\ N_3\ D_1\ P\ M_1\ S\ M_1\ G_2\ R_1\ S$
மிஷ்ரமநோலயம்	$S\ R_2\ M_1\ P\ D_1\ \dot{S}$	$\dot{S}\ D_2\ D_1\ P\ M_1\ R_2\ S$
பிரியதர்ஷனி	$S\ R_2\ M_1\ D_1\ N_3\ \dot{S}$	$\dot{S}\ N_3\ D_1\ M_1\ R_2\ S$
ரிஷிப்ரியா	$S\ R_2\ G_2\ M_1\ P\ D_1\ N_3\ \dot{S}$	$\dot{S}\ N_3\ P\ M_1\ G_2\ R_2\ S$
சாமப்ரியா	$S\ R_2\ M_1\ P\ D_1\ \dot{S}$	$\dot{S}\ D_1\ P\ M_1\ R_2\ S$
ஷ்ரோதஸ்வினி	$S\ G_2\ M_1\ P\ N_3\ \dot{S}$	$\dot{S}\ N_3\ P\ M_1\ G_2\ S$
வசந்தமனோஹரி	$S\ R_2\ G_2\ M_1\ D_1\ N_3\ \dot{S}$	$\dot{S}\ N_3\ D_1\ M_1\ G_2\ R_2\ S$
22 கரஹரப்ரியா	$S\ R_2\ G_2\ M_1\ P\ D_2\ N_2\ \dot{S}$	$\dot{S}\ N_2\ D_2\ P\ M_1\ G_2\ R_2\ S$
ஶ்ரீ	$S\ R_2\ M_1\ P\ N_2\ \dot{S}$	$\dot{S}\ N_2\ P\ D_2\ N_2\ P\ M_1\ R_2\ G_2\ R_2\ S$
அந்தோலிகா	$S\ R_2\ M_1\ P\ N_2\ \dot{S}$	$\dot{S}\ N_2\ D_2\ M_1\ R_2\ S$
அபேரி	$S\ G_2\ M_1\ P\ N_2\ \dot{S}$	$\dot{S}\ N_2\ D_2\ P\ M_1\ G_2\ R_2\ S$
அபோகி	$S\ R_2\ G_2\ M_1\ D_2\ \dot{S}$	$\dot{S}\ D_2\ M_1\ G_2\ R_2\ S$
ஆதி காபி	$S\ R_2\ M_1\ G_2\ M_1\ P\ D_2\ N_2\ \dot{S}$	$\dot{S}\ N_2\ D_2\ P\ M_1\ G_2\ R_2\ S$
ஆரியமதி	$S\ R_2\ G_2\ P\ D_2\ \dot{S}$	$\dot{S}\ N_2\ D_2\ P\ D_2\ M_1\ G_2\ R_2\ S$
அக்னிகோபா	$S\ G_2\ M_1\ P\ N_2\ \dot{S}$	$\dot{S}\ N_2\ P\ M_1\ G_2\ R_2\ S$
பாலச்சந்திரிகா	$S\ G_2\ M_1\ P\ D_2\ N_2\ \dot{S}$	$\dot{S}\ N_2\ D_2\ M_1\ G_2\ R_2\ S$
பசந்த் பஹார் {இந்துஸ்தானி}	$S\ M_2\ P\ G_3\ M_2\ N_3\ D_1\ N_3\ S$	$R_2\ S\ N_2\ D_2\ P\ M_1\ G_2\ M_1\ G_2\ R_2\ S$
பாகேஶ்ரீ {இந்துஸ்தானி}	$S\ G_2\ M_1\ D_2\ N_2\ \dot{S}$	$\dot{S}\ N_2\ D_2\ M_1\ P\ D_2\ G_2\ M_1\ R_2\ S$
ഭഗவதப்ரியா	$S\ R_2\ G_2\ M_1\ P\ N_2\ \dot{S}$	$\dot{S}\ N_2\ D_2\ P\ M_1\ G_2\ R_2\ S$
பகவத்ப்ரியா	$S\ R_2\ G_2\ M_1\ R_2\ M_1\ P\ D_2\ N_2\ \dot{S}$	$\dot{S}\ N_2\ D_2\ P\ M_1\ R_2\ S$
பிம்பலாசி {இந்துஸ்தானி}	$N_2\ S\ G_2\ M_1\ P\ N_2\ \dot{S}$	$\dot{S}\ N_2\ D_2\ P\ M_1\ G_2\ R_2\ S$
பிருந்தாவன சாரங்கா {இந்துஸ்தானி}	$S\ R_2\ M_1\ P\ N_3\ \dot{S}$	$\dot{S}\ N_2\ P\ M_1\ R_2\ G_2\ R_2\ S$ (அந்நிய ஸ்வரம்* : N_3)
பிருந்தாவனி {இந்துஸ்தானி}	$S\ R_2\ M_1\ P\ N_3\ \dot{S}$	$\dot{S}\ N_2\ P\ M_1\ R_2\ S$ (அந்நிய ஸ்வரம்* : N_3)

சக்ரபிரதீப்தா	$S\ R_2\ G_2\ M_1\ P\ M_1\ D_2\ N_2\ \dot{S}$	$\dot{S}\ N_2\ D_2\ M_1\ G_2\ S$
சித்தரஞ்சனி	$S\ R_2\ G_2\ M_1\ P\ D_2\ N_2$	$N_2\ D_2\ P\ M_1\ G_2\ R_2\ S$
தர்பார்	$S\ R_2\ M_1\ P\ D_2\ N_2\ S$	$R_2\ S\ N_2\ S\ D_2\ P\ M_1\ R_2\ G_2\ G_2\ R_2\ S$
தயாவதி	$S\ R_2\ G_2\ P\ N_2\ \dot{S}$	$\dot{S}\ N_2\ P\ M_1\ G_2\ S$
தேவாம்ருதவர்ஷனி	$S\ R_2\ G_2\ M_1\ N_2\ D_2\ N_2\ \dot{S}$	$\dot{S}\ N_2\ D_2\ P\ M_1\ G_2\ R_2\ S$
தேவ மனோஹரி	$S\ R_2\ M_1\ P\ D_2\ N_2\ \dot{S}$	$\dot{S}\ N_2\ D_2\ N_2\ P\ M_1\ R_2\ S$
தனகாபி	$S\ R_2\ M_1\ P\ N_2\ S$ (மாறுபடுகிறது)	$S\ N_2\ D_2\ N_2\ P\ M_1\ G_2\ R_2\ S$
திலீபிகா	$S\ R_2\ G_2\ M_1\ P\ N_2\ D_2\ N_2\ P\ D_2\ N_2\ \dot{S}$	$\dot{S}\ N_2\ D_2\ P\ M_1\ G_2\ R_2\ S$
கோவ்லா கன்னடம்	$S\ R_2\ G_2\ M_1\ P\ D_2\ N_2\ \dot{S}$	$\dot{S}\ N_2\ P\ M_1\ G_2\ S$
காரா {இந்துஸ்தானி}	$S\ G_2\ M_1\ P\ D_2\ N_3\ \dot{S}$	$\dot{S}\ N_2\ D_2\ P\ M_1\ G_3\ R_2\ G_2\ R_2\ S\ N_3\ S\ N_2\ D_2\ S$ (அந்நிய ஸ்வரம்* : $G_3\ D_1\ N_3$)
ஹம்சா ஆபேரி	$S\ G_2\ P\ M_1\ P\ N_2\ \dot{S}$	$\dot{S}\ N_2\ D_2\ P\ M_1\ G_2\ S$
ஹரிதாஸப்ரியா	$S\ P\ M_1\ G_3\ M_1\ P\ N_2\ \dot{S}$	$\dot{S}\ N_2\ D_2\ N_2\ P\ M_1\ G_2\ R_2\ S$
ஹரிநாராயணி	$S\ R_2\ G_2\ M_1\ P\ M_1\ D_2\ N_2\ \dot{S}$	$\dot{S}\ N_2\ P\ M_1\ G_2\ R_2\ S$
இந்துஸ்தானி காபி	$S\ R_2\ M_1\ P\ N_2\ \dot{S}$	$\dot{S}\ N_2\ D_2\ N_2\ P\ M_1\ G_2\ M_1\ D_2\ P\ G_2\ R_2\ S\ N_2\ S$ (அந்நிய ஸ்வரம்* : $G_3\ D_1\ N_3$)
ஹுசேனி	$S\ R_2\ G_2\ M_1\ P\ N_2\ D_2\ N_2\ S$ $S\ R_2\ G_3\ M_1\ P\ N_3\ D_2\ M_1\ P\ N_3\ \dot{S}$	$\dot{S}\ N_2\ D_1\ P\ M_1\ G_2\ R_2\ S$ (அந்நிய ஸ்வரம்* : D_1) $S\ N_3\ S\ P\ D_2\ M_1\ P\ G_3\ R_2\ S$
ஜடாதாரி	$S\ R_2\ M_1\ P\ D_2\ N_2\ \dot{S}$	$\dot{S}\ N_2\ D_2\ P\ M_1\ R_2\ S$
ஜெயமனோஹரி	$S\ R_2\ G_2\ M_1\ D_2\ \dot{S}$	$\dot{S}\ N_2\ D_2\ M_1\ G_2\ R_2\ S$
ஜெயநாராயணி	$S\ R_2\ G_2\ M_1\ P\ D_2\ \dot{S}$	$\dot{S}\ N_2\ D_2\ P\ M_1\ G_2\ R_2\ S$
ஜெயந்தசேன	$S\ G_2\ M_1\ P\ D_2\ \dot{S}$	$\dot{S}\ N_2\ D_2\ P\ M_1\ G_2\ S$
ஜோக் {இந்துஸ்தானி}	$S\ G_3\ M_1\ P\ N_2\ \dot{S}$	$\dot{S}\ N_2\ P\ M_1\ G_3\ M_1\ G_2\ S$ (அந்நிய ஸ்வரம்* : G_2)
கனடா	$S\ R_2\ G_2\ M_1\ D_2\ N_2\ \dot{S}$	$\dot{S}\ N_2\ P\ M_1\ G_2\ M_1\ R_2\ S$

காபி	$S\ R_2\ M_1\ P\ N_3\ \dot{S}$	$\dot{S}\ N_2\ D_2\ N_2\ P\ M_1\ G_2\ R_2\ S$ (அந்நிய ஸ்வரம்* : $G_3\ D_1\ N_3$)
கபிஜிங்கலா	$S\ N_2\ S\ R_2\ G_2\ M_1$	$M_1\ G_2\ R_2\ S\ N_2\ D_2\ N_2\ S$
கலாநிதி	$S\ R_2\ G_2\ M_1\ S\ P\ M_1\ D_2\ N_2\ \dot{S}$	$\dot{S}\ N_2\ D_2\ P\ M_1\ G_2\ R_2\ S$
காளிகா	$S\ R_2\ G_2\ P\ D_2\ N_2\ \dot{S}$	$\dot{S}\ N_2\ D_2\ P\ G_2\ R_2\ S$
கன்னடகௌலா	$S\ R_2\ G_2\ M_1\ P\ N_2\ \dot{S}$	$\dot{S}\ N_2\ D_2\ P\ M_1\ G_2\ S$
கர்நாடக ஹிந்தோலம்	$S\ G_2\ M_1\ D_2\ N_2\ \dot{S}$	$\dot{S}\ N_2\ D_2\ M_1\ G_2\ S$
கர்நாடக காபி	$S\ R_2\ G_2\ M_1\ P\ D_2\ N_2\ \dot{S}$	$\dot{S}\ N_2\ D_2\ P\ M_1\ G_2\ R_2\ S$
கர்நாடக தேவகாந்தாரி	$S\ G_2\ M_1\ P\ N_2\ \dot{S}$	$\dot{S}\ N_2\ D_2\ P\ M_1\ G_2\ R_2\ S$
கர்ணரஞ்சனி	$S\ R_2\ G_2\ M_1\ G_2\ P\ D_2\ \dot{S}$	$\dot{S}\ N_2\ D_2\ P\ M_1\ G_2\ R_2\ S$
கௌமோடகி	$S\ R_2\ G_2\ M_1\ P\ D_2\ N_2\ \dot{S}$	$\dot{S}\ D_2\ P\ G_2\ S$
கௌஷிகா	$S\ G_2\ M_1\ D_2\ N_2\ \dot{S}$	$\dot{S}\ N_2\ D_2\ M_1\ G_2\ M_1\ R_2\ S$
லலிதாமனோஹரி	$S\ G_2\ M_1\ P\ D_2\ N_2\ \dot{S}$	$\dot{S}\ N_2\ P\ M_1\ G_2\ R_2\ S$
மாதவமனோஹரி	$S\ R_2\ G_2\ M_1\ P\ N_2\ D_2\ N_2\ \dot{S}$	$\dot{S}\ N_2\ D_2\ M_1\ G_2\ R_2\ S$
மாளவஸ்ரீ	$S\ G_2\ M_1\ P\ N_2\ D_2\ N_2\ P\ D_2\ N_2\ \dot{S}$	$\dot{S}\ N_2\ D_2\ P\ M_1\ G_2\ R_2\ S$
மாயபிரதீப்தம்	$S\ M_1\ G_2\ M_1\ P\ D_2\ N_2\ \dot{S}$	$\dot{S}\ D_2\ P\ M_1\ G_2\ R_2\ S$
மத்தியமராவளி	$S\ R_2\ G_2\ P\ D_2\ N_2\ \dot{S}$	$\dot{S}\ N_2\ D_2\ P\ G_2\ R_2\ S$
மத்தியமாவதி	$S\ R_2\ M_1\ P\ N_2\ \dot{S}$	$\dot{S}\ N_2\ P\ M_1\ R_2\ S$
மகாநந்தி	$S\ R_2\ G_2\ P\ D_2\ \dot{S}$	$\dot{S}\ D_2\ P\ G_2\ R_2\ S$
மந்தாமாரி	$S\ R_2\ M_1\ P\ D_2\ \dot{S}$	$\dot{S}\ N_2\ S\ D_2\ P\ M_1\ G_2\ R_2\ S$
மங்களவதி	$S\ R_2\ M_1\ P\ D_2\ \dot{S}$	$\dot{S}\ D_2\ P\ M_1\ G_2\ R_2\ S$
மணிரங்கு	$S\ R_2\ M_1\ P\ N_2\ \dot{S}$	$\dot{S}\ N_2\ P\ M_1\ G_2\ R_2\ S$
மஞ்சரி	$S\ G_2\ R_2\ G_2\ M_1\ P\ N_2\ D_2\ N_2\ \dot{S}$	$\dot{S}\ N_2\ D_2\ P\ M_1\ G_2\ R_2\ S$
மனோஹரி	$S\ G_2\ R_2\ G_2\ M_1\ P\ D_2\ \dot{S}$	$\dot{S}\ D_2\ P\ M_1\ G_2\ R_2\ S$
மனோரமா	$S\ R_2\ G_2\ M_1\ P\ D_1\ P\ \dot{S}$	$\dot{S}\ N_2\ D_1\ P\ M_1\ G_2\ R_2\ S$
மருவாதன்யாசி	$S\ G_2\ M_1\ P\ D_2\ \dot{S}$	$\dot{S}\ N_2\ D_2\ P\ M_1\ D_2\ M_1\ G_2\ R_2\ S$
மிஷ்ரமநோலயம்	$S\ R_2\ M_1\ P\ D_1\ \dot{S}$	$\dot{S}\ D_2\ D_1\ P\ M_1\ R_2\ S$

மிஸ்ரா சிவரஞ்சனி	$S R_2 G_2 P D_2 \dot{S}$	$\dot{S} D_2 P G_2 R_2 S$ (அந்நிய ஸ்வரம்* : $R_1 G_3 M_1 M_2 D_1 N_2 N_3$)
மல்ஹர் அல்லது மியான் கி மல்ஹார் {இந்துஸ்தானி}	$S R_2 P M_1 P N_2 D_2 N_3 \dot{S}$	$\dot{S} N_2 P M_1 P G_2 M_1 R_2 S$ (அந்நிய ஸ்வரம்* : N_3)
முகாரி	$S R_2 M_1 P N_2 D_2 \dot{S}$	$\dot{S} N_2 D_1 P M_1 G_2 R_2 S$ (அந்நிய ஸ்வரம்* : D_1)
நடசிந்தாமணி	$S R_2 G_2 M_1 N_2 D_2 N_2 \dot{S}$	$\dot{S} N_2 D_2 P M_1 G_2 R_2 S$
நடதரங்கிணி	$S P M_1 R_2 G_2 \dot{S}$	$\dot{S} P N_2 D_2 P M_1 G_2 R_2 G_2 S$
நடவரங்கிணி	$S P M_1 N_2 D_2 N_2 \dot{S}$	$\dot{S} P N_2 D_2 P M_1 G_2 R_2 G_2 S$
நாகரி	$S R_2 M_1 P D_2 N_2 \dot{S}$	$\dot{S} N_2 D_2 P M_1 G_2 S$
நாகவல்லி	$S R_2 M_1 D_2 N_2 \dot{S}$	$\dot{S} N_2 D_2 M_1 R_2 S$
நாயகி	$S R_2 M_1 P D_2 N_2 D_2 P \dot{S}$	$\dot{S} N_2 D_2 P M_1 R_2 G_2 R_2 S$
நிகமாகாமினி	$M_1 G_2 S G_2 M_1 N_2 \dot{S}$	$\dot{S} N_2 M_1 G_2 M_1 G_2 S$
நிர்மலாங்கி	$S R_2 M_1 P N_2 \dot{S}$	$\dot{S} N_2 P M_1 R_2 S$
ஓம்காரி	$S R_2 G_2 M_1 P D_2 \dot{S}$	$\dot{S} D_2 P M_1 G_2 R_2 S$
பஞ்சமம்	$S R_2 D_2 P N_2 \dot{S}$	$\dot{S} N_2 D_2 P M_1 G_2 R_2 S$
பலமஞ்சரி	$S G_2 M_1 D_2 \dot{S}$	$\dot{S} N_2 D_2 P M_1 G_2 M_1 R_2 S$
பலரஞ்சனி	$S G_2 M_1 P M_1 D_2 \dot{S}$	$\dot{S} N_2 D_2 P M_1 G_2 M_1 R_2 S$
பிலு (பீலு) {இந்துஸ்தானி}	$N_3 S G_3 M_1 P N_3 \dot{S}$	$\dot{S} N_2 D_2 P D_1 P M_1 G_2 R_2 S N_3 S$ (அந்நிய ஸ்வரம்* : $G_3 D_1 N_3$)
பூர்ணகலாநிதி	$S G_2 M_1 P D_2 N_2 \dot{S}$	$\dot{S} D_2 P M_1 G_2 R_2 S$
புஷ்பலாதிகா	$S R_2 G_2 M_1 P N_2 \dot{S}$	$\dot{S} N_2 P M_1 G_2 R_2 S$
ரதிபதிப்ரியா	$S R_2 G_2 P N_2 \dot{S}$	$\dot{S} N_2 P G_2 R_2 S$
ரீதிகோவ்லா	$S G_2 R_2 G_2 M_1 N_2 D_2 M_1 N_2 N_2 \dot{S}$	$\dot{S} N_2 D_2 M_1 G_2 M_1 P M_1 G_2 R_2 S$
ருத்ரப்ரியா	$S R_2 G_2 M_1 P D_2 N_2 \dot{S}$	$\dot{S} N_2 P M_1 G_2 R_2 S$
சஹானா (அசல்)	$S R_2 G_2 M_1 P M_1 D_2 N_2 \dot{S}$	$\dot{S} N_2 D_2 P M_1 G_2 G_2 R_2 G_2 R_2 S$ (அந்நிய ஸ்வரம்* : G_3)
சாலகபைரவி	$S R_2 M_1 P D_2 \dot{S}$	$\dot{S} N_2 D_2 P M_1 G_2 R_2 S$

சாரங் {இந்துஸ்தானி}	$S\ R_2\ M_1\ P\ N_2\ \dot{S}$	$\dot{S}\ N_2\ P\ M_1\ R_2\ S$
சைந்தவி	$N_2\ D_2\ N_2\ S\ R_2\ G_2\ M_1\ P\ D_2\ N_2$	$D_2\ P\ M_1\ G_2\ R_2\ S\ N_2\ D_2\ N_2\ S$
சங்கரம	$S\ R_2\ M_1\ D_2\ N_2\ P\ \dot{S}$	$\dot{S}\ N_2\ D_2\ G_2\ R_2\ S$
ஸங்க்ரந்தநப்ரியா	$S\ R_2\ G_2\ P\ D_2\ \dot{S}$	$\dot{S}\ D_2\ P\ G_2\ R_2\ S$
சர்வசூடாமணி	$S\ R_2\ M_1\ G_2\ M_1\ P\ D_2\ N_2\ \dot{S}$	$\dot{S}\ N_2\ P\ D_2\ N_2\ D_2\ P\ M_1\ G_2\ R_2$ $G_2\ R_2\ S$
சிவப்ரியா	$S\ R_2\ G_2\ P\ D_2\ \dot{S}$	$\dot{S}\ D_2\ P\ G_2\ R_2\ S$
சிவரஞ்சனி	$S\ R_2\ G_2\ P\ D_2\ \dot{S}$	$\dot{S}\ D_2\ P\ G_2\ R_2\ S$
ஸ்ரீ மனோஹரி	$S\ G_2\ R_2\ G_2\ M_1\ P\ D_2\ \dot{S}$	$\dot{S}\ D_2\ P\ M_1\ G_2\ R_2\ S$
ஸ்ரீ மனோரஞ்சனி	$S\ G_2\ M_1\ D_2\ N_2\ \dot{S}$	$\dot{S}\ N_2\ D_2\ M_1\ G_2\ R_2\ S$
ஸ்ரீரஞ்சனி	$S\ R_2\ G_2\ M_1\ D_2\ N_2\ \dot{S}$	$\dot{S}\ N_2\ D_2\ M_1\ G_2\ R_2\ S$
சித்தசேனா	$S\ G_2\ R_2\ G_2\ M_1\ P\ D_2\ \dot{S}$	$\dot{S}\ N_2\ D_2\ M_1\ P\ M_1\ R_2\ G_2\ R_2\ S$
சுத்த பங்களா	$S\ R_2\ M_1\ P\ D_2\ \dot{S}$	$\dot{S}\ D_2\ P\ M_1\ R_2\ G_2\ R_2\ S$
சுத்த பைரவி	$S\ G_2\ M_1\ P\ N_2\ D_2\ \dot{S}$	$\dot{S}\ N_2\ D_2\ M_1\ G_2\ R_2\ S$
சுதா தன்யாசி	$S\ G_2\ M_1\ P\ N_2\ \dot{S}$	$\dot{S}\ N_2\ P\ M_1\ G_2\ S$
சுத்த ஹிந்தோலம் (வரமு)	$S\ G_2\ M_1\ D_2\ N_2\ \dot{S}$	$\dot{S}\ N_2\ D_2\ M_1\ G_2\ S$
சுத்தா மனோஹரி	$S\ R_2\ G_2\ M_1\ P\ D_2\ \dot{S}$	$\dot{S}\ N_2\ P\ M_1\ R_2\ G_2\ S$
சுத்த வெலாவலி	$S\ R_2\ M_1\ P\ N_2\ \dot{S}$	$\dot{S}\ N_2\ D_2\ N_2\ P\ M_1\ G_2\ R_2\ S$
சுகுணபூஷணி	$S\ G_2\ M_1\ P\ M_1\ D_2\ N_2\ \dot{S}$	$\dot{S}\ N_2\ D_2\ P\ M_1\ D_2\ M_1\ R_2\ S$
ஸ்வரபூஷணி	$S\ G_2\ M_1\ P\ D_2\ N_2\ \dot{S}$	$\dot{S}\ N_2\ D_2\ P\ M_1\ R_2\ S$
ஸ்வரகலாநிதி	$S\ M_1\ G_2\ M_1\ P\ D_2\ N_2\ \dot{S}$	$\dot{S}\ N_2\ D_2\ N_2\ P\ M_1\ G_2\ R_2\ S$
ஸ்வரரஞ்சனி	$S\ R_2\ G_2\ M_1\ D_2\ N_2\ \dot{S}$	$\dot{S}\ N_2\ P\ M_1\ G_2\ M_1\ R_2\ S$
தவமுகாரி	$S\ R_2\ G_2\ P\ D_2\ \dot{S}$	$\dot{S}\ N_2\ D_2\ P\ M_1\ G_2\ R_2\ S$
வஜ்ரகந்தி	$S\ G_2\ M_1\ P\ N_2\ \dot{S}$	$\dot{S}\ N_2\ D_1\ P\ M_1\ G_2\ R_2\ S$

23 கௌரிமனோஹரி	$S\ R_2\ G_2\ M_1\ P\ D_2\ N_3\ \dot{S}$	$\dot{S}\ N_3\ D_2\ P\ M_1\ G_2\ R_2\ S$
கௌரிவேலாவலி	$S\ R_2\ G_2\ S\ R_2\ M_1\ P\ D_2\ S$ $M_1\ P\ D_2\ S\ S\ R_2\ G_1\ G_2\ S\ R_2$ $M_1\ M_1\ P\ D_2\ D_2\ \dot{S}$	$\dot{S}\ N_3\ D_2\ P\ M_1\ G_2\ R_2\ S$ $S\ N_3\ D_2\ P\ M_1\ G_1\ G_2\ R_2\ S$
கௌரிசங்கர்	$S\ R_2\ G_2\ M_1\ P\ N_3\ \dot{S}$	$\dot{S}\ N_3\ D_2\ P\ M_1\ G_2\ R_2\ S$

ஹம்ஸதீபிகா	$S\ R_2\ G_2\ M_1\ D_2\ \dot{S}$	$\dot{S}\ N_3\ D_2\ P\ M_1\ G_2\ R_2\ S$
ஹ்ருத்கமலி	$S\ R_2\ M_1\ D_2\ N_3\ \dot{S}$	$\dot{S}\ N_3\ D_2\ M_1\ R_2\ S$
லவந்திகா	$S\ R_2\ M_1\ P\ N_3\ \dot{S}$	$\dot{S}\ N_3\ P\ M_1\ R_2\ S$
சுந்தரமனோஹரி	$S\ R_2\ M_1\ P\ N_3\ \dot{S}$	$\dot{S}\ N_3\ D_2\ P\ M_1\ G_2\ R_2\ S$
பட்டீப் {இந்துஸ்தானி}	$N_3\ S\ G_2\ M_1\ P\ N_3\ \dot{S}$	$\dot{S}\ N_3\ D_2\ P\ M_1\ P\ G_2\ M_1\ G_2\ R_2\ S$
தியாகராஜ மங்கலம்	$S\ G_2\ M_1\ P\ N_3\ \dot{S}$	$\dot{S}\ N_3\ D_2\ P\ M_1\ G_2\ R_2\ S$
வசந்தாஸ்ரீ (அம்பா மனோஹரி)	$S\ R_2\ G_2\ M_1\ D_2\ N_3\ \dot{S}$	$\dot{S}\ N_3\ D_2\ M_1\ G_2\ R_2\ S$
வேளாவளி	S G2 M1 D2 N3 S S R2 M1 P D2 S S R2 G2 M1 P D2 S S G2 R2 M1 P D2 S S R2 G2 S R2 M1 P D2 S S R2 M1 P D2 N3 S	S N3 D2 P M1 G2 R2 S S N3 D2 P M1 G2 R2 S S N3 D2 P M1 G2 S S N3 D2 P M1 G2 R2 S S N3 D2 P M1 G2 R2 S S N3 D2 P M1 G2 R2 S
24 வருணப்ரியா	$S\ R_2\ G_2\ M_1\ P\ D_3\ N_3\ \dot{S}$	$\dot{S}\ N_3\ D_3\ P\ M_1\ G_2\ R_2\ S$
வீரவசந்தம்	$S\ R_2\ G_2\ M_1\ P\ \dot{S}$	$\dot{S}\ N_3\ D_3\ P\ M_1\ G_2\ R_2\ S$
25 மரரஞ்சனி	$S\ R_2\ G_3\ M_1\ P\ D_1\ N_1\ \dot{S}$	$\dot{S}\ N_1\ D_1\ P\ M_1\ G_3\ R_2\ S$
ஷராவதி	$S\ R_2\ G_3\ M_1\ P\ D_1\ N_1\ D_1\ \dot{S}$	$\dot{S}\ N_1\ D_1\ P\ M_1\ G_3\ R_2\ S$
தேவசலகா	$S\ G_3\ P\ D_1\ N_1\ \dot{S}$	$\dot{S}\ N_1\ D_1\ P\ M_1\ G_3\ R_2\ S$
கேசரி	$S\ R_2\ G_3\ M_1\ P\ M_1\ D_1\ P\ D_1\ \dot{S}$	$\dot{S}\ D_1\ N_1\ D_1\ P\ M_1\ G_2\ R_2\ S$
ராஜதிலக	$S\ R_2\ G_3\ M_1\ P\ \dot{S}$	$\dot{S}\ P\ M_1\ G_3\ R_2\ S$
26 சாருகேசி	$S\ R_2\ G_3\ M_1\ P\ D_1\ N_2\ \dot{S}$	$\dot{S}\ N_2\ D_1\ P\ M_1\ G_3\ R_2\ S$
தரங்கிணி	$S\ R_2\ G_3\ P\ D_1\ N_2\ D_1\ S$ $S\ R_2\ G_3\ P\ D_1\ N_2\ D_1\ P\ D_1\ S$	$S\ D_1\ P\ M_1\ G_3\ R_2\ S$ $S\ D_1\ P\ G_3\ R_2\ S\ G_3\ M_1\ R_2\ G_3\ S$
சிர்ஸ்வரூபி	$S\ R_2\ G_3\ M_1\ P\ D_1\ N_2\ \dot{S}$	$\dot{S}\ N_2\ D_1\ P\ M_1\ G_3\ R_2\ S$
மாரவி	$S\ G_3\ M_1\ P\ N_2\ \dot{S}$	$\dot{S}\ N_2\ D_1\ P\ M_1\ G_3\ R_2\ S$
பூர்வதன்யாசி	$S\ M_1\ G_3\ M_1\ N_2\ \dot{S}$	$\dot{S}\ N_2\ D_1\ P\ M_1\ G_3\ R_2\ S$
சிவ மனோஹரி	$S\ M_1\ G_3\ M_1\ P\ D_1\ N_2\ \dot{S}$	$\dot{S}\ N_2\ D_1\ P\ M_1\ G_3\ R_2\ S$

சுக்ரஜ்யோதி	$S\ R_2\ G_3\ M_1\ P\ D_1\ N_2\ \dot{S}$	$\dot{S}\ N_2\ P\ D_1\ M_1\ G_3\ R_2\ S$
உஷாபரணம்	$S\ G_3\ M_1\ D_1\ P\ M_1\ D_1\ N_2\ \dot{S}$	$\dot{S}\ N_2\ D_1\ P\ M_1\ G_3\ R_2\ G_3\ M_1\ R_2\ S$
27 சரசாங்கி	$S\ R_2\ G_3\ M_1\ P\ D_1\ N_3\ \dot{S}$	$\dot{S}\ N_3\ D_1\ P\ M_1\ G_3\ R_2\ S$
சௌரசேனா	$S\ R_2\ M_1\ P\ D_1\ \dot{S}$	$\dot{S}\ N_3\ D_1\ P\ M_1\ G_3\ R_2\ S$
ஹரிப்ரியா	$S\ R_1\ G_3\ M_1\ P\ \dot{S}$	$\dot{S}\ N_3\ D_1\ P\ M_1\ G_3\ S$
ஶ்ரீரங்கப்ரியா	$S\ R_2\ G_3\ M_1\ P\ D_1\ \dot{S}$	$\dot{S}\ D_1\ P\ M_1\ G_3\ R_2\ S$
கமலா மனோஹரி	$S\ G_3\ M_1\ P\ N_3\ \dot{S}$	$\dot{S}\ N_3\ D_1\ P\ M_1\ G_3\ S$
மதுலிகா	$S\ R_2\ G_3\ M_1\ N_3\ \dot{S}$	$\dot{S}\ N_3\ M_1\ G_3\ R_2\ S$
நளினகாந்தி	$S\ G_3\ R_2\ M_1\ P\ N_3\ \dot{S}$	$\dot{S}\ N_3\ P\ M_1\ G_3\ R_2\ S$
நீலமணி	$S\ R_2\ M_1\ P\ D_1\ N_3\ \dot{S}$	$\dot{S}\ N_3\ D_1\ P\ M_1\ R_2\ S$
சாலவி	$S\ G_3\ R_2\ G_3\ M_1\ P\ D_1\ N_3\ D_1\ \dot{S}$	$\dot{S}\ N_3\ D_1\ P\ M_1\ G_3\ R_2\ S$
சரசனன	$S\ R_2\ G_3\ M_1\ D_1\ N_3\ \dot{S}$	$\dot{S}\ N_3\ D_1\ M_1\ G_3\ R_2\ S$
சரசீருஹா	$S\ R_2\ G_3\ M_1\ D_1\ N_1\ D_1\ \dot{S}$	$\dot{S}\ N_1\ D_1\ M_1\ G_3\ R_2$
சிம்மவாஹினி	$S\ G_2\ M_1\ P\ D_1\ N_3\ \dot{S}$	$\dot{S}\ N_3\ D_1\ P\ M_1\ G_3\ R_2\ S$
சூரசேனா	$S\ R_2\ M_1\ P\ D_1\ \dot{S}$	$\dot{S}\ N_3\ D_1\ P\ M_1\ G_3\ S\ R_2\ S$
சூத்ரதாரி	(மேலும் 20) $S\ R_2\ M_1\ P\ D_1\ \dot{S}$	$\dot{S}\ D_1\ P\ M_1\ R_2\ S$
வசந்தி	$S\ R_2\ G_3\ P\ D_1\ \dot{S}$	$\dot{S}\ D_1\ P\ G_3\ R_2\ S$

28 ஹரிகாம்போஜி	$S\ R_2\ G_3\ M_1\ P\ D_2\ N_2\ \dot{S}$	$\dot{S}\ N_2\ D_2\ P\ M_1\ G_3\ R_2\ S$
ஹரிகேதாரகோவ்லா	$S\ R_2\ G_3\ M_1\ P\ D_2\ N_2\ \dot{S}$	$\dot{S}\ N_2\ D_2\ P\ M_1\ G_3\ R_2\ S$
அம்போஜினி	$S\ R_2\ G_3\ M_1\ D_2\ \dot{S}$	$\dot{S}\ D_2\ M_1\ G_3\ R_2\ S$
அந்தாலி	$S\ R_2\ M_1\ P\ N_2\ \dot{S}$	$\dot{S}\ N_2\ P\ M_1\ R_2\ G_3\ M_1\ R_2\ S$
அபரூபம்	$S\ R_2\ G_3\ M_1\ P\ N_2\ D_2\ N_2\ \dot{S}$	$\dot{S}\ D_2\ M_1\ G_3\ R_2\ G_3\ S$
பாலஹம்சா	$S\ R_2\ M_1\ P\ D_2\ \dot{S}$	$\dot{S}\ N_2\ D_2\ P\ M_1\ R_2\ M_1\ G_3\ S$
பஹுதாரி	$S\ G_3\ M_1\ P\ D_2\ N_2\ \dot{S}$	$\dot{S}\ N_2\ P\ M_1\ G_3\ S$
சாயலககாமாஸ்	$S\ M_1\ G_3\ M_1\ P\ D_2\ N_2\ \dot{S}$	$\dot{S}\ N_2\ D_2\ P\ M_1\ G_3\ R_2\ S$
சாயதரங்கிணி	$S\ R_2\ M_1\ G_3\ M_1\ P\ N_2\ \dot{S}$	$\dot{S}\ N_2\ D_2\ P\ M_1\ G_3\ R_2\ S$
சந்திரஹாசிதம்	$S\ R_2\ G_3\ M_1\ D_2\ N_2\ \dot{S}$	$\dot{S}\ N_2\ D_2\ M_1\ G_3\ R_2\ S$

தஷரதிப்ரியா	$S M_1 G_3 M_1 P D_2 N_2 D_2 \dot{S}$	$\dot{S} N_2 D_2 P M_1 G_3 M_1 R_2 S$
தயரஞ்சனி	$S R_2 M_1 P D_2 \dot{S}$	$\dot{S} N_2 D_2 M_1 G_3 S$
தேஷ் {இந்துஸ்தானி}	$S R_2 M_1 P N_3 \dot{S}$	$\dot{S} N_2 D_2 P M_1 G_3 R_2 S$ (அந்நிய ஸ்வரம்* : N_3)
தேஷாக்ஷி	$S R_2 G_3 P D_2 \dot{S}$	$\dot{S} N_2 D_2 P M_1 G_3 R_2 S$
தேஷ்கர் {இந்துஸ்தானி}	$S R_2 G_3 P D_2 \dot{S}$	$\dot{S} D_2 P G_3 R_2 S$
த்வைதசிந்தாமணி	$S G_3 M_1 D_2 N_2 S$ $S G_3 M_1 D_2 N_2 S$	$S N_2 D_2 M_1 P G_3 R_2 S$ $S N_2 D_2 M_1 G_3 R_2 S$
த்விஜாவந்தி /ஜுஜாவந்தி	$S R_2 M_1 G_3 M_1 P D_2 \dot{S}$	$\dot{S} N_2 D_2 P M_1 G_3 M_1 R_2 G_2 R_2 S N_2 D_2 N_2 S$ (அந்நிய ஸ்வரம்* : $G_2 N_3$)
ஈஷாமனோஹரி	$S R_2 G_3 M_1 P D_2 N_2 \dot{S}$	$\dot{S} N_2 D_2 P M_1 R_2 M_1 G_3 R_2 S$
ஈசைவாரிதி	$S R_2 M_1 D_2 N_2 \dot{S}$	$\dot{S} N_2 P M_1 R_2 S$
காந்தாரலோலா	$S R_2 M_1 P D_2 \dot{S}$	$\dot{S} N_2 D_2 P M_1 G_3 M_1 G_3 R_2 S$
காரா {இந்துஸ்தானி}	$S G_3 M_1 P D_2 N_3 \dot{S}$	$\dot{S} N_2 D_2 P M_1 G_3 R_2 G_2 R_2 S N_3 S N_2 D_2 S$ (அந்நிய ஸ்வரம்* : $G_2 D_1 N_3$)
காவதி {இந்துஸ்தானி}	$S M_1 P N_2 \dot{S}$	$\dot{S} D_2 M_1 P G_3 M_1 R_2 N_2 S$
குஹமனோஹரி	$S R_2 M_1 D_2 N_2 \dot{S}$	$\dot{S} N_2 D_2 M_1 R_2 S$
குஹரஞ்சனி	$S R_2 S M_1 P D_2 N_2 \dot{S}$	$\dot{S} N_2 D_2 N_2 P M_1 G_3 S$
ஹம்ஸரூபிணி	$S R_2 G_3 P D_2 \dot{S}$	$\dot{S} N_2 P M_1 R_2 S$
ஹரிதாஸப்ரியா	$S P M_1 G_3 M_1 P N_2 \dot{S}$	$\dot{S} N_2 D_2 N_2 P M_1 G_2 R_2 S$
ஹரிகேதாரம்	$S R_2 G_3 M_1 P D_2 N_2 S N_2 \dot{S}$	$\dot{S} N_2 S D_2 N_2 D_2 P M_1 G_3 R_2 S$
ஹரிணி	$S G_3 M_1 P D_2 N_2 D_2 \dot{S}$	$\dot{S} N_2 S N_2 D_2 P M_1 G_3 M_1 G_2 R_2 S$
ஹரிதப்ரியா	$S R_2 M_1 P D_2 \dot{S}$	$\dot{S} N_2 D_2 P M_1 G_3 R_2 G_3 R_2 S$
ஹேமசாரங்கா	$S R_2 G_3 M_1 P D_2 N_2 D_2 \dot{S}$	$\dot{S} P M_1 G_3 R_2 S$
ஜெய்ஜைவந்தி {இந்துஸ்தானி}	$S D_2 N_2 R_2 S R_2 G_3 M_1 P M_1 G_3 M_1 G_3 R_2 M_1 P N_3 \dot{S}$	$\dot{S} N_2 D_2 P D_2 M_1 G_3 M_1 R_2 G_2 R_2 S N_3 S$ (அந்நிய ஸ்வரம்* : $G_2 N_3$)
ஜெய்த்ஸ்ரீ	$S R_2 G_3 P D_2 \dot{S}$	$\dot{S} D_2 P G_3 R_2 S$

ஜன சம்மோதினி	$S\ R_2\ G_3\ P\ D_2\ N_2\ \dot{S}$	$\dot{S}\ N_2\ D_2\ P\ G_3\ R_2\ S$
ஜெயராம	$S\ R_2\ G_3\ M_1\ P\ D_2\ N_2\ \dot{S}$	$\dot{S}\ N_2\ D_2\ P\ M_1\ G_3\ S$
ஜின்ஜோதி {இந்துஸ்தானி}	$D_2\ S\ R_2\ G_3\ M_1\ P\ D_2\ N_2$	$D_2\ P\ M_1\ G_3\ R_2\ S\ N_2\ D_2\ P\ D_2\ S$
ஜுஜாஹுலி	$S\ M_1\ G_3\ M_1\ P\ D_2\ N_2\ \dot{S}$	$\dot{S}\ N_2\ D_2\ P\ M_1\ G_3\ S$
காம்போஜி	$S\ R_2\ G_3\ M_1\ P\ D_2\ \dot{S}$	$S\ N_2\ D_2\ P\ M_1\ G_3\ R_2\ S\ N_3\ P\ D_2\ \dot{S}$ (அந்நிய ஸ்வரம்* : N_3)
கபி நாராயணி	$S\ R_2\ M_1\ P\ D_2\ N_2\ \dot{S}$	$\dot{S}\ N_2\ D_2\ P\ M_1\ G_3\ R_2\ S$
காமாஜ் {இந்துஸ்தானி}	$S\ G_3\ M_1\ P\ D_2\ N_3\ \dot{S}$	$\dot{S}\ N_2\ D_2\ P\ M_1\ G_3\ R_2\ S$ (அந்நிய ஸ்வரம்* : N_3)
காமாஸ்	$S\ M_1\ G_3\ M_1\ P\ D_2\ N_2\ \dot{S}$	$\dot{S}\ N_2\ D_2\ P\ M_1\ G_3\ R_2\ S$ (அந்நிய ஸ்வரம்* : N_3)
கர்நாடக பெஹாக்	$S\ R_2\ G_3\ M_1\ P\ D_2\ N_2\ \dot{S}$	$\dot{S}\ N_2\ D_2\ N_2\ P\ D_2\ M_1\ G_3\ R_2\ S$
கர்நாடக தேவகாந்தாரி	$S\ G_3\ M_1\ P\ N_2\ \dot{S}$	$\dot{S}\ N_2\ D_2\ P\ M_1\ G_3\ R_2\ S$
கர்நாடக காமாஸ்	$S\ G_3\ M_1\ P\ D_2\ N_2\ \dot{S}$	$\dot{S}\ N_2\ D_2\ P\ M_1\ G_3\ S$
கேதாரகோவ்லா	$S\ R_2\ M_1\ P\ N_2\ \dot{S}$	$\dot{S}\ N_2\ D_2\ P\ M_1\ G_3\ R_2\ S$
கேஷவப்ரியா	$S\ R_2\ S\ M_1\ P\ D_2\ N_2\ \dot{S}$	$\dot{S}\ N_2\ S\ P\ M_1\ G_3\ R_2\ S$
கோகிலத்வனி	$S\ R_2\ G_3\ M_1\ D_2\ N_2\ D_2\ \dot{S}$	$\dot{S}\ N_2\ D_2\ N_2\ P\ M_1\ G_3\ R_2\ S$
கோகிலவரளி	$S\ R_2\ M_1\ P\ D_2\ \dot{S}$	$\dot{S}\ N_2\ D_2\ M_1\ P\ M_1\ G_3\ R_2\ G_3\ S$
குந்தலவரலி	$S\ M_1\ P\ D_2\ N_2\ D_2\ \dot{S}$	$\dot{S}\ N_2\ D_2\ P\ M_1\ S$
மாலவி	$S\ R_2\ G_3\ M_1\ P\ N_2\ M_1\ D_2\ N_2\ \dot{S}$	$\dot{S}\ N_2\ D_2\ N_2\ P\ M_1\ G_3\ M_1\ R_2\ S$
மதுரகோகிலா	$S\ R_2\ G_3\ D_2\ N_2\ \dot{S}$	$\dot{S}\ N_2\ D_2\ G_3\ R_2\ S$
மஹதி	$S\ G_3\ P\ N_2\ \dot{S}$	$\dot{S}\ N_2\ P\ G_3\ S$
மஹுரி	$S\ R_2\ M_1\ G_3\ R_2\ G_3\ P\ D_2\ \dot{S}$	$\dot{S}\ N_2\ D_2\ P\ M_1\ G_3\ R_2\ S\ R_2\ G_3\ R_2\ S$
மஞ்சுப்ரியா	$S\ G_3\ M_1\ P\ N_2\ \dot{S}$	$\dot{S}\ N_2\ D_2\ P\ G_3\ R_2\ S$
மனோஹரம்	$S\ R_2\ G_3\ M_1\ D_2\ N_2\ \dot{S}$	$\dot{S}\ N_2\ P\ M_1\ R_2\ S$
மட்டகோகிலா	$S\ R_2\ P\ D_2\ N_2\ D_2\ \dot{S}$	$\dot{S}\ D_2\ N_2\ D_2\ P\ R_2\ S$
மேகனா	$S\ M_1\ G_3\ M_1\ P\ D_2\ \dot{S}$	$\dot{S}\ N_2\ D_2\ M_1\ G_3\ S$
மோகனம்	$S\ R_2\ G_3\ P\ D_2\ \dot{S}$	$\dot{S}\ D_2\ P\ G_3\ R_2\ S$

நடவல்லி	S R_2 M_1 D_2 N_2 Ṡ	Ṡ N_2 D_2 M_1 R_2 S
நாகஸ்வராவளி	S G_3 M_1 P D_2 Ṡ	Ṡ D_2 P M_1 G_3 S
நாராயணகோவ்லா	S R_2 M_1 P N_2 D_2 N_2 Ṡ	Ṡ N_2 D_2 P M_1 G_3 R_2 G_3 S
நாராயணி	S R_2 M_1 P D_2 Ṡ	Ṡ N_2 D_2 P M_1 R_2 S
நாட்டு குறிஞ்சி	S R2 G3 M1 N2 D2 N2 P D2 N2 S S R2 G3 M1 D2 N2 S S R2 G3 M1 N2 D2 N2 P D2 N2 S	S N2 D2 M1 G3 M1 P G3 R2 S S N2 D2 M1 G3 S S N2 D2 M1 G3 M1 P M1 G3 R2 S
நாட்டை நாராயணி	S R_2 G_3 M_1 D_2 N_2 D_2 Ṡ	Ṡ N_2 D_2 P M_1 G_3 M_1 R_2 S
நந்த்கோவ்ன்ஸ் {இந்துஸ்தானி}	S G_3 M_1 P M_1 D_2 N_2 Ṡ	Ṡ N_2 D_2 P M_1 G_3 S G_3 S
நாரணி	S R_2 M_1 P D_2 Ṡ	Ṡ N_2 D_2 P M_1 R_2 S
நவரச கலாநிதி	S R_2 M_1 P S N_2 Ṡ	Ṡ N_2 D_2 P M_1 G_3 R_2 S
நவரச கன்னடம்	S G_3 M_1 P Ṡ	Ṡ N_2 D_2 M_1 G_3 R_2 S
நீலா	S G_3 M_1 D_2 N_2 Ṡ	Ṡ N_2 D_2 M_1 G_3 S
பார்சி	S R_2 G_3 M_1 D_2 N_2 Ṡ	Ṡ N_2 D_2 P M_1 G_3 R_2 S
பரமேஶ்வரப்ரியா	S R_2 G_3 M_1 P N_2 Ṡ	Ṡ N_2 P M_1 R_2 S
பசுபதிப்ரியா	S R_2 M_1 P M_1 D_2 Ṡ	Ṡ D_2 M_1 P R_2 M_1 S
பூர்ணகாம்போஜி	S R_2 G_3 M_1 P N_2 Ṡ	Ṡ D_2 P M_1 G_3 R_2 S
பிரதாப நாட்டை	S R_2 G_3 M_1 D_2 P D_2 N_3 Ṡ	Ṡ N_3 D_2 P M_1 G_3 S
பிரதாபவாராளி	S R_2 M_1 P D_2 P Ṡ	Ṡ D_2 P M_1 G_3 R_2 S
பிரவலஜ்யோதி	S R_2 M_1 P D_2 N_2 Ṡ	Ṡ N_2 D_2 P M_1 G_3 S
ராகபஞ்சரமு	S R_2 M_1 P D_2 N_2 D_2 Ṡ	Ṡ N_2 D_2 M_1 R_2 S
ராகவினோதினி	S R_2 G_3 M_1 D_2 Ṡ	Ṡ D_2 M_1 G_3 R_2 S
ராகஶ்ரீ {இந்துஸ்தானி}	S G_3 M_1 D_2 N_2 S S G_3 M_1 D_2 N_2 S S G_3 M_1 D_2 N_2 Ṡ	Ṡ N_2 D_2 M_1 G_3 R_2 S S N_2 D_2 M_1 G_3 R_2 S S N_2 D_2 N_3 D_2 M_1 G_3 R_2 S (அந்நிய ஸ்வரம்*{அரிதாக} : N_3)
ரவி சந்திரிகா	S R_2 G_3 M_1 D_2 Ṡ	Ṡ N_2 D_2 M_1 G_3 R_2 S
சாவித்திரி	S G_3 M_1 P N_2 Ṡ	Ṡ N_2 P M_1 G_3 S

சஹானா	$S R_2 G_3 M_1 P M_1 D_2 N_2 \dot{S}$	$\dot{S} N_2 S D_2 N_2 D_2 P M_1 G_3 M_1 R_2 G_3 R_2 S$
சரஸ்வதி மனோஹரி	$S R_2 G_3 M_1 D_2 \dot{S}$	$\dot{S} D_2 N_2 P M_1 G_3 R_2 S$
சத்வமஞ்சரி	$S R_2 M_1 P D_2 \dot{S}$	$\dot{S} N_2 D_2 P M_1 N_2 D_2 M_1 R_2 S$
சகுந்தலா	$S R_2 G_3 M_1 D_2 N_2 \dot{S}$	$\dot{S} N_2 D_2 M_1 G_3 S$
சங்கரஹரிகோவ்லா	$S R_2 G_3 M_1 P D_2 N_3 \dot{S}$	$\dot{S} N_2 D_2 P M_1 G_3 R_2 S$
செஞ்சுகாம்போஜி	$S P M_1 D_2 N_2 \dot{S}$	$\dot{S} N_2 D_2 P M_1 G_3 R_2 S$
செஞ்சுருட்டி	$D_2 S R_2 G_3 M_1 P D_2 N_2$	$N_2 D_2 P M_1 G_3 R_2 S N_2 D_2 P D_2 S$ (அந்நிய ஸ்வரம்* : G_2)
சிவகாம்போஜி	$S R_2 G_3 M_1 N_2 \dot{S}$	$\dot{S} N_2 P M_1 G_3 R_2 S$
சுருட்டி	$S R_2 M_1 P N_2 D_2 N_2 \dot{S}$	$\dot{S} N_2 D_2 P M_1 G_3 P M_1 R_2 S$
ஷ்யாமா	$S R_2 M_1 P D_2 S$ $S R_2 G_3 S R_2 P M_1 D_2 D_2 S$	$S D_2 P M_1 G_3 R_2 S$ $S D_2 P M_1 G_3 R_2 S$
சிம்மவிக்கிரமா	$S R_2 G_3 R_2 M_1 P D_2 P N_2 \dot{S}$	$\dot{S} N_2 D_2 P M_1 G_3 R_2 S$
சிந்து கன்னடம்	$S M_1 G_3 M_1 R_2 G_3 M_1 P D_2 P \dot{S}$	$\dot{S} N_2 D_2 P M_1 G_3 R_2 S$
சிந்து சுருட்டி	$S R_2 M_1 P N_2 S S N_2 \dot{S}$	$\dot{S} N_2 D_2 P M_1 R_2 M_1 G_3 R_2 S$
சுதா காமாஸ்	$S M_1 G_3 M_1 P D_2 N_2 \dot{S}$	$\dot{S} N_2 D_2 P M_1 G_3 R_2 S$
சுத்த வராளி	$S R_2 G_3 M_1 D_2 N_2 \dot{S}$	$\dot{S} N_2 D_2 N_2 P M_1 G_3 S$
சுத்தா	$S R_2 M_1 P D_2 \dot{S}$	$\dot{S} N_2 D_2 P M_1 R_2 S$
சுத்ததரங்கிணி	$S R_2 M_1 P D_2 \dot{S}$	$\dot{S} N_2 D_2 P M_1 G_3 R_2 S$
ஸுமநப்ரியா	$S R_2 G_3 M_1 P D_2 P \dot{S}$	$\dot{S} D_2 S P M_1 G_3 R_2 S$
சுபோஷினி	$S R_2 S M_1 P N_2 D_2 \dot{S}$	$\dot{S} D_2 P M_1 R_2 M_1 S$
சுவர்ணக்ரியா	$S R_2 G_3 P N_2 D_2 \dot{S}$	$\dot{S} N_2 P G_3 R_2 S$
ஸ்வராவளி	$S M_1 G_3 M_1 P N_2 D_2 N_2 \dot{S}$	$\dot{S} N_2 D_2 P M_1 G_3 R_2 S$
ஸ்வரவேதி	$S M_1 G_3 M_1 P N_2 D_2 N_2 \dot{S}$	$\dot{S} N_2 D_2 P M_1 G_3 S$
திலகவதி	$S R_2 G_3 M_1 P D_2 P \dot{S}$	$\dot{S} D_2 P M_1 R_2 S$
திலாங் {இந்துஸ்தானி}	$S G_3 M_1 P N_3 \dot{S}$	$\dot{S} N_2 P M_1 G_3 S$ (அந்நிய ஸ்வரம்* : N_3)
உமாபரணம்	$S R_2 G_3 M_1 P D_2 N_2 \dot{S}$	$\dot{S} N_2 P M_1 R_2 G_3 M_1 R_2 S$

வைஷ்ணவி	$S\ R_2\ G_3\ M_1\ P\ D_2\ \dot{S}$	$\dot{S}\ D_2\ P\ M_1\ G_3\ R_2\ S$
வீணாவதினி	$S\ R_2\ G_3\ P\ N_2\ \dot{S}$	$\dot{S}\ N_2\ P\ G_3\ R_2\ S$
விவர்தானி	$S\ R_2\ M_1\ P\ \dot{S}$	$\dot{S}\ N_2\ D_2\ P\ M_1\ G_3\ R_2\ S$
யதுகுல காம்போஜி	$S\ R_2\ M_1\ P\ D_2\ \dot{S}$	$\dot{S}\ N_2\ D_2\ P\ M_1\ G_3\ R_2\ S$
29 திராசங்கராபரணம்	$S\ R_2\ G_3\ M_1\ P\ D_2\ N_3\ \dot{S}$	$\dot{S}\ N_3\ D_2\ P\ M_1\ G_3\ R_2\ S$
ஆனந்தரூப	$S\ R_2\ G_3\ P\ D_2\ N_3\ \dot{S}$	$\dot{S}\ N_3\ D_2\ P\ G_3\ R_2\ S$
ஆராபி	$S\ R_2\ M_1\ P\ D_2\ S$ $S\ R_2\ M_1\ P\ D_2\ \dot{S}$	$\dot{S}\ N_3\ D_2\ P\ M_1\ G_3\ R_2\ S$ $S\ D_2\ P\ M_1\ G_3\ R_2\ S$
அட்டானா	$S\ R_2\ M_1\ P\ N_2\ \dot{S}$	$\dot{S}\ N_2\ D_2\ P\ M_1\ G_2\ M_1\ R_2\ S$ (அந்நிய ஸ்வரம்* : $G_2\ N_2$)
பங்களா	$S\ R_2\ G_3\ M_1\ P\ M_1\ R_2\ P\ \dot{S}$	$\dot{S}\ N_3\ P\ M_1\ R_2\ G_3\ M_1\ R_2\ S$
பேகடா	$S\ G_3\ R_2\ G_3\ M_1\ P\ D_2\ P\ \dot{S}$	$\dot{S}\ N_2\ D_2\ P\ M_1\ G_3\ R_2\ S$
பெஹாக் (கர்நாடக தழுவல்)	$S\ G_3\ M_1\ P\ N_3\ D_2\ N_3\ \dot{S}$	$\dot{S}\ N_3\ D_2\ P\ M_1\ G_3\ R_2\ S$ (அந்நிய ஸ்வரம்* : $M_2\ N_2$)
பெஹாக் தேசிகம்	$S\ R_2\ G_3\ M_1\ M_2\ P\ D_2\ N_3\ \dot{S}$	$\dot{S}\ N_3\ D_2\ P\ M_2\ M_1\ G_3\ R_2\ S$
பிஹாக் {அசல்/இந்துஸ்தானி}	$N_3\ S\ G_3\ M_1\ P\ N_3\ \dot{S}$	$\dot{S}\ N_3\ D_2\ P\ M_2\ P\ G_3\ M_1\ G_3\ R_2$ S (அந்நிய ஸ்வரம்* : M_2)
பிலஹரி	$S\ R_2\ G_3\ P\ D_2\ \dot{S}$	$\dot{S}\ N_3\ D_2\ P\ M_1\ G_3\ R_2\ S$ (அந்நிய ஸ்வரம்* : N_2)
புத்தமனோஹரி	$S\ R_2\ G_3\ M_1\ S\ P\ \dot{S}$	$\dot{S}\ P\ M_1\ G_3\ R_2\ S$
புத்தரஞ்சனி	$S\ R_2\ G_3\ M_1\ P\ \dot{S}$	$\dot{S}\ N_3\ P\ M_1\ G_3\ M_1\ R_2\ S$
சாயா	$S\ P\ M_1\ P\ D_2\ P\ N_3\ R_2\ \dot{S}$	$\dot{S}\ D_2\ P\ M_1\ P\ D_2\ P\ G_3\ M_1\ R_2$ S
சாயசங்கராபரணம்	$S\ R_1\ M_1\ P\ D_2\ N_3\ \dot{S}$	$\dot{S}\ N_3\ D_2\ P\ M_1\ G_3\ R_1\ S$
தேவகாந்தாரி	$S\ R_2\ M_1\ P\ D_2\ \dot{S}$	$\dot{S}\ N_3\ D_2\ P\ M_1\ G_3\ R_2\ S$ (அந்நிய ஸ்வரம்* : N_2)
தர்மலகி	$S\ M_1\ P\ D_2\ N_3\ \dot{S}$	$\dot{S}\ N_3\ D_2\ P\ M_1\ S$
துருவங்கி	$S\ R_2\ M_1\ P\ D_2\ \dot{S}$	$\dot{S}\ N_3\ D_2\ P\ M_1\ G_3\ R_2\ S$
துர்கா {இந்துஸ்தானி}	$S\ R_2\ M_1\ D_2\ P\ D_2\ \dot{S}$	$\dot{S}\ D_2\ P\ M_1\ R_2\ S$
கஜகௌரி	$S\ R_2\ M_1\ G_3\ M_1\ N_3\ P\ D_2\ \dot{S}$	$\dot{S}\ N_3\ D_2\ P\ M_1\ P\ M_1\ G_3\ R_2\ S$

கருடத்வனி	$S\ R_2\ G_3\ M_1\ P\ D_2\ N_3\ \dot{S}$	$\dot{S}\ D_2\ P\ G_3\ R_2\ S$
கவுடாமல்ஹார்	$S\ R_2\ M_1\ P\ D_2\ \dot{S}$	$\dot{S}\ N_3\ M_1\ G_3\ R_2\ S$
ஹம்சத்வானி	$S\ R_2\ G_3\ P\ N_3\ \dot{S}$	$\dot{S}\ N_3\ P\ G_3\ R_2\ S$
ஹம்ஸவிநோதினி	$S\ R_2\ G_3\ M_1\ D_2\ N_3\ \dot{S}$	$\dot{S}\ N_3\ D_2\ M_1\ G_3\ R_2\ S$
ஹேமந்த் {இந்துஸ்தானி}	$N_3\ S\ D_2\ N_3\ S\ G_3\ G_3\ M_1\ D_2\ N_3\ \dot{S}$	$\dot{S}\ N_3\ D_2\ P\ M_1\ G_3\ R_2\ S$
ஜன ரஞ்சனி	$S\ R_2\ G_3\ M_1\ P\ D_2\ P\ N_3\ \dot{S}$	$\dot{S}\ D_2\ P\ M_1\ R_2\ S$
ஜூலாவு	$P\ D_2\ N_3\ S\ R_2\ G_3\ M_1\ P$	$M_1\ G_3\ R_2\ S\ N_3\ D_2\ P\ M_1$
காமரிப்ரியா	$S\ G_3\ M_1\ D_2\ N_3\ \dot{S}$	$\dot{S}\ N_3\ D_2\ M_1\ M_1\ G_3\ M_1\ R_2\ S$
கன்னடம்	$S\ R_2\ G_3\ M_1\ P\ M_1\ D_2\ N_3\ \dot{S}$	$\dot{S}\ N_3\ S\ D_2\ P\ M_1\ G_3\ M_1\ G_3\ M_1\ R_2\ S$
கடனகுத்தூஹலம்	$S\ R_2\ M_1\ D_2\ N_3\ G_3\ P\ \dot{S}$	$\dot{S}\ N_3\ D_2\ P\ M_1\ G_3\ R_2\ S$
கௌசிகத்வானி / பின்ன ஷடாஜ் {இந்துஸ்தானி}	$S\ G_3\ M_1\ D_2\ N_3\ \dot{S}$	$\dot{S}\ N_3\ D_2\ M_1\ G_3\ S$
கேதாரம்	$S\ M_1\ G_3\ M_1\ P\ N_3\ \dot{S}$	$\dot{S}\ N_3\ P\ M_1\ G_3\ R_2\ S$
கோகிலாபாஷாணி	$S\ R_2\ G_3\ M_1\ P\ D_2\ N_3\ \dot{S}$	$\dot{S}\ N_3\ P\ M_1\ G_3\ M_1\ R_2\ S$
கோலாஹலம்	$S\ P\ M_1\ G_3\ M_1\ P\ D_2\ N_3\ \dot{S}$	$\dot{S}\ N_3\ D_2\ P\ M_1\ G_3\ R_2\ S$
குறிஞ்சி	$S\ N_3\ S\ R_2\ G_3\ M_1\ P\ D_2$	$D_2\ P\ M_1\ G_3\ R_2\ S\ N_3\ S$
குசுமவிசித்ரா	$S\ G_3\ R_2\ G_3\ M_1\ P\ N_3\ P\ D_2\ N_3\ \dot{S}$	$\dot{S}\ D_2\ N_3\ D_2\ M_1\ G_3\ P\ M_1\ G_3\ R_2\ S$
குடுஹலா	$S\ R_2\ M_1\ N_3\ D_2\ P\ N_3\ \dot{S}$	$\dot{S}\ N_3\ D_2\ P\ M_1\ G_3\ R_2\ S$
லஹரி	$S\ R_2\ G_3\ P\ D_2\ \dot{S}$	$\dot{S}\ D_2\ P\ M_1\ G_3\ R_2\ S$
மாண்ட் {இந்துஸ்தானி}	$S\ G_3\ M_1\ D_2\ N_3\ \dot{S}$	$\dot{S}\ N_3\ D_2\ P\ M_1\ G_3\ R_2\ S$ (அந்நிய ஸ்வரம்* : $R_1\ G_2\ M_2\ D_1\ N_2$)
மாயத்ராவில	$S\ R_2\ G_3\ M_1\ P\ D_2\ N_3\ \dot{S}$	$\dot{S}\ N_2\ P\ M_1\ P\ G_3\ M_1\ R_2\ S$
மோகனத்வானி	$S\ R_2\ G_3\ P\ D_2\ \dot{S}$	$\dot{S}\ N_3\ P\ D_2\ P\ G_3\ R_2\ S$
நாகபூஷணி	$S\ R_2\ M_1\ P\ D_2\ N_3\ \dot{S}$	$\dot{S}\ D_2\ P\ M_1\ R_2\ S$
நாகத்வானி	$S\ R_2\ S\ M_1\ G_3\ M_1\ P\ N_3\ D_2\ N_3\ \dot{S}$	$\dot{S}\ N_3\ D_2\ N_3\ P\ M_1\ G_3\ S$
நாராயணதேசக்ஷி	$S\ R_2\ M_1\ G_3\ R_2\ G_3\ M_1\ P\ D_2\ N_3\ \dot{S}$	$\dot{S}\ N_3\ D_2\ P\ M_1\ G_3\ R_2\ S$

நவரோஜ்	P D_2 N_3 S R_2 G_3 M_1 P	M_1 G_1 R_3 S N_2 D_2 P (அந்நிய ஸ்வரம்* : N_2)
நீலாம்பரி	S R_2 G_3 M_1 P D_2 P N_3 Ṡ	Ṡ N_3 P M_1 G_3 R_2 G_3 S (அந்நிய ஸ்வரம்* : N_2)
நிரோஷ்டா	S R_2 G_3 D_2 N_3 Ṡ	Ṡ N_3 D_2 G_3 R_2 S
பஹாடி {இந்துஸ்தானி}	S R_2 G_3 P D_2 P D_2 S	N_3 D_2 P G_3 M_1 G_3 R_2 S N_3 D_2 P D_2 S (அந்நிய ஸ்வரம்* : R_1 G_2 M_2 D_1 N_2)
பூர்ணசந்திரிகா	S R_2 G_3 M_1 P D_2 P Ṡ	Ṡ N_3 P M_1 R_2 G_3 M_1 R_2 S
பூர்ணகோவ்லா	S R_2 G_3 M_1 P N_3 D_2 N_3 P D_2 N_3 Ṡ	Ṡ N_3 D_2 N_3 P M_1 G_3 R_2 S
பூர்வகோவ்லா	S G_3 R_2 G_3 S R_2 M_1 P D_2 N_3 Ṡ	Ṡ N_3 D_2 P M_1 G_3 R_2 S
ரத்னபூஷனி	S R_2 G_3 M_1 P Ṡ	Ṡ P M_1 G_3 R_2 S
ரீதுவிலாச	S G_3 M_1 P D_2 N_3 Ṡ	Ṡ N_3 D_2 P M_1 G_3 S
சாரங்க மள்ளர்	S R_2 M_1 P D_2 N_3 Ṡ	Ṡ N_3 D_2 P M_1 R_2 S N_3 S
சங்கரா	S G_3 P Ṡ	Ṡ N_3 D_2 P G_3 P R_2 G_3 S
சங்கரா {இந்துஸ்தானி}	S G_3 P N_3 D_2 Ṡ N_3 Ṡ	Ṡ N_3 D_2 P G_3 P G_3 R_2 S
சங்கரஹரிகோவ்லா	S R_2 G_3 M_1 P D_2 N_3 Ṡ	Ṡ N_2 D_2 P M_1 G_3 R_2 S
சங்கரமோகனா	S R2 G3 P N3 D2 S N3	S D2 P G3 R2 S
சங்கரி	S G_3 P N_3 Ṡ	Ṡ N_3 P G_3 S
சிந்து	S M_1 P D_2 Ṡ	Ṡ N_3 D_2 M_1 P M_1 G_3 R_2 S
சிந்து மாந்தாரி	S R_2 G_3 M_1 P Ṡ	Ṡ N_3 D_2 P G_3 M_1 P M_1 R_2 S
சுதா மாளவி	S R_2 G_3 M_1 P N_3 Ṡ	Ṡ D_2 N_3 P M_1 G_3 R_2 S
சுத்தா சாரங்	S R_2 G_3 M_1 P D_2 N_3 D_2 Ṡ	Ṡ D_2 P M_1 R_2 G_3 R_2 S
சுத்தா சவேரி	S R_2 M_1 P D_2 Ṡ	Ṡ D_2 P M_1 R_2 S
சுத்தா வசந்தா	S R_2 G_3 M_1 P N_3 Ṡ	Ṡ N_3 D_2 N_3 P M_1 G_3 S
சூரநந்தினி	S R_2 G_3 P D_2 N_3 Ṡ	Ṡ N_3 D_2 P G_3 R_2 S
சுரரஞ்சனி	S G_3 P R_2 M_1 D_2 Ṡ	Ṡ N_3 D_2 P M_1 G_3 R_2 S
தாண்டவம்	S G_3 P D_2 N_3 Ṡ	Ṡ N_3 D_2 P G_3 S

வல்லபி	$S\ R_2\ G_3\ M_1\ P\ D_2\ N_3\ \dot{S}$	$\dot{S}\ N_3\ D_2\ N_3\ D_2\ P\ M_1\ P\ G_3\ M_1\ R_2\ S$
வசந்தமலை	$S\ R_2\ M_1\ P\ N_3\ \dot{S}$	$\dot{S}\ D_2\ P\ M_1\ R_2\ S$
வேதாந்தகமன	$S\ G_3\ M_1\ P\ N_3\ \dot{S}$	$\dot{S}\ N_3\ P\ M_1\ G_3\ S$
வீரபிரதாபா	$S\ G_3\ M_1\ P\ D_2\ \dot{S}$	$\dot{S}\ N_3\ D_2\ P\ M_1\ G_3\ R_2\ S$
விலாசினி	$S\ R_2\ G_3\ M_1\ P\ N_3\ \dot{S}$	$\dot{S}\ N_3\ P\ M_1\ G_3\ R_2\ S$

30 நாகநந்தினி	$S\ R_2\ G_3\ M_1\ P\ D_3\ N_3\ \dot{S}$	$\dot{S}\ N_3\ D_3\ P\ M_1\ G_3\ R_2\ S$
நாகாபரணம்	$S\ R_2\ G_2\ M_1\ P\ D_3\ N_3\ \dot{S}$	$\dot{S}\ N_3\ D_3\ P\ M_1\ G_2\ R_2\ S$
கம்பீரவாணி	$S\ G_3\ P\ M_1\ D_3\ N_3\ \dot{S}$	$\dot{S}\ N_3\ P\ M_1\ G_3\ R_2\ G_3\ R_2\ S$
லலிதாகந்தர்வா	$S\ R_2\ G_3\ M_1\ P\ D_3\ N_3\ \dot{S}$	$\dot{S}\ N_3\ P\ G_3\ R_2\ S$
சமந்தா	$S\ R_2\ G_3\ M_1\ P\ D_3\ N_3\ \dot{S}$	$\dot{S}\ N_3\ D_3\ N_3\ D_3\ P\ M_1\ G_3\ R_2\ S$
31 யாகப்ரியா	$S\ R_3\ G_3\ M_1\ P\ D_1\ N_1\ \dot{S}$	$\dot{S}\ N_1\ D_1\ P\ M_1\ G_3\ R_3\ S$
கலாவதி	$S\ R_3\ G_3\ M_1\ P\ D_1\ N_1\ \dot{S}$	$\dot{S}\ N_1\ D_1\ P\ M_1\ G_3\ R_3\ S$
டமருகப்ரியா	$S\ R_3\ G_3\ P\ D_1\ N_1\ \dot{S}$	$\dot{S}\ N_1\ D_1\ P\ G_3\ R_3\ S$
தேசரஞ்சனி	$S\ R_3\ M_1\ P\ D_1\ N_1\ \dot{S}$	$\dot{S}\ N_1\ D_1\ P\ M_1\ R_3\ S$
தேஷ்யதோடி	$S\ G_2\ M_1\ P\ D_1\ N_2\ \dot{S}$	$\dot{S}\ N_2\ D_1\ P\ M_1\ G_2\ R_1\ S$
கலாஹம்சா	$S\ R_3\ G_3\ M_1\ P\ D_1\ \dot{S}$	$\dot{S}\ N_1\ D_1\ P\ M_1\ G_3\ R_3\ S$
நிரஞ்சனி	$S\ R_3\ M_1\ D_1\ N_1\ \dot{S}$	$\dot{S}\ N_1\ D_1\ M_1\ R_3\ S$
பிரதாபஹம்சி	$S\ G_3\ M_1\ P\ N_1\ D_1\ N_1\ \dot{S}$	$\dot{S}\ N_1\ D_1\ P\ M_1\ G_3\ M_1\ R_3\ S$
32 ராகவர்த்தினி	$S\ R_3\ G_3\ M_1\ P\ D_1\ N_2\ \dot{S}$	$\dot{S}\ N_2\ D_1\ P\ M_1\ G_3\ R_3\ S$
ராகசூடாமணி	$S\ R_3\ G_3\ M_1\ P\ N_2\ \dot{S}$	$\dot{S}\ N_2\ D_1\ M_1\ R_3\ G_3\ S$
அமுதகந்தாரி	$S\ G_3\ M_1\ P\ D_1\ N_2\ \dot{S}$	$\dot{S}\ N_2\ D_1\ P\ M_1\ G_3\ R_3\ S$
தௌமியா	$S\ R_3\ G_3\ M_1\ P\ D_1\ N_2\ P\ \dot{S}$	$\dot{S}\ N_2\ D_1\ P\ M_1\ G_3\ R_3\ S$
ஹிந்தோலதர்பார்	$S\ G_3\ M_1\ P\ \dot{S}$	$\dot{S}\ N_2\ D_1\ P\ M_1\ R_3\ S$
ரம்யா	$S\ R_3\ G_3\ M_1\ P\ D_1\ N_2\ P\ \dot{S}$	$\dot{S}\ N_2\ D_1\ P\ M_1\ G_3\ R_3\ S$
சமந்தஜிங்கலா	$S\ R_3\ G_3\ M_1\ P\ D_1\ N_2\ \dot{S}$	$\dot{S}\ N_2\ P\ D_1\ N_2\ P\ M_1\ G_3\ M_1\ R_3\ G_3\ S$
33 கங்கேயபூஷணி	$S\ R_3\ G_3\ M_1\ P\ D_1\ N_3\ \dot{S}$	$\dot{S}\ N_3\ D_1\ P\ M_1\ G_3\ R_3\ S$

கங்காதரங்கிணி	$S\ R_3\ G_3\ M_1\ P\ D_1\ N_3\ \dot{S}$	$\dot{S}\ N_3\ D_1\ P\ M_1\ M_1\ G_3\ M_1\ R_3\ S$
34 வாகதீஸ்வரி	$S\ R_3\ G_3\ M_1\ P\ D_2\ N_2\ \dot{S}$	$\dot{S}\ N_2\ D_2\ P\ M_1\ G_3\ R_3\ S$
அமரசிந்து	$S\ R_3\ G_3\ P\ D_2\ N_2\ \dot{S}$	$\dot{S}\ N_2\ D_2\ P\ G_3\ R_3\ S$
போகச்சாயா நாட்டை	$S\ R_3\ G_3\ R_3\ G_3\ M_1\ P\ N_2\ N_2\ \dot{S}$	$\dot{S}\ N_2\ D_2\ N_2\ P\ S\ N_2\ P\ M_1\ M_1\ R_3\ S$
பானுமஞ்சரி	$S\ R_3\ G_3\ M_1\ P\ N_2\ \dot{S}$	$\dot{S}\ N_2\ P\ M_1\ R_3\ G_3\ R_3\ S$
சாயனத்தை	$S\ R_3\ G_3\ M_1\ P\ M_1\ P\ \dot{S}$	$\dot{S}\ N_2\ D_2\ N_2\ P\ M_1\ R_3\ S$
மகதி	$S\ R_3\ M_1\ P\ D_2\ N_2\ \dot{S}$	$\dot{S}\ N_2\ D_2\ P\ M_1\ R_3\ S$
திராவிட கலாவதி	$S\ R_3\ G_3\ P\ D_2\ \dot{S}$	$\dot{S}\ N_2\ D_2\ P\ G_3\ R_3\ S$
மோகனாங்கி	$S\ R_3\ G_3\ P\ D_2\ \dot{S}$	$\dot{S}\ D_2\ P\ G_3\ P\ D_2\ P\ G_3\ R_3\ S$
முரளி	$S\ R_3\ G_3\ M_1\ D_2\ N_2\ \dot{S}$	$\dot{S}\ N_2\ D_2\ M_1\ G_3\ R_3\ S$
சாரதாபரணா	$S\ M_1\ G_3\ M_1\ P\ M_1\ D_2\ N_2\ \dot{S}$	$\dot{S}\ N_2\ D_2\ M_1\ P\ M_1\ R_3\ S$
விகாவதி	$S\ R_3\ G_3\ P\ D_2\ \dot{S}$	$\dot{S}\ D_2\ P\ G_3\ R_3\ S$
35 சூலினி	$S\ R_3\ G_3\ M_1\ P\ D_2\ N_3\ \dot{S}$	$\dot{S}\ N_3\ D_2\ P\ M_1\ G_3\ R_3\ S$
ஷைலதேசக்ஷி	$S\ M_1\ G_3\ P\ D_2\ \dot{S}$	$\dot{S}\ N_3\ D_2\ S\ N_3\ P\ M_1\ G_3\ S$
சூர்யவசந்தம்	$S\ M_1\ G_3\ M_1\ D_2\ N_3\ \dot{S}$	$\dot{S}\ N_3\ D_2\ M_1\ G_3\ R_3\ S$
தீரஹிந்தோலம்	$S\ G_3\ M_1\ D_2\ N_3\ \dot{S}$	$\dot{S}\ N_3\ D_2\ P\ M_1\ G_3\ R_3\ S$
கணவாரிதி	$S\ M_1\ R_3\ G_3\ M_1\ P\ D_2\ N_2\ \dot{S}$ $S\ M_1\ R_3\ G_3\ M_1\ P\ D_2\ N_3\ \dot{S}$	$\dot{S}\ D_2\ N_2\ P\ M_1\ R_3\ S$ $\dot{S}\ D_2\ N_3\ P\ M_1\ R_3\ S$
ஷோகவராலி	$S\ G_3\ D_2\ N_3$	$D_2\ P\ M_1\ G_3\ R_3\ S$
36 சலனாத்தாய்	$S\ R_3\ G_3\ M_1\ P\ D_3\ N_3\ \dot{S}$	$\dot{S}\ N_3\ D_3\ P\ M_1\ G_3\ R_3\ S$
தேவநாட்டை	$S\ G_3\ M_1\ P\ \dot{S}$	$\dot{S}\ N_3\ D_3\ P\ M_1\ G_3\ R_3\ S$
கம்பீரநாதத்தை	$S\ G_3\ M_1\ P\ N_3\ \dot{S}$	$\dot{S}\ N_3\ P\ M_1\ G_3\ S$
கணரஞ்சனி	$S\ R_3\ G_3\ M_1\ P\ M_1\ D_3\ N_3\ \dot{S}$	$\dot{S}\ N_3\ D_3\ P\ M_1\ P\ M_1\ R_3\ S$
நாத்தாயி	$S\ R_3\ G_3\ M_1\ P\ N_3\ \dot{S}$	$\dot{S}\ N_3\ P\ M_1\ G_3\ R_3\ S$
37 சலகம்	$S\ R_1\ G_1\ M_2\ P\ D_1\ N_1\ \dot{S}$	$\dot{S}\ N_1\ D_1\ P\ M_2\ G_1\ R_1\ S$
சௌகந்தினி	$S\ R_1\ M_2\ P\ D_1\ \dot{S}$	$\dot{S}\ N_1\ D_1\ P\ M_2\ G_1\ R_1\ S$
போகசாவேரி	$S\ R_1\ M_2\ D_1\ N_1$	$D_1\ P\ M_2\ G_1\ R_1\ S$
38 ஜாலர்ணவம்	$S\ R_1\ G_1\ M_2\ P\ D_1\ N_2\ \dot{S}$	$\dot{S}\ N_2\ D_1\ P\ M_2\ G_1\ R_1\ S$

ஜகன்மோகினம்	S R_1 G_1 M_2 P D_1 N_2 Ṡ	Ṡ N_2 D_1 P M_2 G_1 R_1 S
ஜகன்மோகனா	S R_1 G_1 M_2 P D_2 Ṡ	Ṡ N_2 D_1 P M_2 G_1 R_1 S
39 Jhālavarāḷi	S R_1 G_1 M_2 P D_1 N_3 Ṡ	Ṡ N_3 D_1 P M_2 G_1 R_1 S
தாலிவரலி	S R_1 G_1 M_2 P D_1 N_3 Ṡ	Ṡ N_3 D_1 P M_2 G_1 R_1 S
பூபாலபஞ்சமம்	S G_1 R_1 G_1 P M_2 D_1 Ṡ	Ṡ P D_1 M_2 G_1 R_1 S
கோதாரி	S R_1 G_1 R_1 M_2 G_1 M_2 P D_1 N_3 Ṡ	Ṡ N_3 D_1 P M_2 R_1 S
ஜலசுகந்தி	S R_1 G_1 M_2 P D_1 Ṡ	Ṡ D_1 P M_2 G_1 R_1 S
ஜானாவலி	S G_2 R_1 G_2 M_2 P D_1 N_3 D_1 Ṡ	Ṡ N_3 D_1 P M_2 G_2 R_1 S
கருணாமிருதவர்ஷிணி	S R_1 G_1 M_2 P D_1 N_3 P Ṡ	Ṡ N_3 D_1 M_2 G_1 R_1 S
கோகிலாபஞ்சமம்	S G_1 R_1 G_1 P D_1 N_3 Ṡ	Ṡ N_3 D_1 P M_2 G_1 R_1 S
வராளி	S G_1 R_1 G_1 M_2 P D_1 N_3 Ṡ	Ṡ N_3 D_1 P M_2 G_1 R_1 S
40 நவநீதம்	S R_1 G_1 M_2 P D_2 N_2 Ṡ	Ṡ N_2 D_2 P M_2 G_1 R_1 S
நபோமணி	S G_1 R_1 G_1 M_2 P Ṡ	Ṡ N_2 D_2 P M_2 G_1 R_1 S
41 பாவனி	S R_1 G_1 M_2 P D_2 N_3 Ṡ	Ṡ N_3 D_2 P M_2 G_1 R_1 S
கும்பினி	S G_1 R_1 G_1 M_2 P N_3 D_2 N_3 Ṡ	Ṡ N_3 D_2 P M_2 G_1 R_1 S
சந்திரஜோதி	S R_1 G_1 M_2 P D_2 Ṡ	Ṡ D_2 P M_2 G_1 R_1 S
பிரபாவலி	S R_1 M_2 P D_2 N_3 Ṡ	Ṡ N_3 D_2 M_2 P M_2 R_1 G_1 R_1 S
பூர்ணலலிதா	S R_1 M_2 G_1 R_1 M_2 P N_3 D_2 N_3 Ṡ	Ṡ N_3 D_2 P M_2 G_1 R_1 S
பூர்ணபஞ்சமம்	(பார்க்க 15, 16) S R_1 G_1 M_2 P D_2	D_2 P M_2 G_1 R_1 S
42 ரகுப்ரியா	S R_1 G_1 M_2 P D_3 N_3 Ṡ	Ṡ N_3 D_3 P M_2 G_1 R_1 S
ரவி க்ரியா	S G_1 R_1 G_1 M_2 P D_3 N_3 Ṡ	Ṡ N_3 P M_2 G_1 R_1 S
கந்தர்வ	M_2 P D_3 N_3 S R_1 G_1	R_1 S N_3 P M_2 P
கோமதி	S R_1 G_1 M_2 P D_3 N_3	P M_2 G_1 R_1 S
ரகுலீலா	S M_2 R_1 P M_2 G_1 M_2 P M_2 R_1 M_2 P N_3 Ṡ	Ṡ N_3 D_3 N_3 P M_2 G_1 M_2 R_1 M_2 G_1 R_1 S
43 கவாம்போதி	S R_1 G_2 M_2 P D_1 N_1 Ṡ	Ṡ N_1 D_1 P M_2 G_2 R_1 S
கீர்வாணி	S R_1 G_2 M_2 P D_1 N_1 Ṡ	Ṡ N_1 D_1 P M_2 G_2 R_1 S

காஞ்சனபௌளி	$S\ G_2\ M_2\ P\ D_1\ \dot{S}$	$\dot{S}\ N_1\ D_1\ P\ M_1\ G_2\ R_1\ S$
மஹதி	$S\ G_2\ M_2\ P\ D_1\ N_1\ \dot{S}$	$\dot{S}\ N_1\ D_1\ P\ M_2\ G_2\ S$
மேச்சகாந்தாரி	$S\ R_3\ G_3\ M_1\ P\ D_2\ N_2\ \dot{S}$	$\dot{S}\ N_2\ D_2\ N_2\ P\ M_1\ G_3\ M_1\ R_3\ S$
சுவர்ணதீபகம்	$S\ R_1\ G_2\ M_2\ P\ D_1\ \dot{S}$	$\dot{S}\ D_1\ P\ M_2\ G_2\ R_1\ S$
விஜயபூஷாவலி	$S\ R_1\ G_3\ M_2\ P\ \dot{S}$	$\dot{S}\ N_3\ D_3\ P\ M_2\ G_3\ R_1\ S$
44 பவப்ரியா	$S\ R_1\ G_2\ M_2\ P\ D_1\ N_2\ \dot{S}$	$\dot{S}\ N_2\ D_1\ P\ M_2\ G_2\ R_1\ S$
பவானி	$S\ R_1\ G_2\ M_2\ D_1\ N_2\ S$	$S\ N_2\ D_1\ M_2\ G_2\ R_1\ S$
பவானி	$S\ R_1\ G_2\ M_2\ P\ D_1\ P\ N_2\ \dot{S}$	$\dot{S}\ N_2\ D_1\ P\ M_2\ G_2\ R_1\ S$
காஞ்சனாவதி	$S\ R_1\ G_2\ M_2\ P\ N_2\ \dot{S}$	$\dot{S}\ N_2\ P\ M_2\ G_2\ R_1\ S$
45 சுபபந்துவாராழி	$S\ R_1\ G_2\ M_2\ P\ D_1\ N_3\ \dot{S}$	$\dot{S}\ N_3\ D_1\ P\ M_2\ G_2\ R_1\ S$
சிவபந்துவராளி	$S\ R_1\ G_2\ M_2\ P\ D_1\ N_3\ \dot{S}$	$\dot{S}\ N_3\ D_1\ P\ M_2\ G_2\ R_1\ S$
அருணாங்கி	$S\ R_1\ M_2\ P\ N_3\ D_1\ \dot{S}$	$\dot{S}\ N_3\ D_1\ M_2\ R_1\ G_2\ R_1\ S$
பந்துவராளி	$S\ M_2\ S\ N_3\ D_1\ P\ M_2$	$D_1\ M_2\ G_2\ R_1\ S$
பானுதன்யாசி	$S\ R_1\ G_2\ M_2\ N_3\ D_1\ N_3$	$D_1\ P\ M_2\ G_2\ R_1\ S\ N_3\ S$
பானுகீரவாணி	$S\ R_1\ G_2\ M_2\ P\ D_1\ N_3\ \dot{S}$	$\dot{S}\ N_3\ D_1\ M_2\ G_2\ R_1\ S$
சாயரஞ்சனி	$S\ G_2\ M_2\ P\ N_2\ \dot{S}$	$\dot{S}\ N_2\ D_1\ P\ M_2\ G_2\ S$
தௌரேயானி	$S\ R_1\ G_2\ M_2\ N_3\ \dot{S}$	$\dot{S}\ N_3\ D_1\ P\ M_2\ G_2\ R_1\ S$
இந்துஸ்தானி டோடி	$N_3\ R_1\ G_2\ M_2\ D_1\ N_3\ \dot{S}$	$\dot{S}\ N_3\ D_1\ P\ M_2\ G_2\ R_1\ S$
ஜலகேசரி	$S\ R_1\ M_2\ P\ D_1\ N_3\ \dot{S}$	$\dot{S}\ D_1\ P\ M_2\ R_1\ S$
குமுதசந்திரிகா	$S\ G_2\ M_2\ D_1\ \dot{S}$	$\dot{S}\ N_3\ D_1\ M_2\ G_2\ R_1\ S$
மகாநந்தினி	$S\ M_2\ G_2\ M_2\ P\ D_1\ N_3\ \dot{S}$	$\dot{S}\ D_1\ N_3\ D_1\ P\ M_2\ G_2\ R_1\ S$
முல்தானி {இந்துஸ்தானி}	$S\ G_2\ M_2\ P\ N_3\ \dot{S}$	$\dot{S}\ N_3\ D_1\ P\ M_2\ G_2\ R_1\ S$
பார்பதி	$S\ G_2\ M_2\ P\ N_3\ \dot{S}$	$\dot{S}\ N_3\ P\ M_2\ G_2\ S$
சேகரசந்திரிகா	$S\ R_1\ G_2\ M_2\ D_1\ N_3\ \dot{S}$	$\dot{S}\ N_3\ D_1\ M_2\ G_2\ R_1\ S$
46 ஷத்விதமார்கினி	$S\ R_1\ G_2\ M_2\ P\ D_2\ N_2\ \dot{S}$	$\dot{S}\ N_2\ D_2\ P\ M_2\ G_2\ R_1\ S$
ஸ்தவராஜம்	$S\ R_1\ M_2\ P\ D_2\ \dot{S}$	$\dot{S}\ N_2\ D_2\ M_2\ G_2\ S$
கணஹேமாவதி	$S\ G_2\ M_2\ P\ N_2\ \dot{S}$	$\dot{S}\ N_2\ D_2\ P\ M_2\ G_2\ S$
இந்துதன்யாசி	$S\ G_2\ M_2\ D_2\ N_2\ \dot{S}$	$\dot{S}\ N_2\ D_2\ P\ D_2\ M_2\ G_2\ R_1\ S$
ஸ்ரீகாந்தி	$S\ G_2\ M_2\ P\ D_2\ N_2\ \dot{S}$	$\dot{S}\ N_2\ D_2\ P\ M_2\ G_2\ S$

தீவ்ரவாஹினி	$S R_1 G_2 M_2 P D_2 P N_2 \dot{S}$	$\dot{S} N_2 D_2 P M_2 G_2 R_1 G_2 M_2 R_1 S$
47 சுவர்ணாங்கி	$S R_1 G_2 M_2 P D_2 N_3 \dot{S}$	$\dot{S} N_3 D_2 P M_2 G_2 R_1 S$
சௌவீரம்	$S R_1 G_2 M_2 P D_2 N_3 \dot{S}$	$\dot{S} N_3 D_2 P M_2 G_2 R_1 S$
அபிரு	$S R_1 G_2 R_1 M_2 P N_3 \dot{S}$	$\dot{S} D_2 P M_2 G_2 R_1 G_2 S$
ரதிகா	$S M_2 G_2 M_2 P D_2 N_3 \dot{S}$	$\dot{S} N_3 D_2 P M_2 G_2 R_1 S$
விஜயஸ்ரீ	$S R_1 G_2 M_2 P N_2 \dot{S}$	$\dot{S} N_2 P M_2 G_2 R_1 S$
48 திவ்யமானி	$S R_1 G_2 M_2 P D_3 N_3 \dot{S}$	$\dot{S} N_3 D_3 P M_2 G_2 R_1 S$
ஜீவந்திகா	$S M_2 P D_3 N_3 \dot{S}$	$\dot{S} N_3 P M_2 G_2 S$
தேசமுகாரி	$S R_1 G_2 M_2 P D_3 N_3 D_3 \dot{S}$	$\dot{S} D_3 N_3 D_3 P M_2 G_2 R_1 S$
டுண்டுபி	$S R_1 G_2 M_2 P D_3 N_3 \dot{S}$	$\dot{S} N_3 P M_2 G_2 R_1 S$
ஜீவந்தினி	$S M_2 P D_3 N_3 \dot{S}$	$\dot{S} N_3 P M_2 G_2 S$
சுத்த காந்தாரி	$S R_1 G_2 M_2 N_3 \dot{S}$	$\dot{S} N_3 D_3 N_3 S N_3 P M_2 R_1 S$
49 தவஹாம்பரி	$S R_1 G_3 M_2 P D_1 N_1 \dot{S}$	$\dot{S} N_1 D_1 P M_2 G_3 R_1 S$
தவளங்கம்	$S R_1 G_3 M_2 P D_1 \dot{S}$	$\dot{S} N_1 D_1 P M_2 G_3 R_1 S$
அபிராமம்	$S R_1 M_2 P D_1 N_1 \dot{S}$	$\dot{S} N_1 D_1 P M_2 G_2 R_1 S$
பின்னபௌரலி	$S M_2 P D_1 N_1 D_1 \dot{S}$	$\dot{S} N_1 D_1 P M_2 G_3 S$
தர்மினி	$S R_1 G_3 M_2 D_1 N_1 \dot{S}$	$\dot{S} N_1 D_1 M_2 G_3 R_1 S$
சுதர்மினி	$S R_1 M_2 P D_1 N_1 \dot{S}$	$\dot{S} N_1 D_1 M_1 G_3 R_2 S$
50 நாமநாராயணி	$S R_1 G_3 M_2 P D_1 N_2 \dot{S}$	$\dot{S} N_2 D_1 P M_2 G_3 R_1 S$
நாமதேசி	$S R_1 G_3 M_2 P D_1 N_2 \dot{S}$	$\dot{S} N_2 D_1 P M_2 G_3 R_1 S$
நர்மதா	$S R_1 G_3 M_2 D_1 N_2 \dot{S}$	$\dot{S} N_2 D_1 M_2 P M_2 G_3 R_1 S$
ஸ்வரமஞ்சரி	$S G_3 M_2 P D_1 \dot{S}$	$\dot{S} N_2 D_1 P M_2 G_3 S$
51 பந்துவராளி (காமவர்த்தினி)	$S R_1 G_3 M_2 P D_1 N_3 \dot{S}$	$\dot{S} N_3 D_1 P M_2 G_3 R_1 S$
காசிராமக்ரியா	$S G_3 R_1 G_3 M_2 P D_1 N_3 \dot{S}$	$\dot{S} N_3 D_1 P M_1 G_3 R_1 S$
மாந்தாரி	$S R_1 G_3 M_2 P N_3 \dot{S}$	$\dot{S} N_3 P M_2 G_3 R_1 S$
ஆதி பஞ்சமம்	$S R_1 P D_1 N_3 \dot{S}$	$\dot{S} N_3 D_1 N_3 P M_2 G_3 R_1 S$

பசந்த் /வசந்த் {இந்துஸ்தானி}	$S\ G_3\ M_2\ D_1\ N_3\ \dot{S}$	$\dot{S}\ N_3\ D_1\ P\ M_2\ G_3\ M_2\ N_3\ D_1\ M_2\ G_3\ R_1\ S$ (அந்நிய ஸ்வரம்* : M_1)
பசந்த் பஹார் {இந்துஸ்தானி}	$S\ M_2\ P\ G_3\ M_2\ N_3\ D_1\ N_3\ S$	$R_2\ S\ N_2\ D_2\ P\ M_1\ G_2\ M_1\ G_2\ R_2\ S$
போகவசந்தன்	$S\ R_1\ G_3\ M_2\ D_1\ N_3\ \dot{S}$	$\dot{S}\ N_3\ D_1\ M_2\ G_3\ R_1\ S$
தீபகம்	$S\ R_2\ M_2\ P\ D_1\ P\ \dot{S}$	$\dot{S}\ N_3\ D_1\ N_3\ P\ M_2\ G_3\ R_1\ S$
கமகப்ரியா	$S\ R_1\ G_3\ M_2\ P\ N_3\ D_1\ \dot{S}$	$\dot{S}\ D_1\ P\ M_2\ G_3\ R_1\ S$
காமநப்ரியா	$S\ R_1\ G_3\ M_2\ P\ N_3\ D_1\ \dot{S}$	$\dot{S}\ D_1\ P\ M_2\ G_3\ R_1\ S$
ஹம்சநாராயணி	$S\ R_1\ G_3\ M_2\ P\ \dot{S}$	$\dot{S}\ N_3\ P\ M_2\ G_3\ R_1\ S$
இந்துமதி	$S\ G_3\ M_2\ D_1\ N_3\ \dot{S}$	$\dot{S}\ N_3\ D_1\ P\ M_2\ G_3\ S$
கமலாப்தப்ரியா	$S\ R_1\ G_3\ M_2\ P\ D_1\ \dot{S}$	$\dot{S}\ D_1\ P\ M_2\ G_3\ R_1\ S$
குமுதாக்ரியா	$S\ R_1\ G_3\ M_2\ D_1\ \dot{S}$	$\dot{S}\ N_3\ D_1\ M_2\ G_3\ R_1\ S$
மாருதி	$S\ R_1\ M_2\ P\ N_3\ \dot{S}$	$\dot{S}\ N_3\ D_1\ P\ M_2\ G_3\ R_1\ S$
பொன்னி	$S\ G_3\ M_2\ P\ N_3\ \dot{S}$	$\dot{S}\ N_3\ P\ M_2\ G_3\ R_1\ S$
பிரதாபா	$S\ G_3\ M_2\ D_1\ N_3\ \dot{S}$	$\dot{S}\ N_3\ D_1\ P\ M_2\ G_3\ R_1\ S$
பூரியா தனஶ்ரீ {இந்துஸ்தானி}	$N_3\ R_1\ G_3\ M_2\ P\ D_1\ P\ N_3\ S$	$R_1\ N_3\ D_1\ P\ M_2\ G_3\ M_2\ R_1\ G_3\ R_1\ S$
தாண்டவப்ரியா	$S\ R_1\ G_3\ M_2\ P\ \dot{S}$	$\dot{S}\ P\ M_2\ G_3\ R_1\ S$
52 ராமப்ரியா	$S\ R_1\ G_3\ M_2\ P\ D_2\ N_2\ \dot{S}$	$\dot{S}\ N_2\ D_2\ P\ M_2\ G_3\ R_1\ S$
ராமமனோஹரி	$S\ R_1\ G_3\ M_2\ P\ D_2\ \dot{S}$	$\dot{S}\ N_2\ D_2\ P\ M_2\ G_3\ R_1\ S$
சிந்தாமணி	$S\ G_3\ M_2\ P\ D_2\ N_2\ \dot{S}$	$\dot{S}\ D_2\ P\ M_2\ G_3\ R_1\ S$
ஹம்சகாமினி	$S\ G_3\ M_2\ P\ D_2\ N_2\ \dot{S}$	$\dot{S}\ N_2\ D_2\ P\ M_2\ D_2\ P\ M_2\ G_3\ R_1\ S$
லோகராஞ்சனி	$S\ G_3\ M_2\ P\ M_2\ D_2\ N_2\ \dot{S}$	$\dot{S}\ N_2\ D_2\ N_2\ P\ M_2\ G_3\ R_1\ S$
மேகஷ்யாமலா	$S\ G_3\ M_2\ P\ D_2\ N_2\ D_2\ P\ \dot{S}$	$\dot{S}\ N_2\ D_2\ P\ M_2\ G_3\ R_1\ S$
நமோவீனபாணி (சிறீ கிரிஷ் உருவாக்கம்)	$S\ G_3\ M_2\ D_2\ N_2\ \dot{S}$	$\dot{S}\ N_2\ D_2\ M_2\ G_3\ R_1\ S$
படலாம்பரி	$S\ R_1\ G_3\ M_2\ D_2\ \dot{S}$	$\dot{S}\ D_2\ M_2\ G_3\ R_1\ S$
ரக்திமார்கினி	$S\ P\ M_2\ D_2\ N_2\ \dot{S}$	$\dot{S}\ N_2\ D_2\ P\ M_2\ P\ G_3\ R_1\ S$
ராசவினோதினி	$S\ G_3\ M_2\ P\ D_2\ N_2\ \dot{S}$	$\dot{S}\ N_2\ D_2\ P\ M_2\ G_3\ S$
ரீதி சந்திரிகா	$S\ R_1\ G_3\ M_2\ P\ D_2\ \dot{S}$	$\dot{S}\ N_2\ D_2\ P\ M_2\ G_3\ R_1\ S$

சீமந்திநிப்ரியா	$S\ R_1\ G_3\ M_2\ D_2\ N_2\ \dot{S}$	$\dot{S}\ N_2\ D_2\ M_2\ G_3\ R_1\ S$
சுககாரி	$S\ R_1\ S\ P\ D_2\ N_2\ \dot{S}$	$\dot{S}\ N_2\ D_2\ P\ M_2\ G_3\ S\ R_1\ S$
வேதஸ்வரூபி	$S\ R_1\ G_3\ M_2\ P\ D_2\ N_3\ P\ \dot{S}$	$\dot{S}\ N_3\ D_2\ P\ N_3\ P\ M_2\ G_3\ S$
53 காமனாஸ்ரமம்	$S\ R_1\ G_3\ M_2\ P\ D_2\ N_3\ \dot{S}$	$\dot{S}\ N_3\ D_2\ P\ M_2\ G_3\ R_1\ S$
கமகாக்ரியா	$S\ R_1\ G_3\ M_2\ P\ D_2\ \dot{S}$	$\dot{S}\ N_3\ D_2\ P\ M_2\ G_3\ R_1\ S$
அலங்காரி	$S\ G_3\ M_2\ D_2\ N_3\ D_2\ \dot{S}$	$\dot{S}\ N_3\ D_2\ M_2\ G_3\ S$
பாதியார் {இந்துஸ்தானி}	$S\ D_2\ P\ D_2\ M_2\ P\ G_3\ M_2\ D_2\ S$	$R_1\ N_3\ D_2\ P\ M_2\ P\ G_3\ R_1\ S$ (அந்நிய ஸ்வரம்* : M_1)
த்விகாந்தாரபூஷணி	$S\ R_1\ G_2\ G_3\ G_2\ P\ D_2\ \dot{S}$	$\dot{S}\ D_2\ P\ G_2\ G_3\ G_2\ R_1\ S\ D_2\ S$
ஹம்சாநந்தி	$S\ R_1\ G_3\ M_2\ D_2\ N_3\ \dot{S}$	$\dot{S}\ N_3\ D_2\ M_2\ G_3\ R_1\ S$
மேச்சகாங்கி	$S\ R_1\ G_3\ M_2\ P\ D_2\ P\ N_3\ \dot{S}$	$\dot{S}\ N_3\ P\ D_2\ P\ M_2\ G_3\ R_1\ S$
பத்மகல்யாணி	$S\ G_3\ P\ N_3\ \dot{S}$	$\dot{S}\ N_3\ D_2\ P\ M_2\ G_3\ S$
பூர்வி கல்யாணி	$S\ R_1\ G_3\ M_2\ P\ D_2\ P\ \dot{S}$	$\dot{S}\ N_3\ D_2\ P\ M_2\ G_3\ R_1\ S$
ஷரபத்வாஜா	$S\ R_1\ G_3\ M_2\ P\ D_2\ \dot{S}$	$\dot{S}\ D_2\ P\ G_3\ R_1\ S$
சோஹினி {இந்துஸ்தானி}	$S\ G_3\ M_2\ D_2\ N_3\ \dot{S}$	$\dot{S}\ N_3\ D_2\ M_2\ G_3\ R_1\ S$
வைஷாகா	$S\ R_1\ G_3\ M_2\ P\ D_2\ N_3\ \dot{S}$	$\dot{S}\ N_3\ D_2\ N_3\ P\ M_2\ G_3\ M_2\ R_1\ S$

54 விஸ்வம்பரி	$S\ R_1\ G_3\ M_2\ P\ D_3\ N_3\ \dot{S}$	$\dot{S}\ N_3\ D_3\ P\ M_2\ G_3\ R_1\ S$
வம்ஷாவதி	$S\ R_1\ G_3\ M_2\ P\ D_3\ N_3\ \dot{S}$	$\dot{S}\ N_3\ P\ M_2\ G_3\ R_1\ S$
ஹேமாங்கி	$S\ R_1\ G_3\ M_2\ D_3\ \dot{S}$	$\dot{S}\ D_3\ M_2\ G_3\ R_1\ S$
பூஷகல்யாணி	$S\ R_1\ G_3\ M_2\ P\ D_3\ N_3\ \dot{S}$	$\dot{S}\ N_3\ P\ M_2\ G_3\ R_1\ S$
ஷரத்யுதி	$S\ R_1\ G_3\ M_2\ P\ D_3\ N_3\ D_3\ \dot{S}$	$\dot{S}\ N_3\ D_3\ P\ M_2\ G_3\ R_1\ S$
சுத்தக்ரியா	$S\ R_1\ M_2\ M_2\ P\ D_3\ \dot{S}$	$\dot{S}\ D_3\ P\ M_2\ G_3\ R_1\ S$
சுந்தராங்கி	$S\ R_1\ G_3\ P\ D_3\ N_3\ \dot{S}$	$\dot{S}\ N_3\ D_3\ P\ G_3\ R_1\ S$
விஜயவசந்தம்	$S\ M_2\ P\ D_3\ N_3\ \dot{S}$	$\dot{S}\ N_3\ P\ M_2\ G_3\ S$
55 சாமங்கி	$S\ R_2\ G_2\ M_2\ P\ D_1\ N_1\ \dot{S}$	$\dot{S}\ N_1\ D_1\ P\ M_2\ G_2\ R_2\ S$
ஷ்யாமலம்	$S\ R_2\ G_2\ M_2\ P\ D_1\ N_1\ \dot{S}$	$\dot{S}\ N_1\ D_1\ P\ M_2\ G_2\ R_2\ S$
தேசாவளி	$S\ R_2\ G_2\ M_2\ D_1\ N_1\ D_1\ \dot{S}$	$\dot{S}\ N_1\ D_1\ M_2\ G_2\ R_2\ S$

விஜயமாளவி	$S\ R_2\ M_2\ P\ D_1\ \dot{S}$	$\dot{S}\ N_1\ D_1\ P\ M_2\ R_2\ S$
56 ஷண்முகப்ரியா	$S\ R_2\ G_2\ M_2\ P\ D_1\ N_2\ \dot{S}$	$\dot{S}\ N_2\ D_1\ P\ M_2\ G_2\ R_2\ S$
சாமரம்	$S\ R_2\ M_2\ P\ D_1\ N_2\ \dot{S}$	$\dot{S}\ N_2\ D_1\ P\ M_2\ G_2\ R_2\ S$
பாஷினி	$S\ G_2\ R_2\ G_2\ M_2\ P\ D_1\ N_2\ \dot{S}$	$\dot{S}\ N_2\ D_1\ P\ M_2\ G_2\ R_1\ S$
சிந்தாமணி	$S\ G_2\ R_2\ G_2\ M_2\ G_2\ R_2\ G_2\ P\ M_2\ P\ D_2\ N_2\ \dot{S}$	$\dot{S}\ N_2\ D_2\ P\ M_2\ G_2\ R_2\ S$
தனகரி	$S\ G_2\ P\ D_1\ N_2\ \dot{S}$	$\dot{S}\ N_2\ D_1\ M_2\ G_2\ S$
கரிகாத்யா	$N_2\ S\ G_2\ M_2\ P\ D_1\ N_2$	$D_1\ P\ M_2\ G_2\ R_2\ S$
கோபிகாதிலகம்	$S\ R_2\ G_2\ M_2\ P\ N_2\ \dot{S}$	$\dot{S}\ N_2\ P\ M_2\ G_2\ R_2\ S$
கோகிலாநந்தி	$S\ G_2\ M_2\ D_1\ N_2\ \dot{S}$	$\dot{S}\ N_2\ D_1\ P\ M_2\ G_2\ S$
ராஜேஸ்வரி	$S\ R_2\ G_2\ P\ N_2\ \dot{S}$	$\dot{S}\ N_2\ D_1\ P\ M_1\ G_2\ S$
ஸமுद்ரப்ரியா	$S\ G_2\ M_2\ P\ N_2\ \dot{S}$	$\dot{S}\ N_2\ P\ M_2\ G_2\ S$
சண்முகி (திரிமூர்த்தி)	$S\ R_1\ G_2\ M_2\ D_1\ N_2\ \dot{S}$	$\dot{S}\ N_2\ D_1\ M_2\ G_2\ R_1\ S$
சுமணசரஞ்சனி	$S\ G_2\ M_2\ P\ N_2\ \dot{S}$	$\dot{S}\ N_2\ P\ M_2\ G_2\ S$
வாசுகரி	$S\ G_2\ M_2\ P\ D_1\ N_2\ \dot{S}$	$\dot{S}\ N_2\ D_1\ M_2\ G_2\ S$
57 சிம்ஹேந்திரமத்யம் (சுமத்யுதி)	$S\ R_2\ G_2\ M_2\ P\ D_1\ N_3\ \dot{S}$	$\dot{S}\ N_3\ D_1\ P\ M_2\ G_2\ R_2\ S$
ஆனந்தவல்லி	$S\ G_2\ M_2\ P\ N_3\ \dot{S}$	$\dot{S}\ N_3\ P\ M_2\ G_2\ S$
கண்டனா	$S\ R_2\ G_2\ M_2\ D_1\ N_3\ \dot{S}$	$\dot{S}\ N_3\ D_1\ M_2\ G_2\ R_2\ S$
ஜெயசூடாமணி	$S\ G_2\ M_2\ P\ D_1\ \dot{S}$	$\dot{S}\ N_3\ D_1\ P\ M_2\ G_2\ R_2\ S$
ப்ரணவப்ரியா	$S\ R_2\ M_2\ P\ N_3\ \dot{S}$	$\dot{S}\ N_3\ P\ M_2\ G_2\ R_2\ S$
சர்வாங்கி	$S\ R_2\ M_2\ D_1\ N_3\ \dot{S}$	$\dot{S}\ N_3\ D_1\ M_2\ G_2\ S\ R_3\ S$
சேஷநாதம்	$S\ R_2\ G_2\ M_2\ P\ D_1\ \dot{S}$	$\dot{S}\ N_3\ D_1\ P\ M_2\ G_2\ R_2\ S$
சுத்தா	$S\ R_2\ G_2\ M_2\ P\ N_3\ \dot{S}$	$\dot{S}\ N_3\ P\ M_2\ G_2\ R_2\ S$
ஸுநாதப்ரியா	$S\ R_2\ G_2\ M_2\ P\ \dot{S}$	$\dot{S}\ N_3\ D_1\ P\ M_2\ G_2\ R_2\ S$
ஊர்மிகா	$S\ R_2\ G_2\ M_2\ P\ N_3\ \dot{S}$	$\dot{S}\ N_3\ P\ M_2\ G_2\ R_2\ S$
விஜயசரஸ்வதி	$S\ G_2\ M_2\ P\ D_1\ N_3\ \dot{S}$	$\dot{S}\ N_3\ P\ M_2\ G_2\ R_2\ S$
58 ஹேமாவதி	$S\ R_2\ G_2\ M_2\ P\ D_2\ N_2\ \dot{S}$	$\dot{S}\ N_2\ D_2\ P\ M_2\ G_2\ R_2\ S$
தேசிசிம்ஹாரவம்	$S\ R_2\ G_2\ M_2\ P\ D_2\ N_2\ \dot{S}$	$\dot{S}\ N_2\ D_2\ P\ M_2\ G_2\ R_2\ S$

சந்திரரேகா	$S R_2 G_2 M_2 P D_2 \dot{S}$	$\dot{S} N_2 D_2 M_2 G_2 R_2 S$
ஹம்சப்ரமாரி	$S R_2 G_2 M_2 P D_2 \dot{S}$	$\dot{S} N_2 D_2 P M_2 G_2 R_2 S$
ஹேமாம்பரி	$S R_2 G_2 M_2 P D_2 N_2 \dot{S}$	$\dot{S} P M_2 G_2 R_2 S$
ஹேமப்ரியா	$S R_2 G_2 M_2 D_2 \dot{S}$	$\dot{S} D_2 M_2 G_2 R_2 S$
க்ஷேமகாரி	$S R_2 M_2 D_2 N_2 \dot{S}$	$\dot{S} N_2 D_2 M_2 R_2 S$
மதுகோவுன்ஸ்	$S G_2 M_2 P N_2 P \dot{S}$	$\dot{S} N_2 P M_2 G_2 S$
சக்திரூபிணி	$S G_2 M_2 D_2 \dot{S}$	$\dot{S} N_2 D_2 M_2 G_2 S$
சிம்ஹாரவா	$S R_2 M_2 P N_2 \dot{S}$	$\dot{S} N_2 P M_2 R_2 G_2 R_2 S$
விஜயசாரங்கா	$S R_2 G_2 M_2 P D_2 \dot{S}$	$\dot{S} N_2 D_2 M_2 G_2 R_2 S$
விஜயஷ்ராங்கி	$S R_2 G_2 M_2 P D_2 \dot{S}$	$\dot{S} N_2 D_2 M_2 G_2 R_2 S$
யாகினி	$S R_2 M_2 P N_2 \dot{S}$	$\dot{S} N_2 P M_2 R_2 S$
59 தர்மவதி	$S R_2 G_2 M_2 P D_2 N_3 \dot{S}$	$\dot{S} N_3 D_2 P M_2 G_2 R_2 S$
தாமாவதி	$S R_2 G_2 M_2 P D_2 N_3 \dot{S}$	$\dot{S} N_3 D_2 P M_2 G_2 R_2 S$
ஸ்ரீ தியாகராஜர் (மகேஷ் மகாதேவ் உருவாக்கிய ராகம்) [6]	$S G_2 M_2 P N_3 \dot{S}$	$\dot{S} N_3 P M_2 G_2 R_2 S$
கௌரிக்ரியா	$S G_2 M_2 P D_2 N_3 \dot{S}$	$\dot{S} N_3 D_2 N_3 P M_2 G_2 S$
கார்முகவதி	$S R_2 G_2 M_2 D_2 N_3 \dot{S}$	$\dot{S} N_3 D_2 M_2 G_2 R_2 S$
கற்பூர பரணி	$S R_2 G_2 P M_2 P D_2 \dot{S}$	$\dot{S} D_2 P M_2 P G_2 R_2 S$
லலிதாசிம்மராவம்	$S R_2 G_2 M_2 P \dot{S}$	$\dot{S} N_3 P M_2 G_2 R_2 S$
மதுமால்தி {இந்துஸ்தானி}	$N_3 S G_2 M_2 P \dot{S}$	$\dot{S} N_3 D_2 P M_2 G_2 R_2 S$ (அந்நிய ஸ்வரம்* : M_1)
மதுவந்தி {இந்துஸ்தானி}	$S G_2 M_2 P N_3 \dot{S}$	$\dot{S} N_3 D_2 P M_2 G_2 R_2 S$
மோஹரஞ்சனி	$S R_2 G_2 P D_2 \dot{S}$	$\dot{S} N_3 D_2 M_2 G_2 S$
ரஞ்சனி	$S R_2 G_2 M_2 D_2 \dot{S}$	$\dot{S} N_3 D_2 M_2 G_2 S$
வரதா	$S R_2 M_2 P N_3 \dot{S}$	$\dot{S} N_3 P M_2 R_2 S$
விஜயநகரி	$S R_2 G_2 M_2 P D_2 \dot{S}$	$\dot{S} D_2 P M_2 G_2 R_2 S$
விஶ்வேஶ்வரப்ரியா	$S R_2 M_2 P N_3 \dot{S}$	$\dot{S} N_3 D_2 P M_2 R_2 S$
60 நீதிமதி	$S R_2 G_2 M_2 P D_3 N_3 \dot{S}$	$\dot{S} N_3 D_3 P M_2 G_2 R_2 S$
நிஷாதம்	$S R_2 G_2 M_2 P D_3 N_3 \dot{S}$	$\dot{S} N_3 P M_2 G_2 R_2 S$
அமரஸேநப்ரியா	$S R_2 M_2 P N_2 \dot{S}$	$\dot{S} N_3 P M_2 G_2 R_2 S$

தேஷ்யஞானவாரிதி	$S\ R_2\ G_2\ M_2\ P\ D_3\ N_3\ P\ \dot{S}$	$\dot{S}\ N_3\ S\ P\ M_2\ G_2\ R_2\ S$
ஹம்ஸநாதம்	$S\ R_2\ M_2\ P\ D_3\ N_3\ \dot{S}$	$S\ N_3\ D_3\ P\ M_2\ R_2\ \dot{S}$
	$S\ R_2\ M_2\ P\ N_3\ S$	$S\ N_3\ P\ M_2\ R_2\ S$
கைகவசி	$S\ R_2\ G_2\ M_2\ P\ D_3\ N_3\ \dot{S}$	$\dot{S}\ N_3\ P\ M_2\ G_2\ R_2\ S$
நுதனசந்திரிகா	$S\ R_2\ G_2\ M_2\ P\ D_3\ N_3\ \dot{S}$	$\dot{S}\ N_3\ P\ D_3\ N_3\ P\ M_2\ G_2\ S$
ரத்னசாரங்கா	$S\ R_2\ G_2\ M_2\ P\ N_3\ \dot{S}$	$\dot{S}\ N_3\ D_3\ P\ M_2\ G_2\ R_2\ S$
61 காந்தாமணி	$S\ R_2\ G_3\ M_2\ P\ D_1\ N_1\ \dot{S}$	$\dot{S}\ N_1\ D_1\ P\ M_2\ G_3\ R_2\ S$
குந்தலம்	$S\ R_2\ G_3\ M_2\ P\ D_1\ \dot{S}$	$\dot{S}\ N_1\ D_1\ P\ M_2\ G_3\ R_2\ S$
கனககுசுமாவலி	$S\ R_2\ G_3\ M_2\ P\ D_2\ \dot{S}$	$\dot{S}\ D_2\ P\ M_2\ G_3\ R_2\ S$
ஷ்ருத்திரஞ்சனி	$S\ R_2\ G_3\ M_2\ P\ D_1\ N_1$	$N_1\ D_1\ P\ M_2\ G_3\ R_2\ S$
62 ரிஷபப்ரியா	$S\ R_2\ G_3\ M_2\ P\ D_1\ N_2\ \dot{S}$	$\dot{S}\ N_2\ D_1\ P\ M_2\ G_3\ R_2\ S$
ரதிப்ரியா	$S\ R_2\ G_3\ M_2\ P\ D_1\ N_2\ \dot{S}$	$\dot{S}\ N_2\ D_1\ P\ M_2\ G_3\ R_2\ S$
கோப்ரியா	$S\ R_2\ G_3\ M_2\ D_1\ N_2\ \dot{S}$	$\dot{S}\ N_2\ D_1\ M_2\ G_3\ R_2\ S$
பூர்ணசாவேரி	$S\ R_2\ M_2\ P\ D_1\ \dot{S}$	$\dot{S}\ N_2\ D_1\ P\ M_2\ G_3\ R_2\ S$
ரத்னபானு	$S\ R_2\ M_2\ P\ N_2\ D_1\ N_2\ \dot{S}$	$\dot{S}\ N_2\ D_1\ P\ M_2\ G_3\ R_2\ S$
சுத்த சாரங்கா	$S\ G_3\ M_2\ P\ N_2\ \dot{S}$	$\dot{S}\ D_1\ P\ M_2\ G_3\ S$
63 லதாங்கி	$S\ R_2\ G_3\ M_2\ P\ D_1\ N_3\ \dot{S}$	$\dot{S}\ N_3\ D_1\ P\ M_2\ G_3\ R_2\ S$
கீதப்ரியா	$S\ R_2\ G_3\ M_2\ P\ D_1\ N_3\ \dot{S}$	$\dot{S}\ N_3\ D_1\ P\ M_2\ G_3\ R_2\ S$
சித்ரசந்திரிகா	$S\ G_3\ R_2\ G_3\ M_2\ P\ N_3\ D_1\ \dot{S}$	$\dot{S}\ N_3\ D_1\ M_2\ G_3\ R_2\ S$
ஹம்சலதா	$S\ R_2\ G_3\ P\ N_3\ \dot{S}$	$\dot{S}\ N_3\ D_1\ P\ M_2\ G_3\ R_2\ S$
கனநப்ரியா	$S\ R_2\ G_3\ M_2\ P\ M_2\ D_1\ N_3\ \dot{S}$	$\dot{S}\ D_1\ N_3\ P\ M_2\ G_3\ R_2\ S$
கருணாகரி	$S\ M_2\ P\ D_1\ N_3\ D_1\ \dot{S}$	$\dot{S}\ N_3\ D_1\ P\ M_2\ S$
லலிதாங்கி	$S\ R_2\ G_3\ M_2\ D_1\ N_3\ \dot{S}$	$\dot{S}\ N_3\ D_1\ M_2\ G_3\ R_2\ S$
ரமணி	$S\ G_3\ M_2\ P\ N_3\ \dot{S}$	$\dot{S}\ N_3\ D_1\ P\ M_2\ G_3\ S$
ரத்னகாந்தி	$S\ R_2\ G_3\ M_2\ P\ N_3\ \dot{S}$	$\dot{S}\ N_3\ P\ M_2\ G_3\ R_2\ S$
ரவிஸ்வரூபிணி	$S\ G_3\ M_2\ P\ D_1\ N_3\ \dot{S}$	$\dot{S}\ N_3\ D_1\ P\ M_2\ G_3\ S$
சஜ்ஜானநந்தி	$S\ R_2\ G_3\ M_2\ P\ D_1\ N_3\ \dot{S}$	$\dot{S}\ N_3\ D_1\ M_2\ G_3\ R_2\ S$
ஸ்கந்தமனோரமா	$S\ R_2\ M_2\ P\ N_3\ \dot{S}$	$\dot{S}\ N_3\ P\ M_2\ R_2\ S$

64 வாச்சஸ்பதி	$S\ R_2\ G_3\ M_2\ P\ D_2\ N_2\ \dot{S}$	$\dot{S}\ N_2\ D_2\ P\ M_2\ G_3\ R_2\ S$
பூஷாவதி	$S\ R_2\ G_3\ M_2\ P\ D_2\ N_2\ \dot{S}$	$\dot{S}\ N_2\ D_2\ P\ M_2\ G_3\ R_2\ S$
பாகவதரஞ்சனா	$S\ R_2\ M_2\ P\ D_2\ N_2\ \dot{S}$	$\dot{S}\ N_2\ D_2\ P\ M_2\ G_3\ R_2\ S$
போகீஸ்வரி	$S\ R_2\ G_3\ P\ D_2\ N_2\ D_2\ \dot{S}$	$\dot{S}\ N_2\ D_2\ P\ M_2\ G_3\ R_2\ S$
பூஷாவலி	$S\ R_2\ G_3\ M_2\ P\ D_2\ \dot{S}$	$\dot{S}\ N_2\ D_2\ P\ M_2\ G_3\ R_2\ S$
த்விகாந்தாரபூஷணி	$S\ R_1\ G_2\ G_3\ G_2\ P\ D_2\ \dot{S}$	$\dot{S}\ D_2\ P\ G_2\ G_3\ G_2\ R_1\ S\ D_2\ S$
ககனமோஹினி	$S\ G_3\ P\ D_2\ N_2\ \dot{S}$	$\dot{S}\ N_2\ P\ M_2\ G_3\ S$
குருப்ரியா	$S\ R_2\ G_3\ M_2\ D_2\ N_2\ \dot{S}$	$\dot{S}\ N_2\ D_2\ M_2\ G_3\ R_2\ S$
ஹர்தினி	$S\ G_3\ M_2\ P\ N_2\ \dot{S}$	$\dot{S}\ N_2\ P\ M_2\ G_3\ S$
மங்களகாரி	$S\ R_2\ P\ M_2\ P\ D_2\ N_2\ \dot{S}$	$\dot{S}\ N_2\ D_2\ P\ G_3\ R_2\ S$
முக்திதாயினி	$S\ G_3\ M_2\ P\ D_2\ N_2\ \dot{S}$	$\dot{S}\ N_2\ D_2\ P\ M_2\ G_3\ S$
நாதபிரம்மம்	$S\ P\ M_2\ P\ D_2\ N_2\ \dot{S}$	$\dot{S}\ N_2\ D_2\ P\ M_2\ G_3\ S$
பிரணவகாரி	$P\ N_2\ D_2\ N_2\ S\ R_2\ G_3\ M_2$	$P\ M_2\ G_3\ R_2\ S\ N_2\ D_2\ N_2\ P$
சரஸ்வதி	$S\ R_2\ M_2\ P\ D_2\ \dot{S}$	$\dot{S}\ N_2\ D_2\ P\ M_2\ R_2\ S$
சிவரஞ்சனி (அசல்)	$S\ R_2\ G_3\ M_2\ D_2\ P\ N_2\ \dot{S}$	$\dot{S}\ N_2\ D_2\ P\ D_2\ M_2\ G_3\ R_2\ S$
திரிவேணி	$S\ R_2\ M_2\ P\ D_2\ N_2\ \dot{S}$	$\dot{S}\ N_2\ D_2\ P\ M_2\ R_2\ S$
உத்தரி	$S\ G_3\ M_2\ P\ D_2\ N_2\ \dot{S}$	$\dot{S}\ N_2\ D_2\ M_2\ G_3\ S$
65 மேச்சகல்யாணி	$S\ R_2\ G_3\ M_2\ P\ D_2\ N_3\ \dot{S}$	$\dot{S}\ N_3\ D_2\ P\ M_2\ G_3\ R_2\ S$
சாந்தகல்யாணி	$S\ R_2\ G_3\ M_2\ P\ D_2\ N_3\ \dot{S}$	$\dot{S}\ N_3\ D_2\ P\ M_2\ G_3\ R_2\ S$
அமிர்த கல்யாணி (மகேஷ் மகாதேவ் உருவாக்கிய ராகம்) [4]	$S\ G_3\ M_2\ P\ N_3\ \dot{S}$	$\dot{S}\ N_3\ D_2\ P\ M_2\ G_3\ R_2\ S$
அமிர்தா பெஹாக்	S M2 G3 P N3 S	D N3 D2 M2 G3 S
அப்ரமேயா	$S\ R_2\ M_2\ P\ D_2\ \dot{S}$	$\dot{S}\ N_3\ D_2\ M_2\ G_3\ M_2\ R_2\ S$
பூப்கல்யாணி	$S\ R_2\ G_3\ P\ D_2\ \dot{S}$	$\dot{S}\ N_3\ D_2\ P\ M_2\ G_3\ R_2\ S$
பூபாலி {இந்துஸ்தானி}	$S\ R_2\ G_3\ P\ D_2\ \dot{S}$	$\dot{S}\ D_2\ P\ G_3\ R_2\ S$
சந்திரகாந்தா	$S\ R_2\ G_3\ M_2\ P\ D_2\ N_3\ \dot{S}$	$\dot{S}\ N_3\ D_2\ N_3\ P\ M_2\ G_3\ R_2\ S$
ஹமீர் {இந்துஸ்தானி}	$S\ R_2\ S\ G_3\ M_1\ D_2\ N_3\ D_2\ \dot{S}$	$\dot{S}\ N_3\ D_2\ N_3\ P\ G_3\ M_1\ D_2\ M_2\ P\ D_2\ P\ G_3\ M_1\ R_2\ S$ (அந்நிய ஸ்வரம்* : M_1)

ஹமீர் கல்யாணி {கேதாரின் கர்நாடக விளக்கம்}	S P M2 P D2 N3 S S R2 S P M2 P D2 N3 S S R2 S P M2 N3 D2 S N3 S S R2 G3 M2 P D2 N3 P D2 P S S P M2 P D2 N3 S	S N3 D2 P M2 M1 G3 P M1 R2 S S N3 D2 P M2 G3 M1 G3 R2 S S N3 D2 P M2 G M1 R2 S S N3 D2 P G3 M1 G3 R2 S S N3 D2 P G3 M1 G3 R2 S
ஹம்சகல்யாணி	S R_2 G_3 P N_3 Ṡ	Ṡ N_3 D_2 P M_2 G_3 R_2 S
கல்யாணதாயினி	S R_2 G_3 M_2 D_2 N_3 Ṡ	Ṡ N_3 D_2 M_2 G_3 R_2 S
கன்னடமருவ	S G_3 M_2 P D_2 N_3 Ṡ	Ṡ N_3 D_2 P M_2 G_3 S
கேட் ஆர் {இந்துஸ்தானி}	S * M_1 (G_3)P D_2 N_3 Ṡ	Ṡ N_3 D_2 P M_2 P *M_1 S R_2 S (அந்நிய ஸ்வரம்* : M_1)
கௌமோடா	S R_2 G_3 M_2 N_3 Ṡ	Ṡ N_3 P M_2 G_3 S
குந்தலஶ்ரீகாந்தி	S G_3 M_2 P D_2 N_3 Ṡ	Ṡ N_3 P M_2 G_3 R_2 S
மோகன கல்யாணி	S R_2 G_3 P D_2 Ṡ	Ṡ N_3 D_2 P M_2 G_3 R_2 S
மிர்காநந்தனா	S R_2 G_3 D_2 N_3 Ṡ	Ṡ N_3 D_2 M_2 D_2 G_3 R_2 S
நாத கல்யாணி (மகேஷ் மகாதேவ் உருவாக்கிய ராகம்) [4]	S R_2 M_2 P N_3 Ṡ	Ṡ N_3 D_2 M_2 G_3 R_2 S
நந்தகல்யாணி	S G_3 M_2 D_2 N_3 Ṡ	Ṡ N_3 D_2 M_2 G_3 M_2 R_2 S
பிரமோதினி	S G_3 M_2 P D_2 Ṡ	Ṡ D_2 P M_2 G_3 S
ராஜசாதகா (மகேஷ் மகாதேவ் உருவாக்கிய ராகம்) [4]	S R_2 G_3 P D_2 Ṡ	Ṡ N_3 P M_2 R_2 S
சாரங்கா	S R2 G3 M2 P D2 N3 S S R2 S P M2 P D2 N3 S S P M2 P D2 N3 S	S N3 D2 P M2 R2 G3 M1 R2 S S N3 S D2 P M2 R2 G3 M1 R2 S S N3 D2 P M2 R2 G3 M1 R2 S
சாரங்கா தரங்கிணி	S R_2 M_2 P D_2 N_3 Ṡ	Ṡ N_3 D_2 P M_2 R_2 S
ஷிலாங்கி	S G_3 M_2 P N_3 Ṡ	Ṡ N_3 P M_2 G_3 S
சுத்த சாரங் {இந்துஸ்தானி}	N_3 S R_2 M_2 P N_3 Ṡ	Ṡ N_3 D_2 P M_2 P M_1 R_2 S N_3 S (அந்நிய ஸ்வரம்* : M_1)
சுத்த கோசாலா	S G_3 M_2 P Ṡ	Ṡ N_3 D_2 M_2 G_3 R_2 S

ஷியாம் கல்யாண் {இந்துஸ்தானி}	$N_3\ S\ R_2\ M_2\ P\ N_3\ \dot{S}$	$\dot{S}\ N_3\ D_2\ P\ M_2\ P\ D_2\ P\ G_3\ M_1\ P\ G_3\ M_1\ R_2\ S\ N_3\ S$ (அந்நிய ஸ்வரம்* : M_1)
சுனாதாவினோதினி / ஹிந்துஸ்தானியின் ஹிந்தோல்	$S\ G_3\ M_2\ D_2\ N_3\ \dot{S}$	$\dot{S}\ N_3\ D_2\ M_2\ G_3\ S$
ஸ்வயம்பூஷ்வர ராகம்	$S\ G_3\ P\ \dot{S}$	பி ஜி$_3$ S
வந்தனதாரிணி	$S\ R_2\ M_2\ P\ D_2\ \dot{S}$	$\dot{S}\ D_2\ P\ M_2\ R_2\ S$
விவாஹப்ரியா [7]	$S\ R_2\ M_2\ P\ D_2\ N_3\ \dot{S}$	$\dot{S}\ N_3\ D_2\ P\ M_2\ R_2\ S$
யமுனா கல்யாணி / யமன் கல்யாண் {இந்துஸ்தானி}	$S\ R_2\ G_3\ M_2\ P\ D_2\ N_3\ \dot{S}$	$\dot{S}\ N_3\ D_2\ P\ M_2\ G_3\ M_1\ G_3\ R_2\ S$ (அந்நிய ஸ்வரம்* : M_1)
66 சித்ராம்பரி	$S\ R_2\ G_3\ M_2\ P\ D_3\ N_3\ \dot{S}$	$\dot{S}\ N_3\ D_3\ P\ M_2\ G_3\ R_2\ S$
சதுரங்கினி	$S\ R_2\ G_3\ M_2\ P\ N_3\ \dot{S}$	$\dot{S}\ N_3\ D_3\ N_3\ P\ G_3\ M_2\ G_3\ R_2\ S$
அமிர்தவர்ஷினி	$S\ G_3\ M_2\ P\ N_3\ \dot{S}$	$\dot{S}\ N_3\ P\ M_2\ G_3\ S$
சித்ரசிந்து	$S\ G_3\ M_2\ P\ N_3\ \dot{S}$	$\dot{S}\ N_3\ D_3\ P\ M_2\ G_3\ R_2\ S$
சூர்ணிகாவினோதினி	$S\ R_2\ G_3\ M_2\ P\ D_3\ N_3\ \dot{S}$	$\dot{S}\ N_3\ D_3\ N_3\ P\ M_2\ G_3\ R_2\ S$
விஜயகோசலம்	$S\ R_2\ G_3\ M_2\ P\ \dot{S}$	$\dot{S}\ N_3\ P\ M_2\ G_3\ S$
67 சுசரித்ரா	$S\ R_3\ G_3\ M_2\ P\ D_1\ N_1\ \dot{S}$	$\dot{S}\ N_1\ D_1\ P\ M_2\ G_3\ R_3\ S$
சந்தான மஞ்சரி	$S\ R_3\ G_3\ M_2\ P\ D_1\ \dot{S}$	$\dot{S}\ N_1\ D_1\ P\ M_2\ R_3\ S$
68 ஜோதிஸ்வரூபிணி	$S\ R_3\ G_3\ M_2\ P\ D_1\ N_2\ \dot{S}$	$\dot{S}\ N_2\ D_1\ P\ M_2\ G_3\ R_3\ S$
ஜோதி	$S\ R_3\ G_3\ M_2\ P\ D_1\ N_2\ \dot{S}$	$\dot{S}\ N_2\ D_1\ P\ M_2\ G_3\ S$
தீபாவளி	$S\ R_3\ M_2\ P\ N_2\ \dot{S}$	$\dot{S}\ N_2\ P\ M_2\ G_3\ R_3\ S$
ஜோதிஷ்மதி	$S\ R_3\ G_3\ M_2\ P\ \dot{S}$	$\dot{S}\ N_2\ D_1\ M_2\ P\ M_2\ G_3\ R_3\ S$
ராமகிரி	$S\ R_3\ M_2\ G_3\ M_2\ P\ D_1\ N_2\ \dot{S}$	$\dot{S}\ D_1\ N_2\ D_1\ P\ M_2\ G_3\ R_3\ S$
69 தாதுவர்தனி	$S\ R_3\ G_3\ M_2\ P\ D_1\ N_3\ \dot{S}$	$\dot{S}\ N_3\ D_1\ P\ M_2\ G_3\ R_3\ S$
தௌத பஞ்சமம்	$S\ R_3\ G_3\ M_2\ P\ N_3\ P\ \dot{S}$	$\dot{S}\ N_3\ D_1\ P\ M_2\ R_3\ G_3\ M_2\ R_3\ S$
த்விதீயபஞ்சமம்	$S\ R_3\ G_3\ M_2\ P\ N_3\ P\ \dot{S}$	$\dot{S}\ N_3\ D_1\ P\ M_2\ R_3\ M_2\ G_3\ R_3\ S$
சுமுகம்	$S\ R_3\ M_2\ N_3\ \dot{S}$	$\dot{S}\ N_3\ M_2\ R_3\ S$
தவப்ரியா	$S\ R_3\ M_2\ P\ N_3\ \dot{S}$	$\dot{S}\ N_3\ D_1\ P\ M_2\ G_3\ R_3\ S$
70 நாசிகாபூஷணி	$S\ R_3\ G_3\ M_2\ P\ D_2\ N_2\ \dot{S}$	$\dot{S}\ N_2\ D_2\ P\ M_2\ G_3\ R_3\ S$
நாசமணி	$S\ R_3\ S\ M_2\ P\ D_2\ N_2\ \dot{S}$	$\dot{S}\ N_2\ D_2\ P\ M_2\ G_3\ R_3\ S$

மரகதகோவ்லா	S R_3 M_2 P D_2 N_2 Ṡ	Ṡ N_2 D_2 P M_2 G_3 R_3 S
திலகமந்தாரி	S R_3 M_2 P D_2 Ṡ	Ṡ D_2 P M_2 G_3 R_3 S
71 கோசலம்	S R_3 G_3 M_2 P D_2 N_3 Ṡ	Ṡ N_3 D_2 P M_2 G_3 R_3 S
குசுமாகரம்	S R_3 G_3 M_2 P D_2 N_3 Ṡ	Ṡ N_3 D_2 P M_2 G_3 R_3 S
அயோத்தி	S G_3 M_2 P N_3 Ṡ	Ṡ D_2 P M_2 G_3 M_2 R_3 S
72 ரசிகப்ரியா	S R_3 G_3 M_2 P D_3 N_3 Ṡ	Ṡ N_3 D_3 P M_2 G_3 R_3 S
ரசமஞ்சரி	S R_3 G_3 M_2 P D_3 N_3 Ṡ	Ṡ N_3 D_3 P M_2 G_3 R_3 S
ஹம்சகிரி	S R_3 G_3 M_2 P D_3 N_3 Ṡ	Ṡ N_3 P D_3 N_3 P M_2 G_3 S
இஷ்டாங்கிணி	S R_3 M_2 P N_3 Ṡ	Ṡ N_3 D_3 P M_2 G_3 R_3 S
நாககிரி	S G_3 M_2 P D_2 P Ṡ	Ṡ D_2 P M_2 G_3 S

பின் இணைப்பு 3: சில பொதுவான இசைக்கருவிகளில் உள்ள குறிப்புகள்

கீபோர்டில் உள்ள குறிப்புகள் (NOTES IN KEYBOARD):

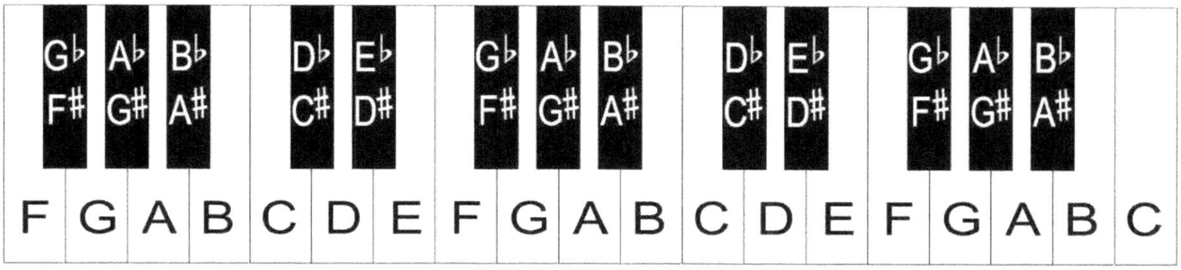

கீபோர்டில் உள்ள குறிப்புகள் தெளிவாக வேறுபடுத்தக்கூடிய 3 கருப்பு குறிப்புகள் மற்றும் 2 கருப்பு குறிப்புகளின் தொகுப்பை கொண்டு அண்டை வெள்ளை குறிப்புகளைக் குறிக்கும் வகையில் அமைந்திருக்கலாம்.

C- 2 கருப்பு குறிப்புகளின் இடது பக்கம்; D- 2 கருப்பு குறிப்புகளின் நடுப்பகுதி; E- 2 கருப்பு குறிப்புகளின் வலது பக்கம்; F- 3 கருப்பு குறிப்புகளின் இடது பக்கம்; G- F க்கு அடுத்தது; A- B க்கு முன்பானது; B- 3 கருப்பு குறிப்புகளின் வலது பக்கம்

கருப்பு குறிப்புகளை அவற்றிற்கு முன்பு அல்லது பின்பு இருக்கும் வெள்ளை குறிப்பின் அடிப்படையில் இடம் அமர்த்தலாம்.

C#/Db- C க்குப் பிறகு அல்லது D க்கு முன்; D#/Eb- D க்குப் பிறகு அல்லது E க்கு முன்; F#/Gb- F க்குப் பிறகு அல்லது G க்கு முன்; G#/Ab- G க்குப் பிறகு அல்லது A க்கு முன்; A#/Bb- A க்குப் பிறகு B க்கு முன்.

கிட்டாரில் உள்ள குறிப்புகள் (NOTES IN GUITAR):

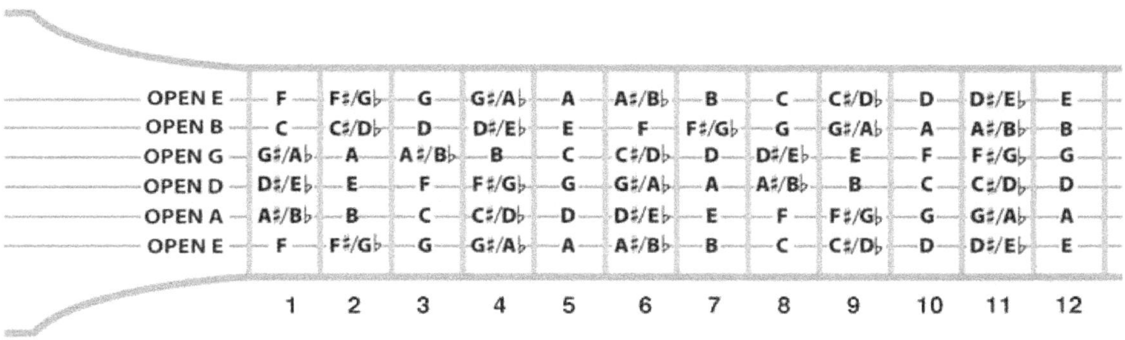

கிட்டார் அல்லது ஏதேனும் சரம் கருவியில் உள்ள திறந்த சரங்கள் (open strings) சரியான குறிப்பில் டியூன் செய்யப்பட்டால் மற்ற குறிப்புகள் வரிசையாக ஒரு குறிப்பிட்ட தூரத்தில் பின்பற்றப்பட்டு அமைந்திருக்கும். கிட்டாரின் குறிப்புகள் ஃப்ரெட்களில் வரிசையாக அடையாளம் காணப்படுகின்றன. கிட்டாரின் திறந்த சரங்களின் குறிப்புகள் பின்வரும் ஒரு வரியால் ஞாபகத்தில் வைக்கப்படலாம், '**E**very **B**ody **G**ets **D**inner **A**t **N**ine (எவ்ரி படி கெட்ஸ் டின்னர் அட் நையன்)'.

பேஸ் கிட்டாரில் உள்ள குறிப்புகள் (NOTES IN BASS GUITAR):

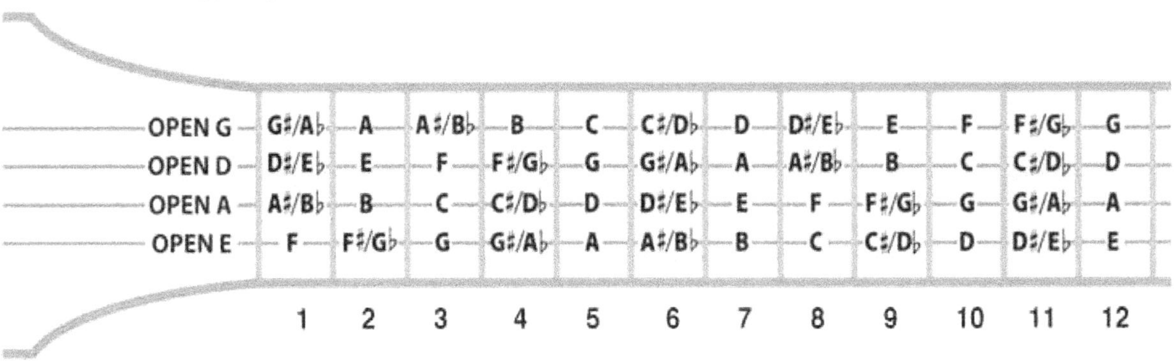

வயலினில் உள்ள குறிப்புகள் (NOTES IN VIOLIN):

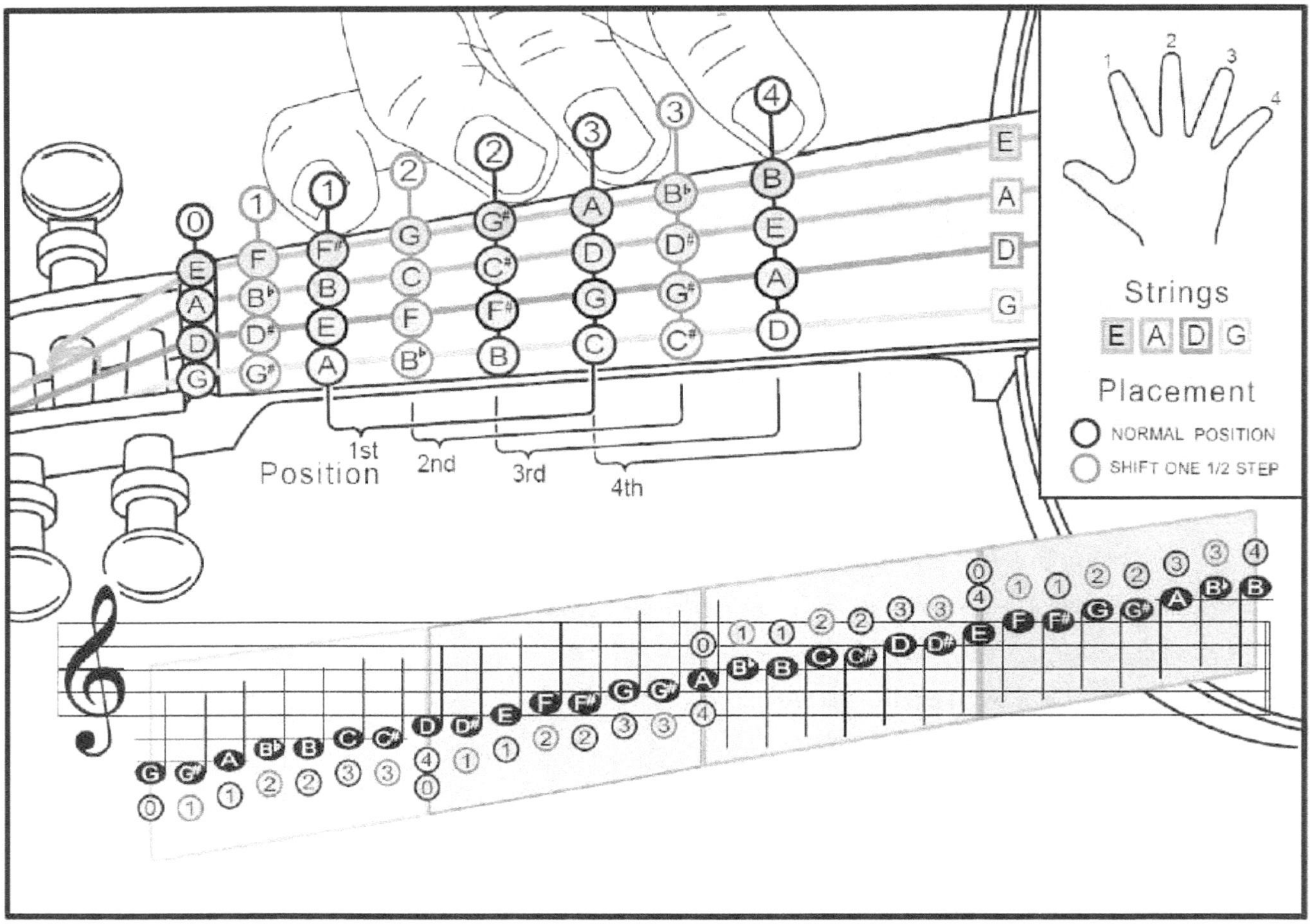

உகுலேலேயில் உள்ள குறிப்புகள் (NOTES IN UKULELE):

	1	2	3	4	5	6	7	8	9	10	11	12
A	A♯/B♭	B	C	C♯/D♭	D	D♯/E♭	E	F	F♯/G♭	G	G♯/A♭	A
E	F	F♯/G♭	G	G♯/A♭	A	A♯/B♭	B	C	C♯/D♭	D	D♯/E♭	E
C	C♯/D♭	D	D♯/E♭	E	F	F♯/G♭	G	G♯/A♭	A	A♯/B♭	B	C
G	G♯/A♭	A	A♯/B♭	B	C	C♯/D♭	D	D♯/E♭	E	F	F♯/G♭	G

மாண்டோலினில் உள்ள குறிப்புகள் (NOTES IN MANDOLIN):

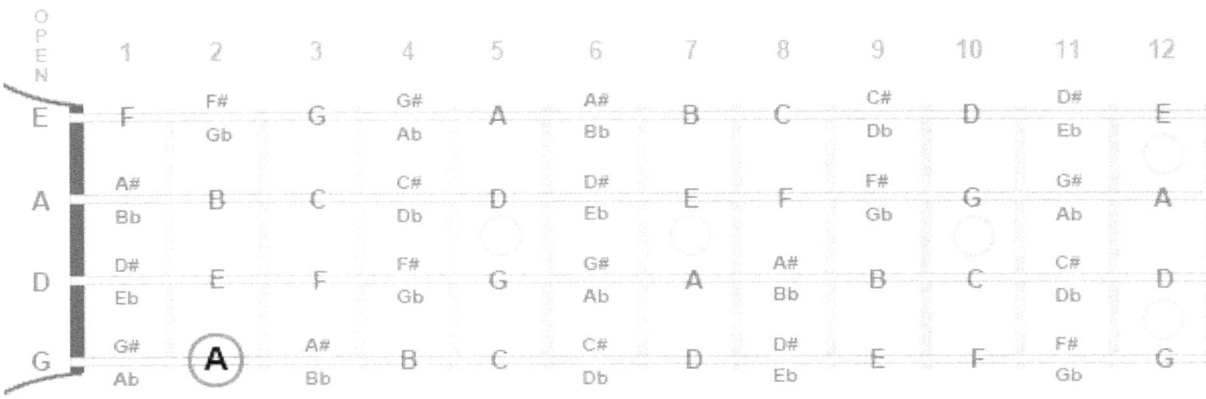

வயோலாவில் உள்ள குறிப்புகள் (NOTES IN VIOLA):

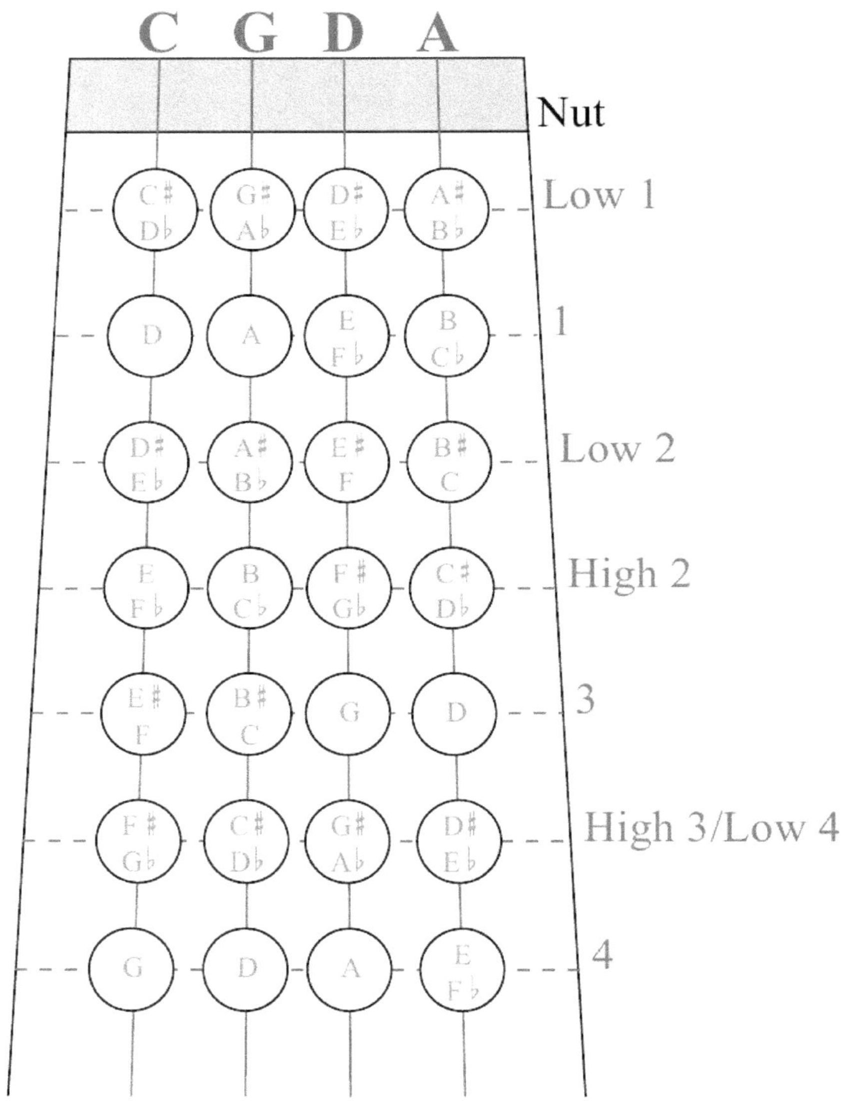

செல்லோவில் உள்ள குறிப்புகள் (NOTES IN CELLO):

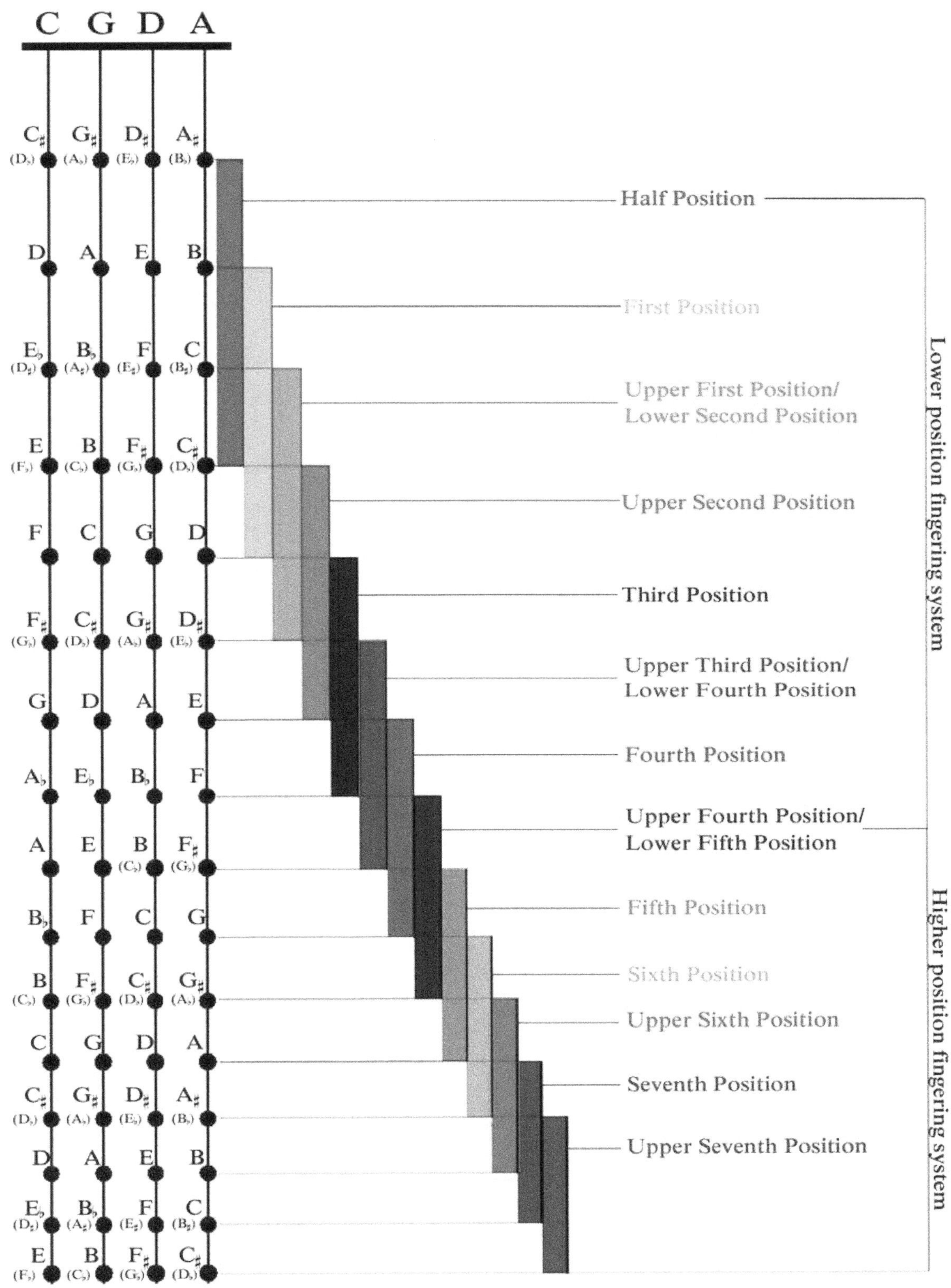

டபுள் பேஸில் உள்ள குறிப்புகள் (NOTES IN DOUBLE BASS):

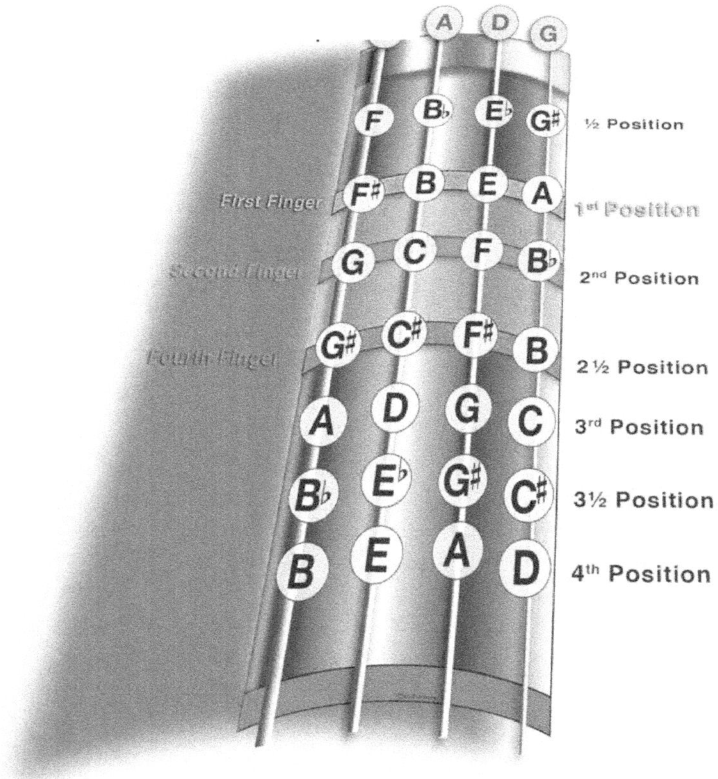

சித்தாரில் உள்ள குறிப்புகள் (NOTES IN SITAR):

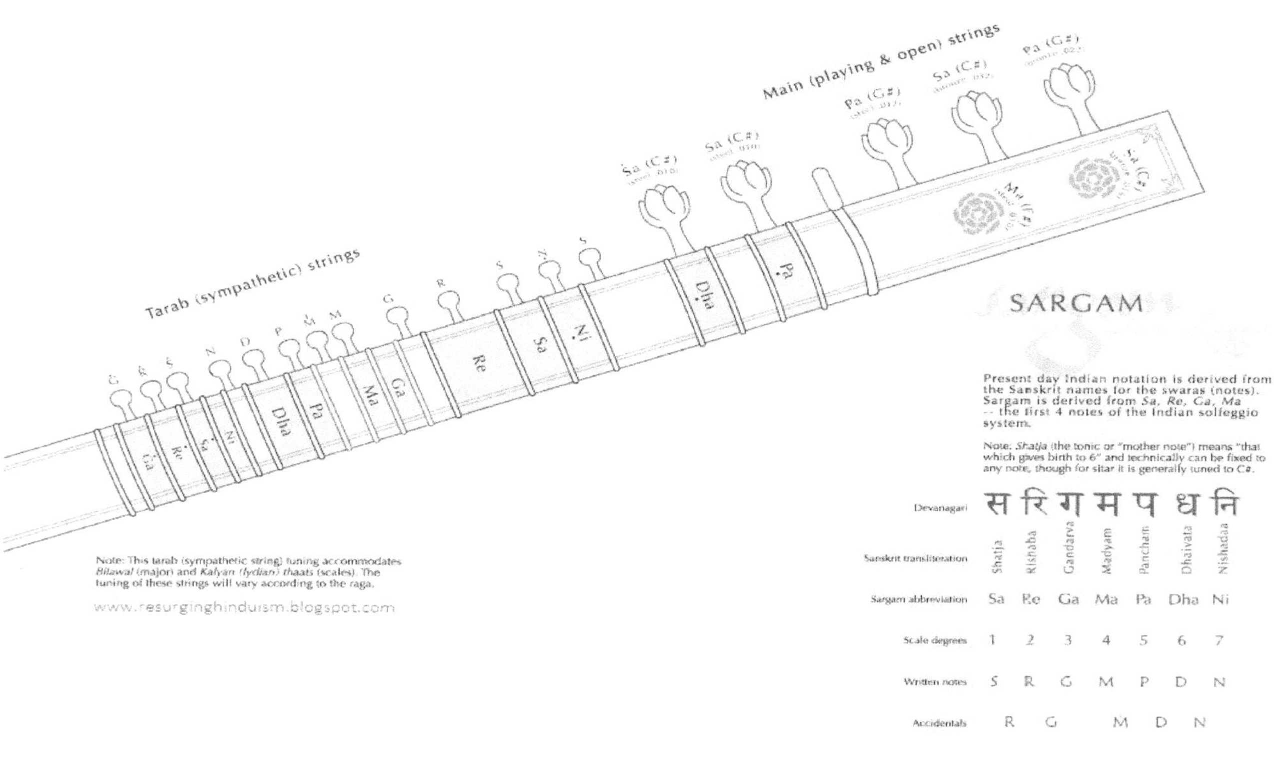

வீணாவில் உள்ள குறிப்புகள் (NOTES IN VEENA):

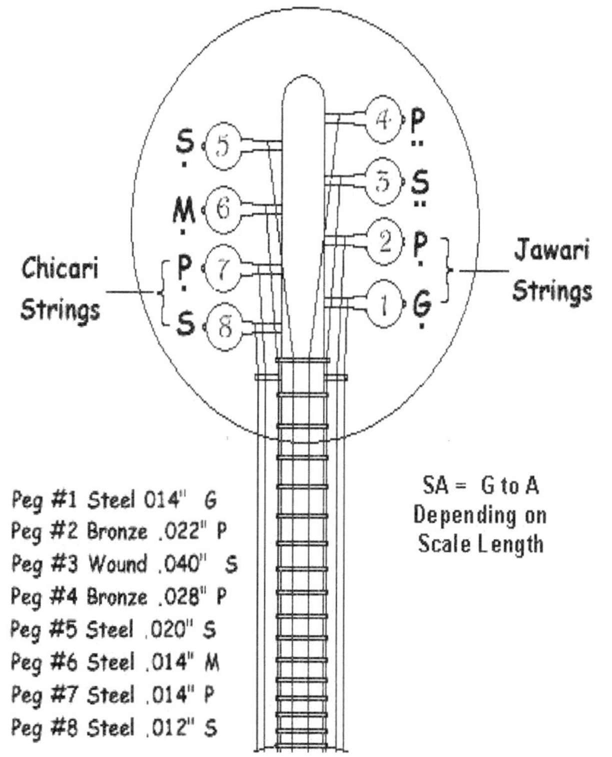

சாரங்கியில் உள்ள குறிப்புகள் (NOTES IN SARANGI):

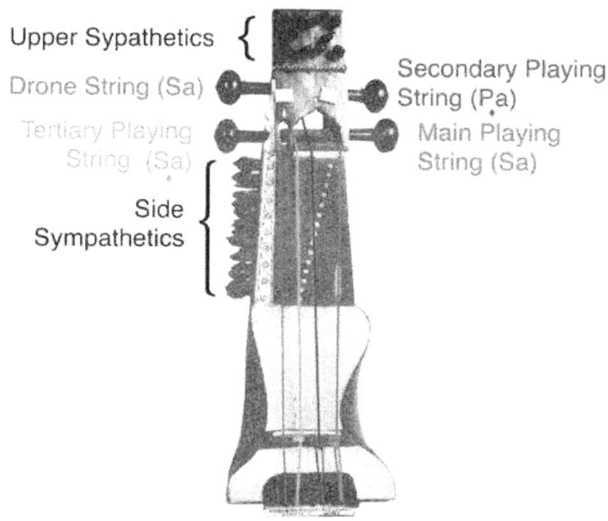

ஹார்பில் உள்ள குறிப்புகள் (NOTES IN HARP):

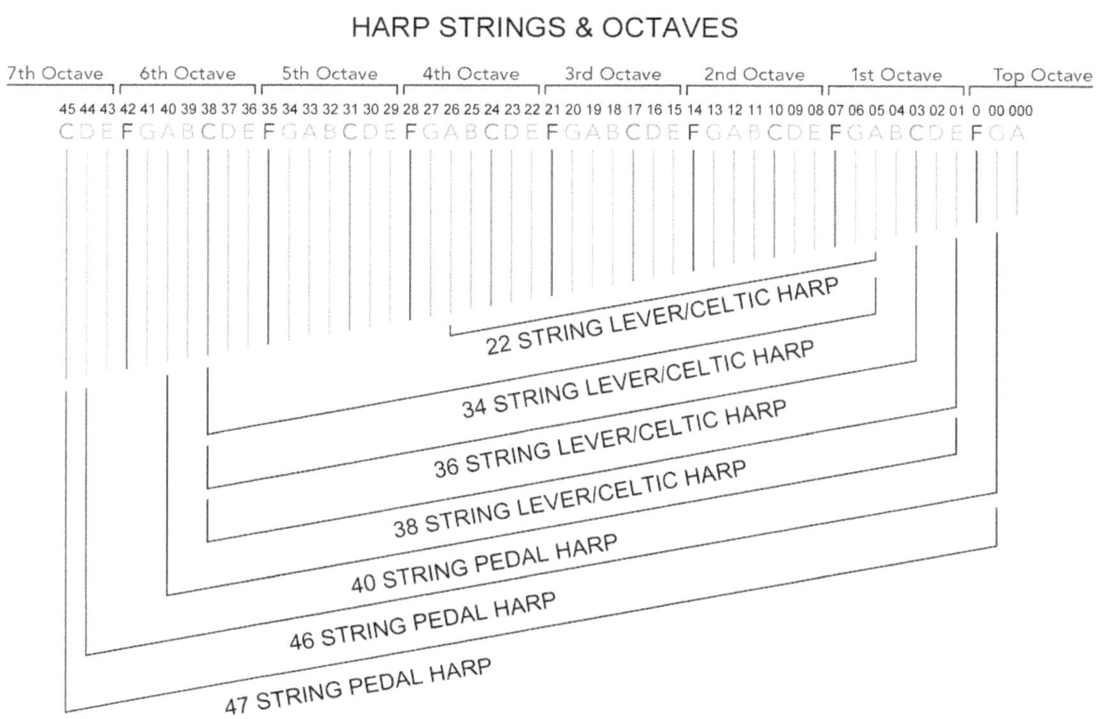

புல்லாங்குழலில் உள்ள குறிப்புகள் (NOTES IN FLUTE):

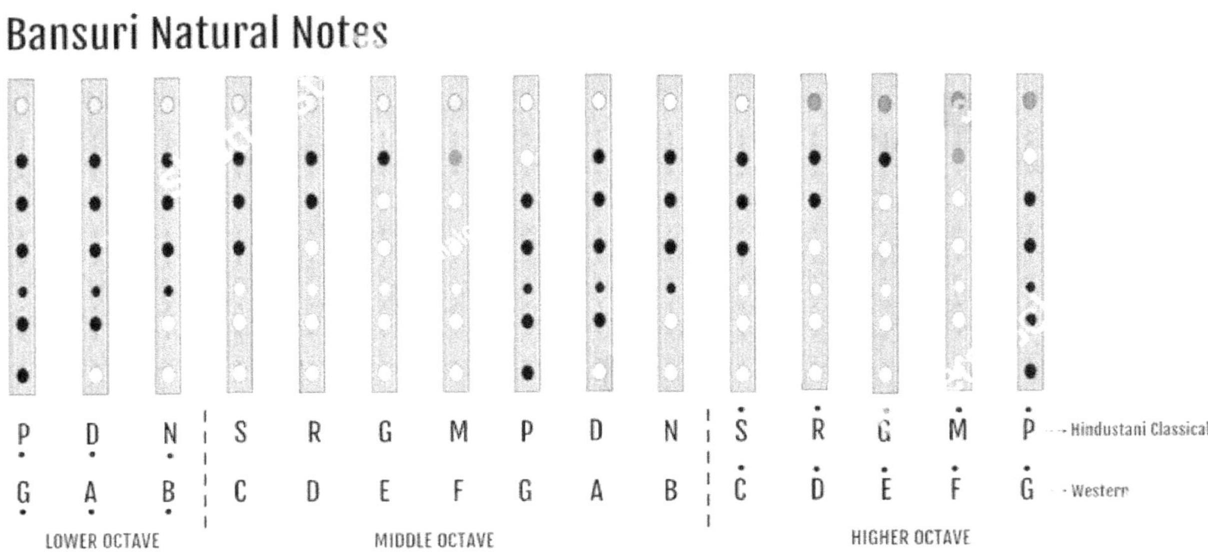

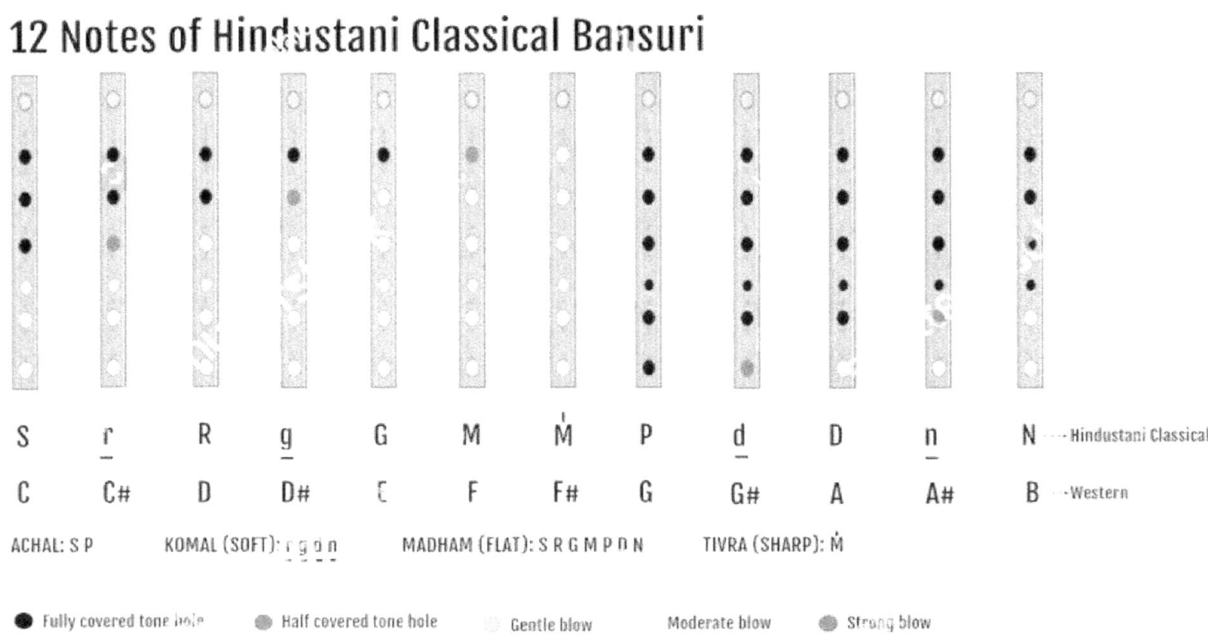

மவுத் ஆர்கனில் (ஹார்மோனிகா) உள்ள குறிப்புகள் (NOTES IN MOUTH ORGAN (HARMONICA):

ட்ரம்பட் மற்றும் மூன்று பொத்தாங்கள் உள்ள கருவிகளில் உள்ள குறிப்புகள் (NOTES IN TRUMPET AND FEW OTHER WIND INSTRUMENTS WITH 3 VALVES):

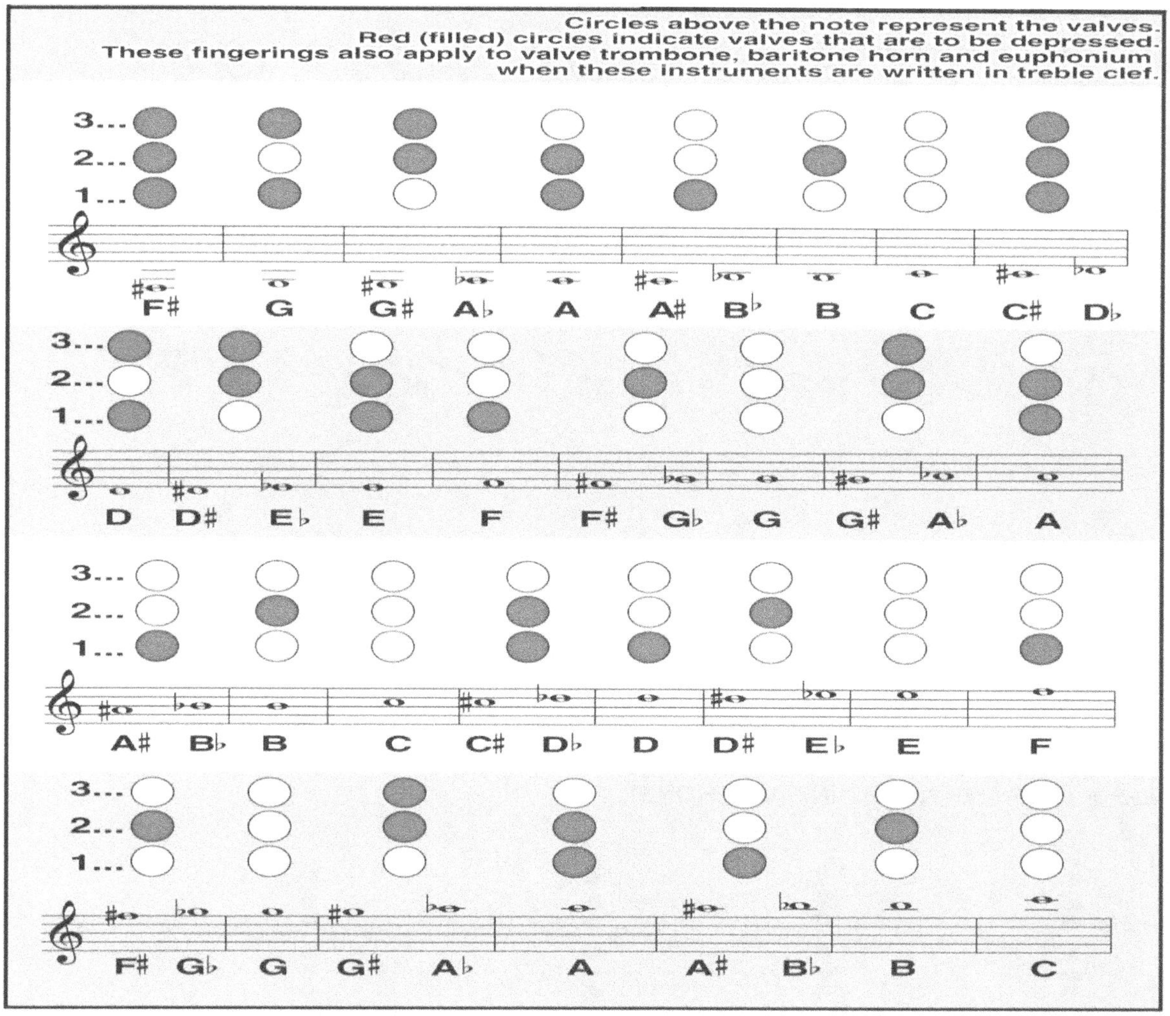

ஒக்கரினாவில் உள்ள குறிப்புகள் (NOTES IN OCARINA):

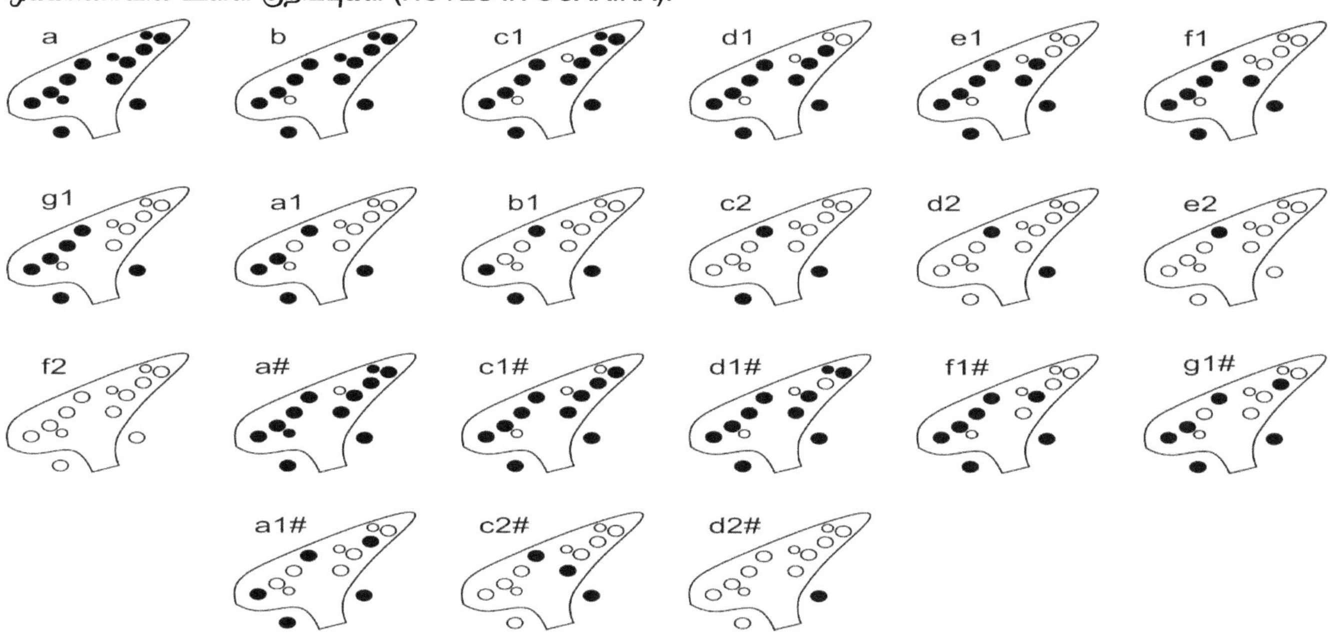

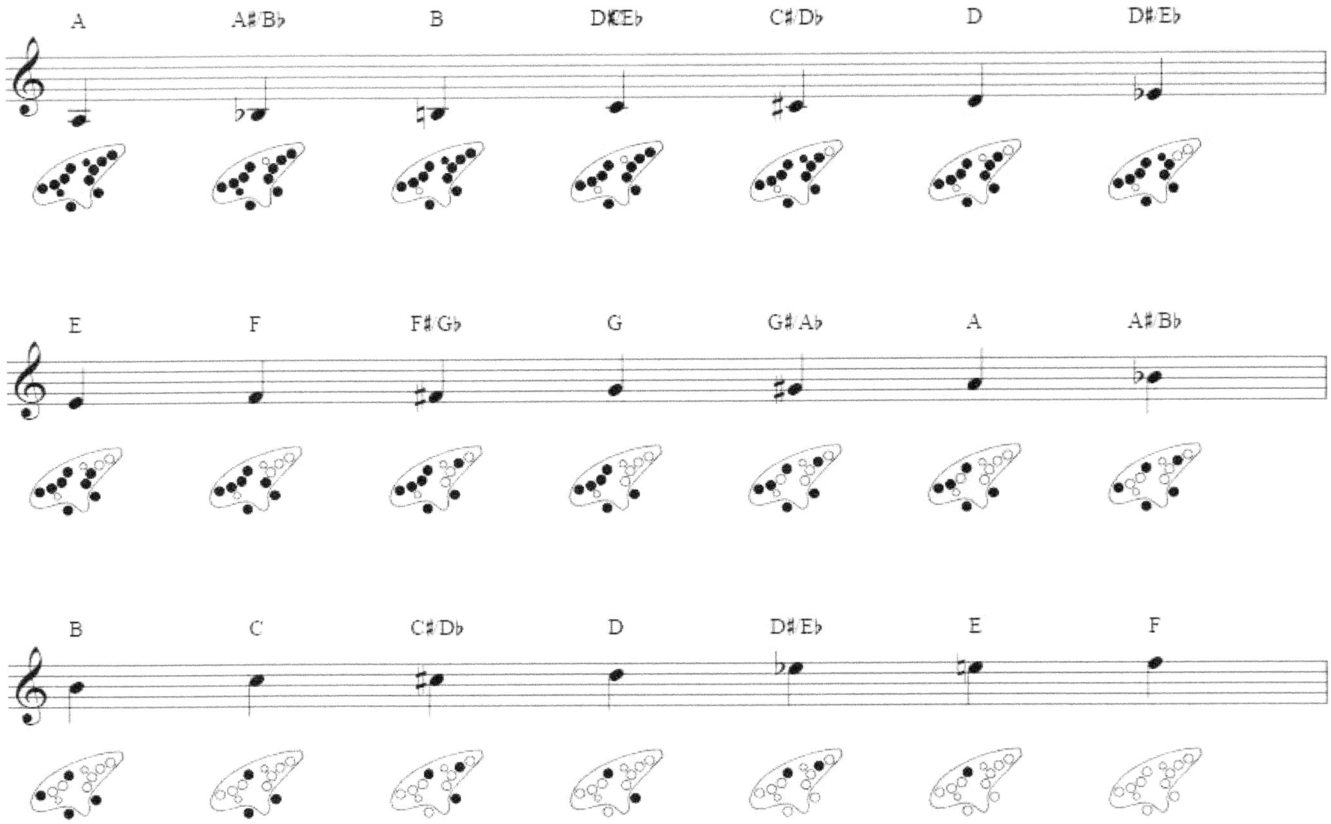

சாக்ஸபோனில் உள்ள குறிப்புகள் (NOTES IN SAXAPHONE):

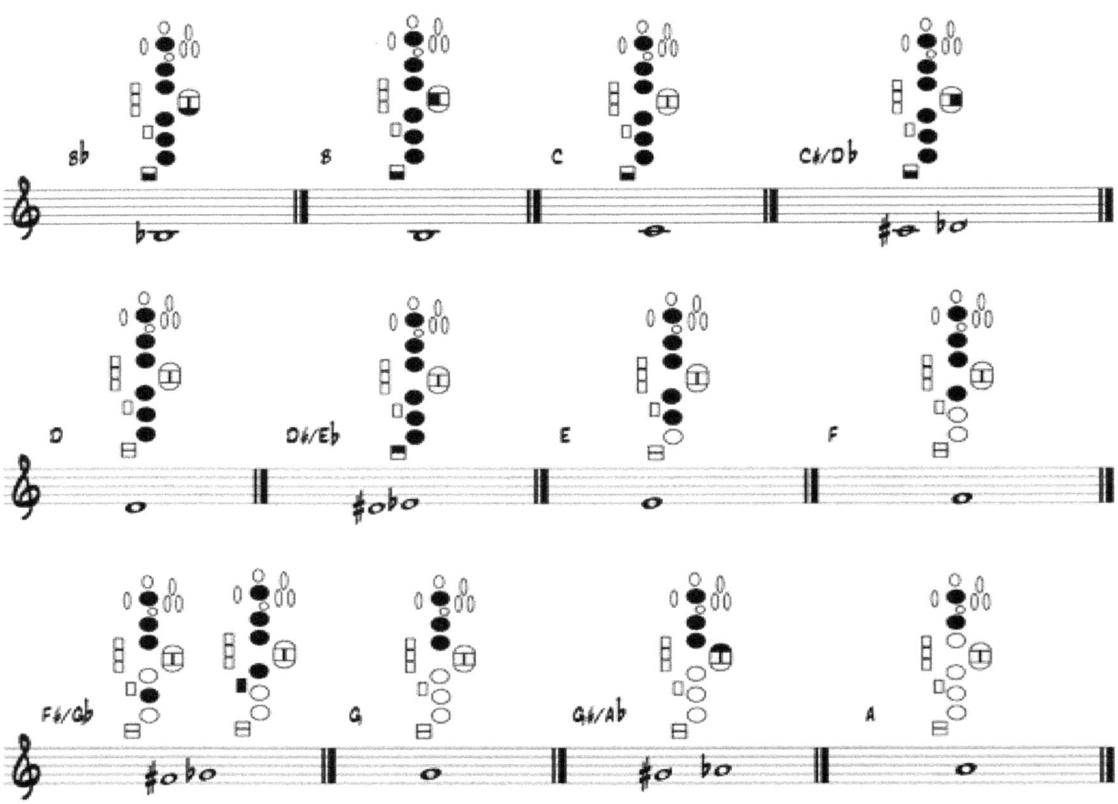

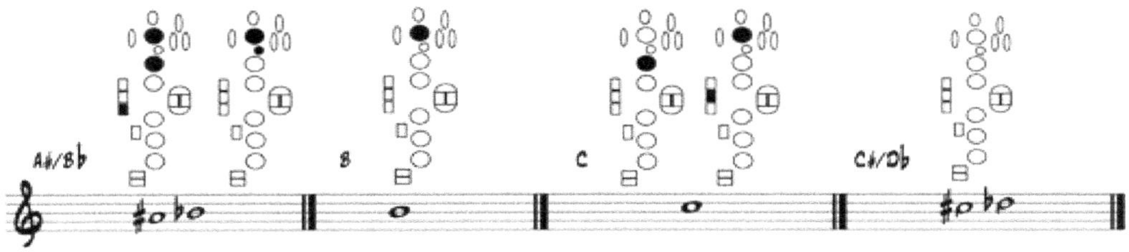

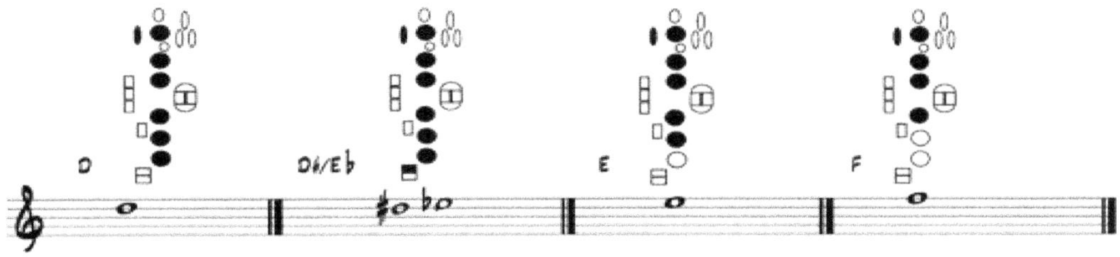

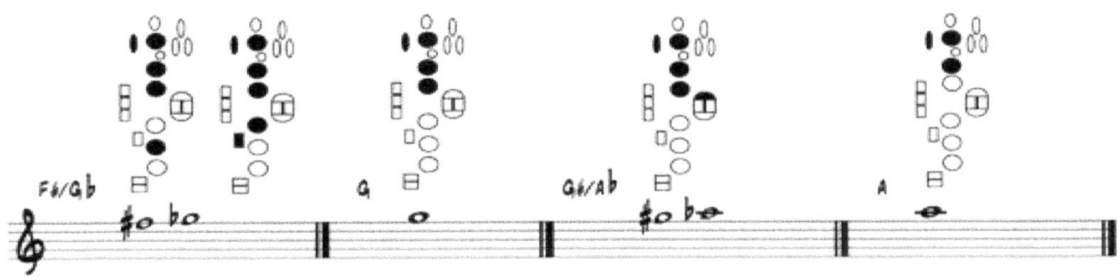

டிரம்ஸின் பாகங்கள் (PARTS OF THE DRUMS):

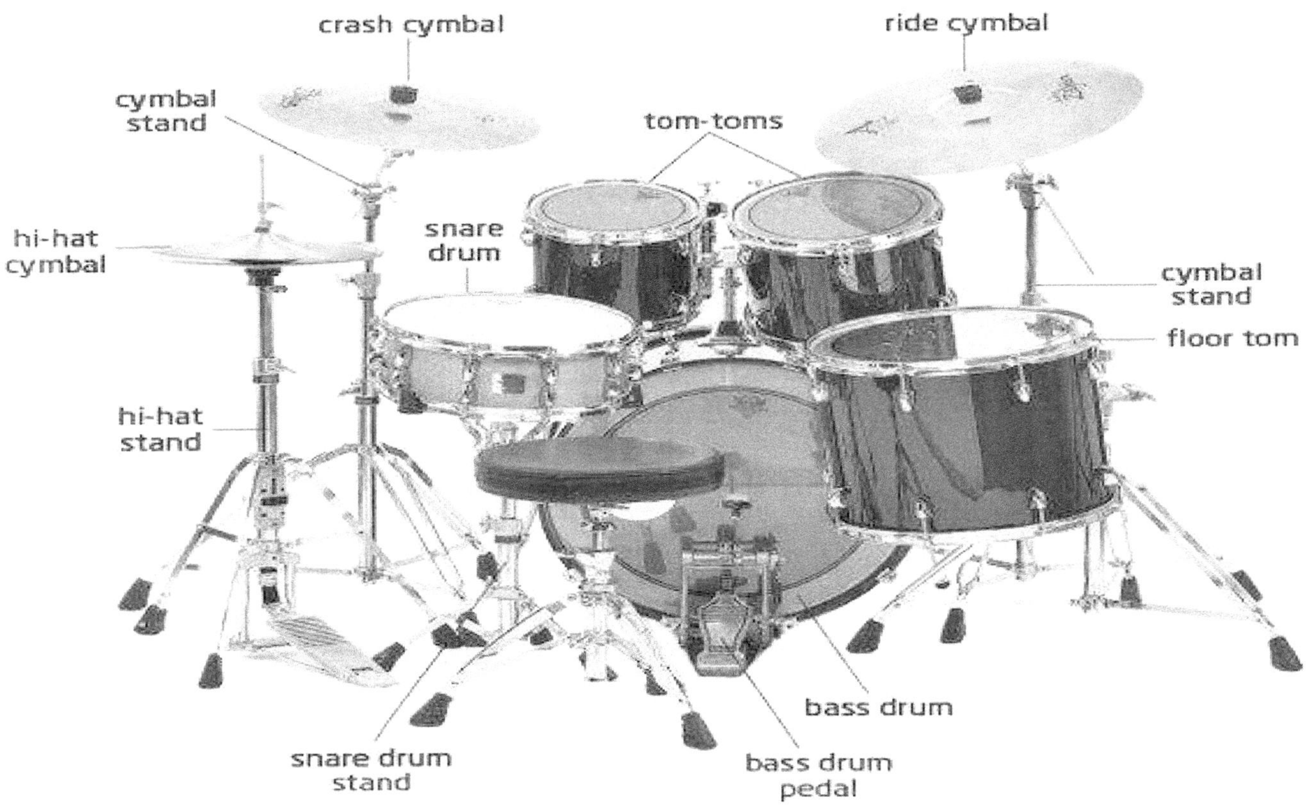

சங்கீதம் 150

1. அல்லேலூயா, தேவனை அவருடைய பரிசுத்தஸ்தலத்தில் துதியுங்கள்; அவருடைய வல்லமை வெளிப்படும் வானத்தைப்பார்த்து அவரைத் துதியுங்கள்.
2. அவருடைய வல்லமையுள்ள செயல்களுக்காக அவரைத் துதியுங்கள்; மாட்சிமை பொருந்திய அவருடைய மகத்துவத்திற்காக அவரைத் துதியுங்கள்.
3. எக்காளச் சத்தத்தோடு அவரைத் துதியுங்கள்; வீணையோடும் சுரமண்டலத்தோடும் அவரைத் துதியுங்கள்.
4. தம்புரோடும் நடனத்தோடும் அவரைத் துதியுங்கள்; யாழோடும் தீங்குழலோடும் அவரைத் துதியுங்கள்.
5. ஓசையுள்ள கைத்தாளங்களோடும் அவரைத் துதியுங்கள்; பேரோசையுள்ள கைத்தாளங்களோடும் அவரைத் துதிsயுங்கள்.
6. சுவாசமுள்ள அனைத்தும் கர்த்தரை துதிப்பதாக. அல்லேலூயா.

www.ingramcontent.com/pod-product-compliance
Lightning Source LLC
LaVergne TN
LVHW082223051026
849532LV00012B/3874
* 9 7 9 8 2 2 3 5 3 8 7 5 2 *